முனைவர் கு.சடகோபன்

தென்திருப்பேரையில் 15.06.1943ல் பிறந்தவர்.

மகாகவி பாரதியார், கம்பர், திருவள்ளுவர், ஆழ்வார்கள் போன்றோரின் நூல்களில் ஈடுபாடும் தேர்ச்சியும் கொண்டவர். இராமானுஜரையும் காந்தியடிகளையும் ஆய்வுசெய்து மதுரைக் காமராஜர் பல்கலைக்கழகத்தில் முனைவர் பட்டம் பெற்றவர். தமிழகத்தின் முன்னணிப் பேச்சாளர். 'பைந்தமிழ் நாவலர்' என்ற பட்டம் பெற்றவர்.

கு.காமராஜ் அவர்களின் அணுக்கத் தொண்டர். ஈ.வெ.ரா அவர்களால் பாராட்டப்பட்டவர். ம.பொ. சி அவர்களின் அன்பைப் பெற்றவர். சா.கணேசன், பி.ஸ்ரீ.ஆச்சார்யா, ஏ.என்.சிவராமன், அ.ச.ஞானசம் பந்தம்,கி.வா.ஜகந்நாதன்,பேராசிரியர்இராதாகிருஷ்ணன் முதலிய பெருமக்களின் பாராட்டுதல்களைப் பெற்றவர்.

ஆரிய திராவிட மாயை, கர்ணன் கொடைமடமா கெடுமனமா, ஆழ்வார் திருநகரி, சிங்கவேள் குன்றம், திருக்கோளூர்ப் பெண்பிள்ளை ரகசியம், நம்மாழ்வார் நோக்கில் நவ திருப்பதி, ஸ்ரீ வைஷ்ணவம், இராமானுஜரும் காந்தியடிகளும், பசும்பொன் முத்துராமலிங்கத் தேவர், இரசிகமணி டி.கே.சி, சங்கத்தமிழ் மாலை முதலிய நூல்களை எழுதியவர்.

இவரது அப்பா டி.எஸ்.குழைக்காதன், அம்மா கு.ஆண்டாள். மனைவி கவிதாயினி கமலா சடகோபன். மகள் ஜெயந்தி சென்னையில் வசிக்கிறார்.

ராஜாஜி

சி.ஆர் முதல் பாரத ரத்னா வரை

கு.சடகோபன்

ராஜாஜி: சி.ஆர் முதல் பாரத ரத்னா வரை
கு.சடகோபன் ©

சுவாசம் பதிப்பகம்

Rajaji: C.R Muthal Bharata Ratna Varai
by K.Satagopan ©

First edition: Dec 2024

ISBN: 978-81-982855-5-3
Title Number: Swasam 229

Published by:
Swasam Publications Private Limited,
52/2, Near B.S Mahal, Ponmar,
Chennai, Tamil Nadu – 600127
Email: swasam.publications@gmail.com

Printed by: Adyar Students Xerox, Chennai - 600 002.

To buy the book: Swasam Bookart – +91–8148066645
Website: https://www.swasambookart.com/

உள்ளே...

முன்னுரை

முதுபெரும் அரசியல் தலைவர் ராஜாஜி அவர்களுடைய வரலாறு என்பது ஒரு நூற்றாண்டு இந்தியாவின் வரலாறு ஆகும். அவர் இந்திய வரலாற்றின் முக்கியப் பகுதியாகிய 19ம் நூற்றாண்டின் இறுதி முதல் 20ம் நூற்றாண்டுவரை 95 ஆண்டுகள் வாழ்ந்தார். அக்காலகட்டத்தில் வாழ்ந்தவர் என்பது மட்டுமல்ல அக்கால அரசியல் நிகழ்வுகளில் பெரும் பங்காற்றியவர். ராஜாஜி சிறந்த அரசியல் ராஜதந்திரி, பிரச்சினைகளை அலசி ஆராய்ந்து தீர்க்கமான முடிவெடுக்கும் சிந்தனையாளர். அரசியலில் ஈடுபட்ட ஆரம்பக் காலத்திலிருந்தே தலைவராகத் திகழ்ந்தவர். காந்திஜி காலத்திற்கு முன்பே அரசியலில் ஈடுபட்டு, அவருடைய அகிம்சை போராட்ட முறைகளில் பயிற்சி பெற்று இந்தியச் சுதந்திரப் போராட்ட வீரராகத் திகழ்ந்தவர். பல்லாயிரக்கணக்கான ரூபாய் வருமானம் வந்துகொண்டிருந்த வழக்கறிஞர் துறையை உதறிவிட்டு விடுதலை வேள்வியில் குதித்தவர். மகாகவி பாரதி, வ.உ.சி, சுப்ரமணிய சிவா, வா.வே.சு.அய்யர் முதலிய தேசியத் தலைவர்களுடனும் மேலும் பல விடுதலை இயக்க வீரர்களுடனும் இணைந்து விடுதலைப் போராட்டத்தில் பங்காற்றியவர்.

பெரியாருடன் நெருக்கமான நட்பு கொண்டிருந்த ராஜாஜி, பெரியாரைக் காங்கிரஸ் அமைப்புக்கு ஈர்த்து, தேசியத் தலைவர்களுடன் உறவாட, உரையாட வைத்தார். தம்முடைய சீடர்களில் ஒருவர் ஈ.வெ.ரா என்று பெருமையாகக் கூறினார் ராஜாஜி.

ராஜாஜி மிகச் சிறந்த எழுத்தாளர். பல சிறந்த நூல்களை எழுதியவர், சிறந்த மேடைப் பேச்சாளர், அரசியலிலும் ஆன்மிகத்திலும் மிகச் சிறந்த விற்பன்னர். ஆங்கில மொழியில் அழகுறப் பேசும் ஆற்றல் மிக்கவர். பிரிட்டனின் ஆங்கிலமும் அமெரிக்க ஆங்கிலமும் இவர் நாவில் நர்த்தனம் ஆடும். ஆங்கில நாட்டு அரசியல்துறை மேதைகள் ராஜாஜியின் மேதா விலாசம் நிறைந்த அரசியல் தீர்வுகளைக் கேட்டு தங்களுடைய அரசியல் நடவடிக்கைகளைப் பாங்குடன் நடத்தினர்.

சிக்கலான, முடிவெடுக்கத் திணறும் பல பிரச்சினைகளுக்குத் தெளிவான வழிகளைக் கூறி காந்திஜியின் அரசியல் வெற்றிகளுக்கு வழி வகுத்தவர் ராஜாஜி. அன்றைய இந்தியாவின் அரசியல் தலைவர்களாகத் திகழ்ந்த ஜவாஹர்லால் நேரு, வல்லபபாய் படேல், ராஜேந்திர பிரசாத், அபுல் கலாம் ஆசாத் ஆகியோர்களுக்குச் சமமாகப் பங்காற்றிய அரசியல் மாமேதை.

அரசியல் மட்டுமல்லாது தமிழ் இலக்கியத்தின் பரப்பும் ஆழமும் நன்கு அறிந்தவர் ராஜாஜி. காலத்தால் அழியாத சிறந்த தமிழ் நூல்களான மகாபாரதம், ராமாயணம் முதலிய நூல்களைத் தமிழ் இலக்கியத்திற்கு வழங்கினார். கம்பன் பாடல்களை ஆங்கிலத்தில் மொழிபெயர்த்தார். வார இதழ்களிலிருந்து வரலாற்றில் இடம்பெற்ற நூல்கள்வரை இவரது கைவண்ணத்தில் ஒளிவிட்டு உயர்ந்திருக்கின்றன.

> ‘எண்ணித் துணிக கருமம் துணிந்தபின்
> எண்ணுவம் என்பது இழுக்கு’

என்ற குறளுக்கு ஏற்றபடி ஆழ்ந்த சிந்தனைக்குப் பிறகே முடிவெடுப்பார், எடுத்த முடிவுகளைக் கலங்காமல் நின்று நிறுவுவார். எதிர்ப்புகள் வந்தால் அதை நிறைவேற்ற ஏற்றிருக்கும் பதவியை விட்டு விலகுவாரே தவிரத் தம் முடிவை மாற்றிக்கொள்ள மாட்டார். இக்கொள்கை இவருக்கு வெற்றியையும் கொடுத்திருக்கிறது. பதவிகளையும் இழக்க வைத்திருக்கிறது. வெறும் ஓடுகளாலும் மண்சுவர்களாலும் கட்டப்பட்ட சிறு குடிகளையும் மிகப் பெரிய அரண்மனைகளையும் சமமாகப் பாவித்தவர். அந்தப் பதவி போகிறதே இந்த மாளிகையை விட்டுவிடப் போகிறோமே என்றெல்லாம் கவலைப்படாதவர்.

> ‘யாதனின் யாதனின் நீங்கியான் நோதல்
> அதனின் அதனின் இலன்’

என்ற உதடு ஒட்டா வெண்பா போல எந்த ஆசைகளும் ஒட்டிக்கொள்ளா உத்தமர்.

இப்பெரிய மகானுபாவரின் வரலாற்றை அடியேன் சிறு மானிடன் இயன்ற அளவில் எழுதி உங்களிடம் நூலாகத் தந்திருக்கிறேன். இந்த நூலைச் சுவாசம் பதிப்பகம் வெளியிடுகிறது. உங்கள் கைகளில் தவழும் இந்த நூலைப் படித்து மூதறிஞர் ராஜாஜியின் உயரிய வாழ்வின் உன்னத நிலைகளைக் கண்டு இன்புற வேண்டுகிறேன். நன்றி

இவண்,
கு.சடகோபன்.

குறையொன்றுமில்லை கண்ணா!

'குறையொன்றுமில்லை மறைமூர்த்தி கண்ணா
குறையொன்றுமில்லை கண்ணா!

கண்ணுக்குத் தெரியாமல் நிற்கின்றாய் கண்ணா
கண்ணுக்குத் தெரியாமல் நின்றாலும் எனக்கு
குறை ஒன்றும் இல்லை மறைமூர்த்தி கண்ணா

வேண்டியதைத் தந்திட வேங்கடேசன் நின்றிருக்க
வேண்டியது வேறில்லை மறைமூர்த்தி கண்ணா
குறையொன்றும் இல்லை மறைமூர்த்தி கண்ணா!

திரையின் பின்நிற்கின்றாய் கண்ணா! உன்னை
மறையோதும் ஞானியர் மட்டுமே காண்பார்,
என்றாலும் குறையொன்றும் எனக்கில்லை கண்ணா!

குன்றின் மேல் கல்லாகி நிற்கின்ற வரதா
குறை ஒன்றும் இல்லை மறைமூர்த்தி கண்ணா!

கலிநாளுக்கிறங்கி கல்லிலே இறங்கி
சிலையாகக் கோயிலில் நிற்கின்றாய் கேசவா
குறையொன்றும் இல்லை மறைமூர்த்தி கண்ணா!

யாதும் மறுக்காத மலையப்பா! உன் மார்பில்
ஏதும் தர நிற்கும் கருணைக் கடல் அன்னை
என்றும் இருந்திட எது குறை எனக்கு
ஒன்றும் குறையில்லை மறை மூர்த்தி கண்ணா!

குறையொன்றுமில்லை மறைமூர்த்தி கண்ணா!
குறையொன்றும் இல்லை மறைமூர்த்தி கண்ணா!'

- ராஜாஜி

கவிதையைக் கொடுத்து உதவியவர் சோமு.

நன்றி: கல்கி, 15-1-1967.

(ராஜாஜியின் இந்தக் கவிதை பின்னாளில் கடையநல்லூர் வெங்கட்ராமன் இசையில், எம்.எஸ்.ஸின் குரலில் ஒலித்து மிகப் பிரபலமான இசைப் பாடலாக ஆனது.)

1

ராஜாஜி ஓர் எளிய அறிமுகம்

ராஜாஜி பேச்சிலும் எழுத்திலும் ராஜதந்திரங்களைக் கையாள்வதிலும் உலகமகா அறிஞர். அறிஞர் என்று அழைக்கப்பட்டு வந்த ஒருவரை அவருக்கு வேண்டியவர்கள் பேரறிஞர் என்றனர். அவர் பேரறிஞர் என்றால் இவர் யார்? இவரை எப்படி அழைக்கவேண்டும்?

இவரை மூதறிஞர் என்று அழைக்கலாம் என்று முடிவு செய்தனர்.

மூதறிஞர் ராஜாஜி அறிவாற்றலிலும் ஆங்கிலத்தைக் கையாளும் திறத்திலும் வாதப் பிரதிவாதங்களை அடுக்குவதிலும் எதிர் வழக்காடுவதிலும் அரசியல் சதுரங்கத்தில் காய்களை நகர்த்துவதிலும் விற்பன்னர். அரசியல் பிரச்சினைகளைக் கையாள்வதில் எல்லோரும் திணறும்போது, அனைவருக்கும் புதிய வழி வகைகளை, நேர்மையும் நீதியும் சற்றும் வளையாது, அரசியலில் உண்மையைச் சிறிதும் வழுவவிடாது செம்மை சார்ந்த அறங்களைக்காட்டி சத்தியத்தை நிலை நாடும் சீலர்.

இவர் தோற்றத்தில் எளியர். பெரும் செல்வச் சூழலில் வளர்ந்தபோதிலும், பெரும் மாளிகையில்

குடியிருந்தபோதிலும் சாரட்டு வண்டிகளில் பயணித்தபோதும் சாலையில் செல்வோர் வியந்து நோக்கும் வாழ்வும் வசதியும் இருந்தபோதும் செல்வச் செருக்கு சிறிதும் அண்டவிடாது வாழ்ந்த பெரியார் இவர். குபேர சம்பத்தை சர்வ சாதாரணமாக ஈட்டும் வல்லமையும் வாய்ப்பும் இருந்தபோதும் ஓலை வேய்ந்த சிறுகுடிலில் குடியிருக்கவும் பழகிக்கொண்டவர். கோடிகோடியாகப் பணம் ஈட்டமுடியும் என்றபோதும் அத்தொழிலை உதறிவிட்டு நாட்டிற்கும் நாட்டு மக்களுக்காகவும் உழைக்க வந்த உத்தமர். ஆட்காட்டி விரலை நீட்டி யாரும் குற்றமோ குறையோ சொல்ல இடம் அளிக்காத வகையில் தூய வாழ்வை மேற்கொண்டவர். உலகுக்கு நன்னடை நல்க வந்த அயோத்தி மைந்தன் போல் நடையில் நின்றுயர்ந்த சேலம் தந்த நாயகன்.

இவர்தான் நல்லான் சக்கரவர்த்தி ராஜகோபாலாச்சாரி என்ற பெயரைக்கொண்ட நெடும் புகழ் குடும்பத்தில் தோன்றிய கர்மவீரர். ராமாயணக் காலத்துக் கர்மவீரர் ஜனகனைப் போன்று, கங்கை மைந்தர் பீஷ்மரைப் போன்று வாழ்ந்து காட்டி அமரரானவர் நல்லான் சக்கரவர்த்தி ராஜகோபாலாச்சாரியார். இவர் பெயரில் உள்ள ஆச்சாரியர் என்ற பட்டம் இவரது முன்னோர்கள் ஈட்டித் தந்தது. நல்லாசிரியனாய், பண்பிலே தெய்வமாய், பாரதத்தாயின் சேவகனாய் நாட்டிற்கு உழைத்தவர். இவர் மும்மொழி வித்தகர். தமிழ் இவரது தாய்மொழி. தெய்வத் தமிழ்மொழியில் புலமையை ஆழ்வார்களிடத்தும் திருவள்ளுவரிடத்தும் திருமந்திரம் தந்த திருமூலரிடத்தும் கற்றுத் தேர்ந்தவர். பட்டப்படிப்பும் சட்டப்படிப்பும் பெற்றதால் ஆங்கிலம் இவருக்குப் பழகுமொழியாக வந்தது.

வடமொழி இவரது ஆன்மிக மொழி. நடையில் நின்றுயர் நாயகன் அயோத்தி ராமனின், சக்கரவர்த்தி திருமகனின் திவ்ய சரிதையைக் கற்றதால் வடமொழிப் புலமை இவரிடம் குடிகொண்டது. மாதவன் சரிதையை இடையிடையே நவின்று, இது கோபாலன் சரிதையோ எனக் கற்போரை மயங்க வைக்கும் ஐவர் சரிதமாம் மகாபாரதமும், குழலூதும் மாயக்கண்ணன் அர்ச்சுனனுக்கு உபதேசித்த கீதோபதசமும் இவருக்கு வடமொழிப் புலமையை ஏற்படுத்தி இவரை மும்மொழிப் புலவராக, வித்தகராக ஆக்கியது.

இத்தகு பல்வேறு சிறப்புகள்கொண்ட மூதறிஞர் ராஜாஜியின் வரலாற்றை எளியேன் ஒரு தமிழ்ப்பனுவலாக உங்கள் கையில் தவழ வைக்கிறேன். படித்துவிட்டு உங்கள் மேலான கருத்துகளைச் சொல்லுங்கள்!

2
தோற்றமும் ஏற்றமும்

'தோன்றிந் புகழொடு தோன்றுக அஃதிலார்
தோன்றலின் தோன்றாமை நன்று'

என்றார் திருவள்ளுவர்.

மூதறிஞர் ராஜாஜி அவர்கள் இக்குறளுக்கு அணிசெய்யத் தோன்றிய செம்மல். சேலம் மாவட்டத்தில் ஓசூர் அருகே உள்ள தொரப்பள்ளி என்ற கிராமத்தில் ராஜகோபாலாச்சாரியார் பிறந்தார். இவ்வூர் தென்பெண்ணை ஆற்றின் கரையில் அமைந்துள்ளது. தொரப்பள்ளியில் சக்கரவர்த்தி ஐயங்கார் என்னும் வைணவர் ஒருவர் வாழ்ந்து வந்தார். அவருடைய மாமனார் சீனிவாசய்யங்கார் என்பவர் அந்த ஊர் கிராம முன்சீப்பாக இருந்தார். அவருடைய பெண் வயிற்றுப் பிள்ளைதான் இராஜகோபாலன் எனும் ராஜகோபாலாச்சாரியார். சீனிவாசய்யங்காருக்கு ஆண்வாரிசு இல்லாததால் அவர் தம்முடைய மகள் சிங்காரத்தை மணந்த சக்கரவர்த்தி ஐயங்காரை கிராம முன்சீப் ஆக்கினார். நல்லான் சக்கரவர்த்தி ஐயங்காருக்கும் சிங்காரம்மாளுக்கும் மூன்று பிள்ளைகள் பிறந்தார்கள். அவர்கள் நரசிம்மன்,

சீனிவாசன், ராஜகோபாலன். இக்குடும்பத்தைச் சேர்ந்தவர்கள் நல்லான், சக்கரவர்த்தி என்ற பட்டத்தைத் தங்கள் பெயர்களுடன் இணைத்துக்கொண்டனர். இவர்கள் குடும்பத்தில் தோன்றிய முன்னோர் ஒருவரின் வாழ்வில் நடந்த ஒரு சம்பவத்தால் 'சக்கரவர்த்தி' என்ற பெயர் இக்குடும்பத்தாருக்கு வந்து சேர்ந்தது.

இக்குடும்பத்தில் வரதாச்சாரியார் என்ற பெருமகனார் சில தலைமுறைகளுக்குமுன் தோன்றியிருந்தார். அவர் அதிகாலையில் நீராடுவதற்காகத் தென்பெண்ணை ஆற்றங்கரைக்குச் சென்றுவிடுவார். அப்படி ஒருநாள் ஆற்றில் நீராடும்போது அவர் மீது ஒரு பிணம் இடித்துக்கொண்டு நின்றது. இது வரதராஜருக்கு ஆச்சரியத்தை ஏற்படுத்தியது. அந்தப் பிணம் மேற்கேயிருந்து கிழக்கு நோக்கி ஆற்றில் பயணித்து வந்தது. வரதாச்சாரியார் தன்னை உரசி நின்ற, யாரென்று தெரியாத அந்தப் பிணத்தைக் கரையில் இழுத்துப்போட்டு, உதவிக்கு யாரைக் கூப்பிடலாம் என்று சுற்றுமுற்றும் பார்த்தார். அதிகாலைப் பொழுதாகையால் இவருடைய உதவிக்கு யாரும் தென்படவில்லை. காலை கதிரவன் மெல்ல உதித்துக் கொண்டிருந்தான்.

ஒரு வைணவன் இறந்துபோன உடலைக் கண்டால் அதற்கு உரிமைகோர யாரும் இல்லாதபோது தானே கடைசி காரியங்களைச் செய்யலாம் என்று வைணவ மார்க்கம் சொல்கிறது. இச்செயலை 'பிரேதச் சமஸ்காரம்' என்று வைணவம் குறிப்பிடுகிறது. யாருக்கும் யாரும் இறுதிச்சடங்கு செய்யலாம். இது சமுதாயக் கடமை என்கிறது வைணவம். இவர் அந்தப் பூத உடலைத் தன் தோள் மேல் தூக்கிப் போட்டுக்கொண்டு தகனமேடையை நோக்கி நடந்தார். அப்போது நன்றாக விடிந்திருந்தது. அந்தப் பிணம் ஒரு தாழ்த்தப்பட்ட வைணவருடையது என்பது நெற்றியிலிருந்த நாமத்திலிருந்து தெரிந்தது. வரதாச்சாரியார் தகன மேடையைச் சுத்தம் செய்து அப்பிணத்தை மேடையில் கிடத்தினார். அருகேயிருந்த பாறைகளைத் தட்டி நெருப்பை மூட்டி அந்த உடலுக்கு எம்பெருமான் நாராயணனின் பெயரைச் சொல்லி அக்னியைச் சேர்த்தார். தகனம் ஆரம்பமாயிற்று. தகனம் முடிந்தவுடன் அற்றில் இறங்கி நீராடி காலையில் செய்யவேண்டிய அனுட்டானங்களைச் செய்து கதிரவனை வணங்கி காலைச் சந்தியாவந்தனத்தை நிறைவுசெய்து, காயத்திரி ஜெபத்தை ஓதிவிட்டுத் தனது அக்கிரஹாரத்தை நோக்கிச் சென்றார்.

இந்த நிகழ்ச்சிகள் நடந்து முடிவதற்குள் ஆற்றின் கரையில் நடைபெற்ற சம்பவங்களையெல்லாம் தள்ளி நின்று வேடிக்கை பார்த்துக்கொண்டிருந்தவர்கள் இச்செய்திக்குக் கை கால் கொடுத்து அக்கிரஹார வீதியில் பரப்பினர். அக்கிராமத்தில் அன்று அதுவே பேசுபொருளாயிற்று. அக்கிரஹாரத்தில் வசிப்பவர்கள், மறையெல்லாம் தெளியக் கற்ற அதிபுத்திசாலிகள்போல வாய்க்கு வந்ததைப் பேச ஆரம்பித்தனர். இது தவறான செயல் என்றனர். வைணவப் பெரியார் இராமானுஜருக்கு நல்லாசிரியராக இருந்த பெரிய நம்பிகள், மாறனேரி நம்பிக்குக் கடைசி காரியங்கள் செய்ததை இராமானுஜரும் திருவரங்கமும் ஏற்றுக்கொண்ட வரலாற்றையெல்லாம் அறியாமல் வாய்க்கு வந்தபடி அவ்வூர் மக்கள் பேசினர்.

எதற்குமே கூடாத அக்கிரஹாரவாசிகள் அன்று ஒன்றுகூடி ஏதோ மிகப்பெரிய பாவத்தை வரதாச்சாரியார் செய்துவிட்டதாக அவர் மீது குற்றம்சாட்டி அவரை பிராமணச் சமூகத்திலிருந்து விலக்கி வைப்பதாகத் தீர்ப்புக் கூறினர். சக்கரவர்த்தி வரதாச்சாரியார் குடும்பத்தைச் சாதியிலிருந்து விலக்கி வைத்துவிட்டோம் என்ற தீர்ப்புக்கு இணங்க அவருடைய வீட்டின் முன்பு கற்களையும் முட்களையும் வீசியெறிந்து சாதி விலக்கலை நியாயப்படுத்தி நின்றனர் அந்த நாட்டாண்மைக்காரர்கள். இத்தனை களேபரங்களுக்கு இடையே யாவும் அறிந்த நிறைகுடமான வரதாச்சாரியார் தம் குடிலுக்கு வந்தார். ஊர்க்காரர்களின் இந்தச் சாதி நீக்கப் பிரகடனத்தைக் கேட்டு ‘மாதவா, இவர்களுக்கு நல்ல புத்தியைக் கொடு’ என்று வேண்டிவிட்டுத் தம் வேலைகளில் கவனம் செலுத்த ஆரம்பித்தார்.

அவ்வூர்ப் பெருமாள் கோயிலில் ஒருநாள் ஒரு திருவிழாவுக்கான வேலைகள் நடந்து கொண்டிருந்தன. ‘அக்கோயிலுக்குள்ளே தாம் போகலாமா? வேண்டாமா? போனால் மரியாதை கிடைக்குமா?’ எனப் பலவாறு சிந்தித்துக்கொண்டு சக்கரவர்த்தி வரதாச்சாரியார் கோயிலுக்குள் மெதுவாக அடியெடுத்து வைத்து உள்ளே நுழைந்தார். கோயில் அர்ச்சகர் சுவாமிக்கு அனைத்து அலங்காரங்களையும் முடித்துத் தீபாராதனை காட்டவேண்டிய தருணத்தில் வரதாச்சாரியாரும் உள்ளே நுழைந்தார். அர்ச்சகர் தீபத்தட்டை ஏந்திக்கொண்டு எம்பெருமானைப் பார்த்தார், பக்தகோடிகளுள் ஒருவராக வந்துகொண்டிருக்கும் வரதாச்சாரியாரையும் பார்த்தார்.

அவ்வேளையில் பெருமாளின் ஆவேச சக்தி அவருக்கு ஏற்பட்டுவிட்டது. அவர் பெருங்குரலில், "வரதாச்சாரியாரே, கோயிலுக்குள்ளே வாருங்கள். நீங்கள் இந்த ஊர்ப் பிராமணர்களுக்குத்தான் பொல்லானே தவிர, எனக்கு நல்லானே. உம்செயலில் எந்தக் குற்றமும் இல்லை. குறையும் இல்லை. உம்மை விலக்கி வைத்திருப்போர் கண்ணெதிரில் நீர் கம்பீரமாக வாரும்" என்று உரத்த குரலில் பேசினார். அன்று முதல் தொரப்பள்ளி அக்கிரஹாரம், சக்கரவர்த்தி வரதாச்சாரியை சாதி நீக்கம் செய்ததை உதறிவிட்டு அவரை அக்கிரஹாரத்தில் இணைத்துக்கொண்டது. அன்று முதல் சக்கரவர்த்தி வரதாச்சாரியார் குடும்ப உறுப்பினர்கள் 'நல்லான் சக்கரவர்த்தி' என்ற பெயரை அவர்கள் குடும்பத்தில் இணைத்துக்கொண்டார்கள்.

தொரப்பள்ளி கிராம முன்சீப் நல்லான் சக்கரவர்த்தி ஐயங்கார், சிங்காரம்மாள் என்ற இணையருக்கு மூன்றாவது திருக்குமாரராகத் தோன்றிய ராஜகோபாலன் பகுதான்ய வருஷம் கார்த்திகை மாதம் புனர்பூச நட்சத்திரத்தில் 10.12.1878ல் பிறந்தார். புனர்பூசம் ராமபிரானின் நட்சத்திரம். ராஜகோபாலனை வீட்டில் அன்போடு ராஜன் என்று அழைத்தனர். ராஜன் வாட்ட சாட்டமான உடல் வலிமையுடையவர் அல்லர். மிகவும் மெலிந்த தேகம். எலும்பும் தோலுமான உடல். ராஜனின் திரண்ட சக்தியெல்லாம் அவன் மூளையில்தான் இருக்கும். முகத்தில் பிரதானமாக மூக்கு அவருக்கு இருக்கும். கருட பகவானை எப்பொழுதும் தொழுது வந்த குடும்பத்தில் வந்த ஆண்பிள்ளையாதலால் கருடனின் மூக்கு அவருக்கு. இப்படிப் பஞ்சத்தில் அடிபட்ட நோஞ்சான் பிள்ளையாகத்தான் ராஜன் இருந்தான்.

ராஜனுக்கு வீட்டிலேயே கல்வி தொடங்கப்பட்டது. தந்தை கிராம முன்சீப் நல்லான் சக்கரவர்த்தி ஐயங்காரே ஆசானாக இருந்து பயிற்றுவித்தார். இவர் வடமொழியில் பெரிய பண்டிதராகத் திகழ்ந்திருக்கிறார். இவரது வடமொழிப் புலமை, மாவட்டம் அளவு தெரிந்த ஒரு செய்தியாக இருந்திருக்கிறது. அக்காலத்தில் லார்ட் கன்னிமாரா என்ற ஆங்கிலேயர் வடமொழி கற்றவர். அவருக்கு வடமொழியில் எங்காவது ஐயம் வருமானால் அவர் நேராகத் தொரப்பள்ளிக்கு வந்து சக்கரவர்த்தி ஐயங்காரிடம் தன் ஐயப்பாடுகளைத் தெரிவித்து ஐயம் நீங்க அமைதி பெற்றுச் செல்வாராம்.

ஆங்கிலேயர்களில் பலர் வடமொழி கற்றுத் தேர்ச்சியும் பெற்றிருந்தனர். வடமொழிச் சந்தங்களும் எழுத்துகளின்

சேர்மானத்தால் வரும் ஒலியும் ஆழ்ந்த பொருளும் அவர்களுக்கு இன்பம் தந்ததால் பல ஆங்கிலேயர் வடமொழி கற்றிருந்தனர். நெல்லை மாவட்டத்திற்கு மதம் பரப்ப வந்த பிஷப் கால்டுவெல்தான் தமிழ்நாட்டில் வடமொழி வெறுப்பையும், பார்ப்பனர் வெறுப்பையும் விதைத்து வெற்றிகண்டவர். சக்கரவர்த்தி ஐயங்கார் கிராம முன்சீப் ஆதலால், அக்காலத்திய ரெவின்யூ துறையைச் சேர்ந்த மேலதிகாரிகள் சக்கரவர்த்தி ஐயங்காரைப் பார்த்துப் பேசி அவருடைய அறிவுரையைப் பெற்றுக்கொள்வர். ராஜனின் தந்தை ஓரளவு வசதி உடையவர். கிராம முன்சீப் சம்பளம் அந்தக் காலத்தில் ரூ.5.00 தான். ஆனால் அவருடைய பதவி காரணமாக அவர் பெருமைக்குரியவராகத் திகழ்ந்தார். ஊரில் தோன்றுகிற சின்னச் சின்ன பிரச்சினைகளையெல்லாம் தீர்த்து வைக்கும் நீதிபதியாகச் சக்கரவர்த்தி ஐயங்கார் திகழ்ந்தார். இப்படி உள்ளூர் விவகாரங்களைத் தீர்த்து வைக்கும் நீதிபதியாகத் திகழ்ந்ததால் இவர் தன் மகன் ராஜன் நீதிபதியாக வரவேண்டும் என்று கனவு கண்டார்.

தொரப்பள்ளியில் ஆரம்பக் கல்வியைக் கற்ற ராஜன். தம்முடைய பதின்மூன்றாம் வயதில் மெட்ரிக்குலேஷன் தேர்வில் வெற்றி பெற்றார். ராஜனுக்குக் கிட்டப்பார்வை இருந்ததால் தகப்பனாரிடத்தில் மூக்குக் கண்ணாடி வாங்கித் தருமாறு கேட்டார். அலங்காரமாக அணிந்துகொள்ளவே பிள்ளை மூக்குக் கண்ணாடி கேட்பதாக நினைத்துக்கொண்டு தொடக்கக் கல்வி பயிலும்பொழுது ராஜனுக்கு கண்ணாடி வாங்கிக் கொடுக்காமல் காலத்தைக் கடத்தி வந்தார் தந்தை. பின்னர் மெட்ரிக்குலேஷன் தேர்வில் தேறிய பின்னரே ராஜனுக்கு மூக்குக் கண்ணாடி வாங்கிக் கொடுத்தார்.

மெட்ரிகுலேஷன் தேர்வில் தேறியதும் சக்கரவர்த்தி ஐயங்கார் தம் பிள்ளையை பெங்களூருக்கு அனுப்பி இண்டர்மீடியெட் (F.A) பயில வைத்தார். பெங்களூரு தொரப்பள்ளிக்கு வெகு அருகில் உள்ள நகரம் ஆனதால் அங்கேயே தங்கி ஓர் உணவு விடுதியில் சாப்பிட்டுக்கொண்டு இண்டர்மீடியட் தேர்வில் வென்றார். அதன் பிறகு அறிவியல் (Science) பாடம் எடுத்து பி.ஏ (B.A) பட்டம் பெற்ற ராஜன், சட்டக் கல்லூரிப் படிப்பை சென்னையில் தொடங்கினார். சென்னை சட்டக் கல்லூரியில் பாடம் படித்து வருகிற காலத்தில் சென்னை ஐஸ்ஹவுசில் தங்கினார். ராஜாஜி ஐஸ்ஹவுசில் தங்கியிருந்த காலத்தில்தான் அங்கே விவேகானந்தர் வந்தார். அதே சமயம் பெங்களூரைச்

சேர்ந்த பொறியாளர் விஸ்வேஸ்வரையாவும் ஐஸ்ஹவுசில் தங்கினார்.

1897ல் சிகாகோ சர்வ சமய மாநாடு சென்று இந்து மதத்தின் உண்மைகளைக் கூறி இந்தியாவின் சனாதன மதமாகிய இந்து மதத்தின் பெருமைகளை அமெரிக்கர்கள் மற்றும் வேறு சமயத்தவர்கள் முன்னிலையில் பேசி உலக மக்களை இந்தியாவை நோக்கிப் பார்க்க வைத்தபின் விவேகானந்தர் சென்னை வந்திருந்தார். முதலில் ஒரு துறவியாக சென்னை வந்தபொழுது சென்னை இளைஞர்கள் சிலர் அவருக்கு அறிமுகமாகி உற்ற நண்பர்களாயினர். அவர்களில் பச்சையப்பன் தலைமை ஆசிரியர் அழகியசிங்கரும் ஒருவர். விவேகானந்தரை இந்தியாவின் சுதேசி மன்னர்கள் சிலர் உலக சர்வ சமய மாநாட்டிற்கு அனுப்பவேண்டும் என்று விரும்பினர். ஆனால் முன்னின்று யாரும் அமெரிக்கா செல்ல ஏற்பாடுகள் செய்யவில்லை. இராமநாதபுரம் சேதுபதியும் விவேகானந்தர் சர்வ சமய மாநாட்டில் இந்துமதத்தின் சார்பாகக் கலந்துகொள்ளவேண்டும் என்று விரும்பினார். ஆனால் அவரும் எந்த முயற்சியும் மேற்கொள்ளவில்லை.

சென்னையில் விவேகானந்தருடன் பழகிய இளைஞர் படை விவேகானந்தரை அமெரிக்காவுக்கு அனுப்பும் பணியை ஏற்றுக்கொண்டது. அவ்விளைஞர்களில் அழகியசிங்கரே முன்னின்று விவேகானந்தரை அமெரிக்கா அனுப்பப் பெரும் முயற்சி மேற்கொண்டார். ஒரு கட்டத்தில் அமெரிக்கா சென்றுவிட்ட விவேகானந்தர் நிதியின்றித் திண்டாடியபொழுது தன் மனைவியின் நகைகளை விற்று சுவாமிக்குப் பணம் அனுப்பினார்.

வெற்றிப் பெருமிதத்துடன் சென்னை திரும்பிய சுவாமி விவேகானந்தர் ஐஸ்ஹவுசில் ராஜனைச் சந்தித்தார். ராஜனின் அறைக்கு வந்த விவேகானந்தர் அங்கே ஒரு கிருஷ்ணன் படம் மாட்டப்பட்டிருந்ததைக் கூர்ந்து கவனித்து ராஜனிடம், “இந்தக் கிருஷ்ண பகவான் ஏன் நீல நிறத்தில் தீட்டப்பட்டிருக்கிறார்?” என்று கேட்டார்.

அதற்கு ராஜன், “ஞாலம் மிகப் பெரியது. கடலும் வானும் மிகப் பெரியது. எம்பெருமான் கண்ணனும் பெரியவன். அளப்பரிய கடல் போன்றவன். அளந்து சொல்ல முடியாத வான் போன்றவன். வானும் கடலும் நீல நிறமாக இருப்பதால், கிருஷ்ண பகவானும் நீல நிறத்தில் சித்திரத்தில் தீட்டப்பட்டிருக்கிறான்” என்று பதிலளித்தார். இந்த அறிவுபூர்வமான பதிலைக் கேட்ட விவேகானந்தர் ராஜனின்

அறிவாற்றலை மெச்சி, “வருங்காலத்தில் புகழ்மிக்க ஒருவனாக உயர்வாய்” என்று வாழ்த்திச் சென்றார்.

தொரப்பள்ளியில் இருந்து ராஜனுக்கு ‘தாயார் உடல் நிலை கவலைக்கிடமாக இருக்கிறது. உடனடியாகப் புறப்பட்டு வா’ என்று தந்தி வந்தது. உடனே ராஜன் கிளம்பி தொரப்பள்ளி சென்றார். அங்குச் சென்றவர் ஒரு குதிரை வண்டியில் வீட்டிற்குப் புறப்பட்டார். அந்தக் குதிரை வண்டிக்காரரர் ஓர் இசுலாமியர். அவர் வண்டியைத் திருப்பும்பொழுது தன் சகாவான இன்னொரு குதிரை வண்டிக்காரரிடம் “இந்தப் பையனின் அம்மா இறந்து விட்டார்கள். இவனை அவன் வீட்டிற்கு அழைத்துச் செல்கிறேன்” என்று உருது மொழியில் கூறினார். இச்செய்தியைக் கேட்ட ராஜன் பதறினாலும் வண்டி ஓட்டியிடம் எதுவும் கேட்காமல் தன் தாயாருக்கு உடம்பு நன்றாக இருக்கவேண்டுமே என்று பெருமாளிடம் முறையிட்ட வண்ணம் அமைதியாக இருந்தான். வீடு வந்ததும் வண்டி நின்றது. அங்கே தன் தாயார் இறந்து கிடப்பதைக் கண்டு கலங்கி அழுதான். ராஜன் தன் தந்தையிடம் ‘தாங்கள் அம்மாவை நன்றாகக் கவனித்துக்கொள்ளவில்லை’ என்று சற்று கோபத்துடன் குற்றம் சாட்டினான்.

பின்னாளில் ராஜன் “எனக்கு ஏற்பட்ட வேதனையாலும் அதிர்ச்சியாலும் நான் அன்று அவரிடம் அப்படிப் பேசினேன். அப்படிப் பேசியதற்காக இன்றுவரை வருத்தப்பட்டுக் கொண்டிருக்கிறேன்” என்று அவர் தெரிவித்துள்ளார்.

ராஜனின் கல்யாணப் பேச்சுகள் ஆரம்பமாயின. இவர்களைவிட வசதியில் பெரியவர்கள், பணக்காரப் பிராமணர்கள் ராஜனுக்குப் பெண் கொடுக்க முன்வந்தனர். கிராம முன்சீப் அவர்களும் ஏதாவது ஒரு பெரிய வீட்டுப் பெண்ணைத் தன் மகன் ராஜனுக்கு மணம் முடிக்கலாம் என்று ஆசைப்படலானார். ஆனால் ராஜன் அந்தப் பணக்காரர்கள் அனைவரையும் வேண்டாம் என்று ஒதுக்கிவிட்டான். அவனுடைய சித்தி, “இப்படி எல்லாரையும் கழித்தால் உனக்கு ஏழைப்பெண்தான் கிடைப்பாள்” என்று கூறினாள். “ரொம்ப சரி. சித்தி நீ கூறுவதுபோல் ஓர் ஏழைப் பெண்ணையே கல்யாணம் செய்துகொள்கிறேன்” என்று கூறினான்.

ராஜனின் தாயார் ஊர் குப்பம். குப்பம் என்ற ஊர் பெங்களூர் - சென்னை ர்யில் பாதையில் ரயில் நிற்கும் ஓர் ஊர். அந்தக் கிராமத்திலிருந்து வந்தவர்தான் ராஜனின் தாயார் சிங்காரம்.

அவனுடைய தாயார் அந்த ஊரில்தான் ராஜனுக்கு ஏற்ற பெண்ணாகப் பார்த்து வைத்திருந்தாள். இது ராஜனுக்கும் தெரியும். அப்பெண்ணின் பெயர் ‘அலர்மேல் மங்கம்மாள்’. மங்காவின் தந்தை பெயர் திருமலை சம்பங்கி ஐயங்கார். அவர் ஊர் ஊராகச் சென்று ஹரிகதைகள் பேசி மக்களிடம் சனாதன தர்மம் பற்றிய செய்திகளைத் தெரிவிப்பவர். எளிமையானவர். வைணவர்களின் தோள்களில் சங்கும் சக்கரமும் ஆகிய முத்திரைகளைப் பதிப்பிக்கும் பஞ்ச சமஸ்காரங்களைச் செய்யும் திருமாளிகை ஆச்சாரியாராகவும் திகழ்ந்தவர்.

அம்மா சிங்காரம் பெண் பார்த்துவிட்டாள் என்றாலும், ராஜன் பெண்ணைப் பார்ப்பதற்காக ஓர் ஏற்பாடு செய்திருந்தார்கள். லட்சுமிபுரம் கோயிலில் மங்கா சேவித்துவிட்டுத் தன் வீட்டிற்கு வரும் வழியில்,ராஜன் சந்திப்பதற்கு ஏற்பாடாயிற்று.திருக்கோயில் சென்று திரும்பிய அலர்மேல் மங்காவைப் பார்த்துச் சொக்கிப் போன ராஜன் அவளை மணம் புரிந்துகொள்ள ஒப்புதலும் அளித்தான். குப்பம் கிராமத்தில் ஐந்துநாள் திருமணமாக ராஜன் – அலர்மேல் மங்கா திருமணம் இனிதே நிறைவேறியது. மங்காவுக்கு அப்போது பத்து வயது. திருமணம் முடிந்ததும் அவளுடைய பெற்றோர்களுடனே வசித்து வர ஏற்பாடாயிற்று. ராஜன் சட்டப்படிப்பைத் தொடர சென்னை திரும்பினான்.

1900 ஆண்டு ராஜன் சட்டப்படிப்பில் தேர்ச்சி பெற்று பி.ஏ.பி.எல் ஆனான். மேற்கொண்டு ஐ.சி.எஸ் அல்லது பார் அட் லா (bar at law) முதலிய மேற்படிப்புகள் படித்து தந்தைக்குச் செலவை ஏற்படுத்த விரும்பவில்லை. அவன் தந்தையும் மேற்கொண்டு படிக்கச் சொல்லாது படித்த படிப்பிற்கு ஏற்ப பணிகள் மேற்கொள்ளவேண்டும் என்றே விரும்பினார். இந்த இரண்டு பட்டங்கள் பெறவே சக்கரவர்த்தி ஐயங்கார் பணம் செலவு பண்ணப் படாதபாடுபட்டார். இவர் கிராம முன்சீப் சம்பளம் வெறும் ரூபாய் ஐந்து மட்டுமே. ராஜனின் பேராசிரியர் ஜான் கத்ரிடெய்ட் தரும் பணமும் உபகாரச் சம்பளமும் ராஜனின் படிப்புக்கு உறுதுணையாக இருந்தன. தான் படித்திருக்கும் பி.ஏ.பி.எல். படிப்பைக்கொண்டே பல பார் அட் லாக்களைத் தோற்கடிக்கும் வல்லமைகொண்ட சட்ட நுணுக்கம் அறிந்த பேரறிஞராகத் திகழப்போகும் ராஜன் மேற்கொண்டு பயில விரும்பாமல் வழக்கறிஞர் தொழிலை நடத்த ஆர்வம் கொண்டான்.

இனி இவரை ராஜன் என்று குறிப்பிடுவது சரியாக இருக்காது. இனிவரும் பகுதிகளில் சி.ஆர் (C.R) என்று குறிப்பிடலாம்.

3

நாவீறு மிக்க வழக்கறிஞர்

சி.ஆரின் தந்தைக்குத் தம் மகனைப் பற்றி மிகப் பெரிய நம்பிக்கை. மகனின் ஜாதகத்தைச் சிறிது காலம் முன்பு ஒரு ஜோதிடரிடம் காட்டினார். ஜோதிடர், "இப்பிள்ளையாண்டான் தன் தொழிலில் முன்னுக்கு வருவான். மேலும் பல உயர்ந்த பதவிகளில் அமர்வான். ஏன் இந்தியாவின் வைஸ்ராய் ஆனாலும் வியக்க வேண்டியதில்லை" என்றார்.

தந்தைக்கு மிக்க பெருமை ஏற்பட்டுவிட்டது. தன் மகன் ஒரு திவானாகி விட்டான் என்று ஒருவர் சி.ஆரின் தந்தையிடம் கூறியபொழுது, "ம்.. இதென்ன பெரிய பதவி? என் மகன் வைஸ்ராய் ஆகவே வருவான்" என்று திவானின் தந்தையிடம் கூறினார். சக்கரவர்த்தி ஐயங்காருக்குத் தன் புதல்வர்கள் மூவரில் ராஜகோபாலன் மீது அசாத்திய அன்பு. அவன் மிகப் பெரிய மேதையாக வரப்போகிறான் என்று தமக்குள்ளே எண்ணிக்கொண்டார்.

சேலம் அக்கிரஹாரத்தில் இரண்டாவது தெருவில் சி.ஆர் ஒரு வீட்டை வாடகைக்கு எடுத்து அவ்வீட்டைத் தன் அலுவலகமாகவும் கொண்டு

வழக்கறிஞர் தொழிலைச் செவ்வனே நடத்திட முயன்றார். சட்ட நூல்களில் சிறந்த தேர்ச்சியும் புலமையும் ஆங்கிலத்தில் சரளமாகப் பேசும் ஆற்றலும் இருந்தால்தான் அக்காலத்தில் சிறந்த வழக்கறிஞராக மிளிர முடியும். சி.ஆர் ஒருமுறை படித்துவிட்டால், அவருக்குப் படித்த சட்டதிட்டங்கள் மனதில் தங்கிவிடும். வழக்கு பற்றிய அறிதலுடன் வேண்டிய சட்ட நுணுக்கங்களையும் கொண்டு நீதிமன்றத்தில் ஒளிரத் தேவையான அறிவை அவர் பெருக்கிக் கொண்டார்.

சக்கரவர்த்தி ஐயங்கார் தம்முடைய கிராம முன்சீப் வேலையை விட்டு விலகி சேலத்தில் தம் பிள்ளை வீட்டிற்கு வந்து சேர்ந்தார். சி.ஆர் நீதிமன்றத்தில் பிரகாசிக்க ஆரம்பித்த காலத்தில் வீட்டிற்கு வேண்டிய தட்டுமுட்டுப் பாத்திரங்களையெல்லாம் சித்தியும் அத்தையும் வாங்கிக் குவித்தனர். அத்தை தன் கணவனை இழந்தவர். மருமகன் வீட்டிற்குத் தம் தமையனார் சக்கரவர்த்தி ஐயங்காரின் உறவுமுறையில் வந்து தங்கியிருந்தார். லட்சுமிபுரத்தில் வளர்ந்துகொண்டிருந்த அலர்மேல் மங்கா 1901ம் ஆண்டு தன் கணவருடன் வாழச் சேலத்திற்கு வந்துவிட்டாள். சக்கரவர்த்தி ஐயங்காரின் விதவைச் சகோதரி வீட்டின் நிர்வாகப் பொறுப்பை ஏற்றுப் புதிய தம்பதியர்க்கு உதவி வந்தார்.

சி.ஆர் வழக்கறிஞர் தொழிலில் முதல் படியாகிய அப்ரெண்டிஸ் பயிற்சி பெற அக்காலத்தில் மிகப்பெரிய வழக்கறிஞராக இருந்த சேலம் விஜயராகவாச்சாரியாரை அணுகினார். வழக்கறிஞராக மட்டுமின்றி நகரில் முக்கியப் பிரமுகராகவும் விஜயராகவாச்சாரியார் திகழ்ந்தார். 1885ல் நடந்த முதல் இந்தியத் தேசியக் காங்கிரஸ் மாநாட்டிற்குச் சென்று வந்திருந்த விஜயராகவாச்சாரியார், காங்கிரஸை உருவாக்கிய தாதாபாய் நௌரோஜி, ஆலன் ஹியூம், வெட்டெர்பர்ன் ஆகியோரின் உற்ற சகாவாக விளங்கினார். சி.ஆர் விஜயராகவாச்சாரியாரிடம் அப்ரெண்டிஸ் வழக்கறிஞராகப் பணியாற்ற விரும்பினார். ஆனால் விஜயராகவாச்சாரியார் அதற்கு இடம் கொடுக்கவில்லை.

அப்ரெண்டிஸாகப் பணியாற்றாமல் நேரடியாக வழக்குகளை நடத்திட சி.ஆர். முயன்றார். நீதிமன்றத்தில் வழக்குகளை நடத்துவதில் சி.ஆருக்கும் சேலம் விஜயராகவாச்சாரியாருக்கும் பல போட்டிகள் இருந்தாலும் இருவர் நட்பும் முனை மழுங்காமல் தொடர்ந்தது. சி.ஆரின் செல்வாக்குக் காரணமாகவும் விஜயராகவாச்சாரியின் ஆதரவு

காரணமாகவும் சேலம் மாநகர் காங்கிரஸ் தீவிரவாதிகளின் குழு பலப்பட்டு, தீவிரவாதிகளின் கோட்டை ஆயிற்று.

தான் பெற்ற முதல் வழக்கிலேயே வெற்றிபெற்றார் சி.ஆர். இவர் வாதி வழக்கறிஞர். பிரதிவாதியின் வழக்கறிஞர் சேலம் விஜயராகவாச்சாரியார். சி.ஆர் பெற்ற வெற்றி சேலம் நகரில் வழக்கறிஞர்கள் மத்தியில் பெரிதாகப் பேசப்பட்டது. சி.ஆர்.க்கு வழக்குகள் பல குவிந்தன. சேலத்தின் பிரபல வழக்கறிஞர்களை எல்லாம் வென்று வெற்றிவாகை சூடினார். இத்தொழில் அவருக்குக் கைகொடுத்தது. தொடர்ந்து வழக்குகளில் வென்று பெரும்நிதியும் சேர்த்தார். நீதிமன்றத்தில் சி.ஆரும், விஜயராகவாச்சாரியாரும் ஒரு வழக்கில் மோதுகிறார்கள் என்றால் அன்று நீதிமன்றமே கலகலத்துப்போகும். வழக்கறிஞர்கள் பலரும், இருவருடைய வழக்காடும் திறத்தையும் காண விரும்புவர்.

வைணவச் சமயத்தைப் பரப்புவதில் முனைந்த ஆச்சாரியப் பெருமக்களில் சிலருக்கு 'பிரதிவாத பயங்கரம்' என்ற பட்டம் கொடுத்துப் பாராட்டியிருக்கின்றனர். ஒரு வாதத்தை எடுத்து வாதிடுவதில் அச்சத்தை ஏற்படுத்துபவராக இருப்பவருக்கு 'பிரதிவாத பயங்கரம்' என்ற விருது கொடுப்பது வழக்கம். ஆச்சாரியப் பரம்பரையில் வந்து உலகியல் வாழ்க்கையில் வழக்கறிஞராக மிளிர்ந்த சி.ஆர் வழக்காடும் திறத்தில் பிரதிவாத பயங்கரமாக இருந்தார். அவருக்கு வழக்குகள் குவிந்தன. நிதியும் குவிந்தது. முதலில் சாதாரணச் சைக்கிளில் வழக்கு மன்றம் சென்றவர், தம் வருமானத்திற்கு ஏற்ப வாகனங்களையும் மாற்றிக்கொண்டார். குதிரை வண்டியில் போய்க்கொண்டிருந்தவர், கோச்சு வண்டிக்கு மாறினார். வழக்கறிஞர் தொழிலில் இவர் பிரகாசித்ததால் வருமானமும் பெருகியது. விரைவில் பிரெஞ்சுத் தயாரிப்பான கார் ஒன்றை வாங்கி, அதில் நீதிமன்றத்திற்குச் செல்ல ஆரம்பித்தார். அந்தக் கார் பெயர் டெர்ராக். வழக்கறிஞராகப் பணியைத் தொடங்கிய காலத்தில் சில சமயம் சைக்கிளில் நீதிமன்றத்திற்குச் சென்ற இவர், குறுகிய காலத்திலேயே பணம் சம்பாதித்து பிரெஞ்சு நாட்டு காரில் ஏறி நீதிமன்றத்திற்குச் செல்லும் நிலைக்கு உயர்ந்துவிட்டார். பணம் அபரிமிதமாக வந்தாலும், அது வக்கீல் தொழிலில் இவர் பிரதிவாத பயங்கர வழக்கறிஞராக உயர்ந்த இவருடைய அறிவுத்திறனாலே வளர்ந்தது என்பதை மறந்துவிடக்கூடாது. இவருக்கு மூலதனமே இவருடைய மூளைதான்.

சேலம் அக்கிரஹாரத்தில் இரண்டாவது தெருவில் ஒரு சாதாரண வீட்டில் வசித்து வந்த இவர் குறுகிய காலத்திலேயே பெரும் வீடுகளில் குடியேறினார். இவருடைய வீடும் பெரிய வீடாயிற்று. இவர் வீட்டில் தங்கியிருப்போரின் எண்ணிக்கையும் கூடியது. 'செல்வர்க்கழகு செழுங்கிளை தாங்கல்' என்னும் செம்மொழிச் சொல்லாடலுக்கு ஏற்ப சான்றோராக இவர் உயர்ந்தார். சி.ஆரின் மூத்த இரு சகோதரர்களும் குமாஸ்தா வேலை செய்து தங்கள் வாழக்கையை நடத்தி வந்தனர்.

மங்கா தன் கணவர் வீட்டிற்குத் தன்னுடைய பன்னிரண்டாம் வயதில் வந்தார். இவரோடு இவர் தந்தையும் சேலம் வந்து மாப்பிள்ளை வீட்டில் தங்குவது உண்டு. மங்கா தன்னுடைய பதின்மூன்றாவது பிறந்தநாளுக்கு மறுதினம் கிருஷ்ணசாமி எனும் மகனைப் பெற்றாள். அடுத்து இரு ஆண்டுகளுக்குள்ளாக மற்றுமொரு புதல்வன் ராமசாமியைப் பெற்றெடுத்தாள். தன் மனைவி மங்கா சின்னஞ்சிறு வயதில் பிரசவ வேதனைகளை அனுபவிக்க நேரிட்டது சி.ஆர் மனதை அவருடைய வாழ்நாள் எல்லாம் குடைந்தெடுத்துக் கொண்டிருந்தது.

மங்காவின் புகைப்படம் ஒன்று மட்டும்தான் அவள் குடும்பத்தார் வசம் இருக்கிறது. அதுவும் ஒரு குரூப் போட்டோவில் இருந்து எடுக்கப்பட்டு பெரிதுபடுத்தப்பட்ட படம். அந்தப் படம் வேங்கட சுப்பைய்யர் வீட்டில் ஒரு மங்கள நிகழ்ச்சியில் எடுத்த படம். ஒவ்வொரு நாளும் மங்காவுக்குத் திலகம் இடுவது சி.ஆருக்கு மிகவும் பிடித்தமான பழக்கம். அவர் இட்ட திலகம் சிறிதும் கலையாமல் மங்கா நாள் முழுவதும் கவனமாக இருப்பாள். மங்காவின் ரவிக்கை மணிக்கட்டுவரை நீண்டிருக்கும். ஒன்பது கெஜத்தில் அகலக் கரையுள்ள தர்மாவரம் அல்லது காஞ்சிபுரம் பட்டுப் புடவையை மடிசார் கட்டாகக் கட்டி இருப்பாள். சிவப்பும் மஞ்சளும் கலந்த புடவைகளையே அடிக்கடி அணிவாள். திருமணத்திற்குப் பிறகு ஏற்பட்ட செல்வச் செழிப்பு மங்காவை அதுவேண்டும் இதுவேண்டும் என்று கேட்கும் மனைவியாக மாற்றவில்லை. கணவர் தேர்வு செய்த புடவைகளிலும், அவர் வாங்கிக் கொடுத்த நகைகளிலும் அவள் திருப்தி அடைந்தாள். அவரிடம் அதிக நகைகள் இல்லை. தன் செல்வச் செழிப்பைப் பறைசாற்றுவதுபோல் அவை அமையவில்லை. ஒவ்வொரு வாரமும் சனிக்கிழமை, அந்த வீட்டில் தருமம் செய்யும் வழக்கம் இருந்தது. இதற்காகத் தகர டப்பாக்களில் தானியங்களை நிரப்பி வீட்டு வாசல் அருகே வைப்பாள். அரிசி, கம்பு, கேழ்வரகு

முதலியவை தனித் தனி டப்பாக்களில் வைக்கப்பட்டிருக்கும். வரும் பிச்சைக்காரர்களின் விருப்பத்திற்கேற்பத் தானியங்களை அவரவர்களுக்குக் கொடுக்கும் பழக்கம் அவ்வீட்டில் இருந்தது.

சி.ஆரின் சொந்தக்காரப் பிள்ளைகளும் இங்கே வளரலாயினர். தன் குழந்தைகள் வேறு, உறவினர்கள் ஒன்றுவிட்ட சகோதரர்கள் குழந்தைகள் வேறு என்று பேதப்படுத்தி சி.ஆரோ, மங்காவோ எந்தக் காலத்திலும் நினைத்ததில்லை. கிருஷ்ணசாமி, ராமசாமி, நரசிம்மன், யதுகிரி முதலிய தம் குழந்தைகளிடம் காட்டும் அன்பையும் பாசத்தையும், தான் வளர்ப்பதாக ஒப்புக்கொண்ட பிள்ளைகளிடமும் சி.ஆரும் மங்காவும் காட்டினார்கள். அந்த வீட்டில் வளர்ந்து படித்த ஒருவர் கூறுகிறார், “நான் அவர்களது மகனாகப் பிறக்கவில்லை. சி.ஆரின் உறவினரது பிள்ளைதான். ஆனால் அவர்கள் தன் குழந்தைகளை நடத்துவதிலும், என்னை நடத்துவதிலும் சிறிதுகூட வித்தியாசம் காட்டவில்லை.” எல்லாக் குழந்தைகளிடத்தும் பரிவையும் அதே நேரத்தில் கண்டிப்பையும் காட்டினார்கள். எந்தக் குழந்தையையும் சி.ஆர் தொட்டு அடித்ததே இல்லை. மங்காவும் எந்தக் குழந்தையையும் அடித்ததில்லை.

மங்காவின் சகோதரன் ராமசாமி, சிறு பிள்ளையாக இங்கே வளர்ந்த காலத்திலும், அவன் திருமணமாகி செல்லம்மாளுடன் வாழ்ந்த காலத்திலும், சி.ஆர் வீட்டிலேயே வாழ்ந்தார்கள். ராமசாமியின் மனைவி செல்லம்மாள் மங்காவின் கணவருடன் அதாவது சி.ஆரிடம் சில சமயங்களில் பேசுவார். மங்காவின் தாய், செல்லம்மாவின் மாமியார் தன் மருமகளை சி.ஆருடன் பேசக்கூடாது என்று கூறினாள். இதைக் கவனித்த மங்கா ‘அம்மா செல்லம்மாளை உன் மகளைப் போல் நடத்து’ என்று கேட்டுக்கொண்டாள். மங்கா சாதி ஆசாரம் பார்த்த வீட்டிலிருந்து சி.ஆர் வீட்டுக்கு வந்திருந்தாலும், அவள் சாதி மத வேறுபாடுகளைக் கண்டதில்லை. சி.ஆர் சில சமயங்களில் நோய்வாய்ப்பட்டுக் கிடக்கும்பொழுது பெருமாள் கோயிலுக்கும் சிவன் கோயிலுக்கும் அர்ச்சனை செய்ய மங்கா ஏற்பாடு செய்வாள். அருகே உள்ள மாரியம்மன் கோயிலுக்கும் பூசைகள் செய்யச் சொல்லுவாள். அருகே இருக்கும் தர்காவுக்கும் காணிக்கை போடுவாள். தங்கள் ஓட்டுநர் கௌஸ் மூலமாகப் பள்ளிவாசலுக்கும் காணிக்கை போடுவாள்.

சி.ஆரின் மகள் யதுகிரி, மகன் நரசிம்மனுக்கு அடுத்துப் பிறந்தாள். சி.ஆர், மங்காவின் கடைசிக் குழந்தை லக்ஷ்மி.

இவள் 1912ல் பிறந்தாள். மங்கா ஐந்து குழந்தைகளைப் பெற்றுவிட்டாள். அவள் உடம்பு பலவீனமாகி விட்டது. அதே காலகட்டத்தில் சி.ஆர் உடம்பும் அடிக்கடி நோய் வாய்ப்பட்டது. மங்கா தன் கணவர் நோய் கண்டு வாடித் தளரும் பொழுதெல்லாம் மகளைக் கோயிலுக்கு அனுப்பி சி.ஆர் பேரில் அர்ச்சனை செய்துவரச் சொல்லுவாள். தன் கணவருக்கு நீண்ட ஆயுள் வேண்டி வீட்டிற்குச் சுமங்கலிப் பெண்களை வரச்சொல்லி அவர்களுக்குப் புஷ்பம், சீப்பு, மூக்குப் பொட்டு, திருமாங்கல்யம் (தாலி) ஆகியவற்றைத் தானம் பண்ணுவாள். மங்காவுக்கு தெலுங்கு மட்டுமே படிக்க எழுதத் தெரியும். சி.ஆர் குழந்தைகளுக்குப் பாடம் சொல்லித் தருவார். பள்ளிக்கூடத்துக்கே போய் அறியாத மங்காவும், அக்குழந்தைகளுடன் தானும் ஒரு மாணவியாக உட்கார்ந்து பாடம் படிப்பாள். அப்படி அம்மா படித்ததை அவரது மகள் நாமகிரி நினைவு கூர்கிறாள்.

'அப்பா எங்கள் அனைவரையும் ஔவையார் என்று எழுதச் சொன்னார். முதலில் சரியாக எழுதியது அம்மாதான். அவளுக்கு ஓரே சந்தோஷம்.'

மங்காவுக்கு அடிக்கடி உடல்நிலை மோசமாகிக்கொண்டே வந்தது. சி.ஆருக்கும் அடிக்கடி உடல் பலவீனமாகியது. கோவைக்குச் சென்றுவந்த சி.ஆருக்கு நடுக்கு சுரம் ஏற்பட்டது. மங்கா மிகவும் பயந்தாள். மங்காவுக்கும் உடம்பு சரியில்லை. காய்ச்சல் இருந்தது. எல்லோரும் பயப்படும் அளவுக்குக் காய்ச்சல். அந்த நிலையிலும், தன் அறையைச் சுத்தப்படுத்தினாள். விலை மதிப்பு மிக்க நகைகளை வைக்கும் பெட்டியைத் திறந்து சில நகைகளை வெளியே எடுத்து வைத்தாள். தனக்கு உடம்பு சரியில்லை என்பதை எண்ணிப் பாராமல் தலைக்குத் தண்ணீர் ஊற்றிக் குளித்தாள். மிக நேர்த்தியான புடவையை உடுத்திக்கொண்டு, வேங்கடாசலபதி முன் நின்று 'தன் கணவர் பிழைத்து எழுந்தால், தான் அணிந்திருக்கும் நகைகளை எல்லாம் வேங்கடமுடையானுக்கே காணிக்கையாக்குகிறேன்' என்று வேண்டினாள்.

மங்காவின் பிரார்த்தனையால் சி.ஆர் சீக்கிரமே உடம்பு தேறினார். ஆனால் மங்கா பலவீனமடைந்து வந்தாள். 1915 ஆண்டு ஏப்ரல் மாதம் சி.ஆர் சேலம் நகருக்கு வெளியே சூரமங்கலத்தில் ஃப்ரிமேசன் சங்கத்திற்குச் சொந்தமான வீட்டின் கீழ்ப் பகுதியை வாடகைக்குப் பெற்று அங்கே குடியேறினார். பெரிய வீட்டின் இரண்டு பெரிய

அறைகளில் ஒன்றில் நோய்வாய்ப்பட்ட மங்காவைப் படுக்க வைத்தார். ஓர் அறையினை இவர் அலுவலக அறையாகப் பயன்படுத்திக்கொண்டார். கௌஸ் டிரைவராகப் பணியாற்றினான். சி.ஆர் தானே கார் ஓட்டப் பழகியிருந்தாலும், கௌஸ் டிரைவராக தொடர்ந்திருந்தார். இரண்டு பிராமணச் சமையல்காரர்கள் இருந்தனர். வீட்டைச் சுத்தம் செய்வதற்கு ஒரு வேலைக்காரியிருந்தாள்.

மங்கா உடல் பலவீனமாகிக் கொண்டிருந்தாள். எங்கும் போகமுடியாத நிலை மங்காவுக்கு ஏற்பட்டுவிட்டது. வீட்டிற்குள்ளேயே அதிகம் நடக்கமுடியவில்லை. காரில் ஏறி மங்கா ராமர் கோயிலுக்குச் சென்று, லக்ஷ்மிக்குக் காது குத்தும் வைபவத்தை நடத்திவிட்டு வந்தாள். அம்மா அறைக்குள்ளேயே நீண்ட காலமாக இருப்பதைக் கண்ட பிள்ளைகள், அவள் வராந்தாவில் வந்து அமர்ந்திருப்பது கண்டு மிகவும் குதூகலித்துப் போவார்கள்.

ஆகஸ்ட் 22ம் தேதி, பிற்பகலில் மங்கா கிருஷ்ணசாமியைப் பார்த்து “பருப்பு சாதம் சாப்பிட்டாயா?” என்று கேட்டாள். அவன் “சாப்பிட்டேன்” என்றான். மங்கா சந்தோஷப்பட்டாள். அன்று மாலை சாமா என்ற சாமாச்சாரியிடம், நகரில் உள்ள லக்ஷ்மி நாராயணன் கோயிலில் அர்ச்சனை செய்யச் சொன்னாள். அவன் திரும்புவதற்குள் மிகவும் பலவீனமாகிப் போயிருந்தாள். தாங்கமுடியாத வலியால் வேதனைப்பட்டுக் கொண்டிருந்த மங்காவுக்கு ஆறுதல் அளிக்கும் வண்ணம் அவளைத் தன் மடியில் தாங்கினார் சி.ஆர். கொஞ்ச நேரத்துக்குப் பிறகு அவர் கால்கள் மரத்துப்போயின. மெல்ல அவளைப் படுக்கையில் கிடத்தினார்.

அவள் சொன்னாள் “நான் பெரிய சுமைதான். எத்தனை நேரம்தான் என்னை மடியில் சாய்த்து வைத்துக்கொண்டிருக்க முடியும்? அளவிடமுடியாத காதலானாலும், அதற்கும் ஓர் அளவு உண்டே” என்றாள். இரவு 9 மணி ஆனதும் அவள் மூச்சு விடுவதை நிறுத்திவிட்டது போலத் தோன்றியது. ‘மங்கா’ என்று சி.ஆர் கூவினார். மங்காவிடமிருந்து பதிலில்லை. மங்கா இறந்துவிட்டாள். மங்கா இறப்பதற்குப் பத்து நிமிடங்களுக்கு முன்னதாக அவளைத் தன் மடியிலிருந்து இறக்கிப் படுக்கையில் கிடத்தியதை நினைத்து என்றென்றும் அவர் வருந்திக்கொண்டிருந்தார். சி.ஆர் தம் குழந்தைகளுக்குத் தாயாகவும், தந்தையாகவும் ஒருங்கே விளங்க வேண்டிய நிர்ப்பந்தத்துக்கு ஆளானார். லக்ஷ்மியைக் கவனித்துக்கொள்ள,

மங்காவின் தாய் அவர்களுடன் தங்கவேண்டிய நிலை ஏற்பட்டது.

கிருஷ்ணசாமியையும் ராமசாமியையும் திருப்பதிக்கு அழைத்துப் போய் பூணூல் அணிவிக்கும் விழாவை நடத்திட மங்கா வேண்டிக்கொண்டது போல், அவள் நகைகள் சிலவற்றை உண்டியலில் காணிக்கையாக்கினார் சி.ஆர். 1915ம் ஆண்டு மங்கா காலமானார். அப்போது மங்காவுக்கு வயது இருபத்தேழு. சி.ஆருக்கு வயது முப்பத்தெட்டு. சிலர் சி.ஆர்க்கு தங்கள் பெண்களை இரண்டாம் தாரமாக மணம் முடித்துக்கொடுக்க விரும்புவதாகக் கூறினர். சி.ஆர் மிகவும் உறுதியோடு மறுத்து விட்டார். மங்கா இறந்த நேரத்திலிருந்து சி.ஆர் ஐந்து குழந்தைகளுக்கும் தாயுமானார்.

சி.ஆர் சேலத்தில் வழக்கறிஞர் தொழிலிலும் பொதுத்தொண்டிலும் கவனம் செலுத்தத் தொடங்கினார். சேலம் வருவதற்கு முன்பாகவே சி.ஆருக்கு இந்திய அரசியல் பற்றிய சிந்தனைகள் ஏற்பட்டிருந்தன. அவர் சிங்காரச் சென்னையில் ஐஸ் ஹவுசில் தங்கிச் சட்டக் கல்லூரிப் பாடங்களைப் படித்துவந்த காலத்திலேயே இந்தியாவின் நடப்பு அரசியல் பற்றி அறிந்து வந்தார். சி.ஆரின் பேராசிரியர் டெய்ட்டி அவருக்கு மிகவும் பிடித்தமான பேராசிரியர். அவர் சி.ஆருக்கு சில அருமையான ஆங்கில நூல்களைப் படிக்கக் கொடுத்தார். அந்த நூல்கள் சி.ஆருக்கு தேச உணர்வை ஏற்படுத்தியது. ஆங்கில ஏகாதிபத்திய ஆட்சிமுறையின் சில அம்சங்கள் சி.ஆரைக் கவர்ந்திருந்தாலும் அன்னியன் நம் நாட்டை ஆளுவதை அவரால் ஏற்றுக் கொள்ளமுடியவில்லை. தம் துணைவியார் இருந்த காலத்திலேயே இரண்டு துறையிலும் அவர் சேவை புரிய ஆரம்பித்துவிட்டார். இப்போது அவர் முன்னிலும் அதிகக் கவனம் செலுத்தினார்.

லோகமான்ய பாலகங்காதர திலகரிடம் சி.ஆர் பெரிதும் ஈடுபாடுகொண்டார். காந்தி இன்னும் இந்திய அரசியலுக்கு வரவில்லை. அகில இந்தியக் காங்கிரஸ் அப்போதுதான் அரும்பியிருந்தது. வெறும் மனுக்களை அனுப்பும் இயக்கமாக அப்போது காங்கிரஸ் செயலாற்றிக்கொண்டிருந்த பொழுது மராட்டி மாநிலத்தில் தோன்றிய மாபெரும் தலைவரான திலகர் 'சுயராஜ்ஜியம் எங்கள் பிறப்புரிமை' என்று முழங்கினார். காங்கிரஸ் திலகர் தலைமையை ஏற்றுக்கொண்டது என்றாலும் காங்கிரஸில் மிதவாதிகள் தீவிரவாதிகள் என்ற இரு நிலைகள் ஏற்பட்டு இரண்டாக அது இயங்க ஆரம்பித்தது. தீவிரவாதிகள்

என்பவர்கள் 'விரைவில் விடுதலை பெற்று நாடு நம் நாடாகத் திகழவேண்டும்' எனும் கொள்கை உடையவர்கள்.

மிதவாதிகள் என்போர் 'அவசரப் படவேண்டாம். மனுக்கள் போட்டு கொஞ்சம் கொஞ்சமாக நம் விடுதலையை நோக்கி நகரவெண்டும்' என்ற கொள்கை உடையவர்கள்.

இன்றைய தீவிரவாதிகளை மனதில்கொண்டு அக்காலத்திய தீவிரவாதிகளைப் பார்க்க வேண்டாம். லோகமான்ய பாலகங்காதர திலகர், வ.உ.சிதம்பரம் பிள்ளை, சுப்பிரமணிய சிவா, மகாகவி பாரதி முதலிய பெருமக்கள் தீவிரவாதிகள். சி.ஆர் (C.R) தீவிரவாதிகளையே ஆதரித்து வந்தார்.

சி.ஆர் லார்டு மெக்காலே உருவாக்கிய கல்வித் திட்டத்தில் பயின்றவர். லார்டு மெக்காலே தம் புதிய கல்வித் திட்டம் இந்தியா முழுவதும் மேற்கொள்ளப்படுமானால் இந்தியாவில் ஓர் இந்துவோ, ஒரு முஸ்லீமோ, ஒரு சீக்கியனோ இருக்கமாட்டான். எல்லோரும் ஆங்கிலோ இந்தியர்களாக உணர்வுபெறுவர் என்று தம்பட்டம் அடித்துக்கொண்டார். ஆனால் உண்மை நிலை அவ்வாறில்லை. வங்க மாநிலத்தில் மெக்காலே கல்வித் திட்டத்தில் பயின்ற விவேகானந்தரே இந்தியா சுதந்திரம் பெற வீறுகொண்டு ஒரே முனைப்பாக எழுந்திருக்கவேண்டும் என்று அறைகூவல் விட்டார். அதே வங்கத்திலேதான் அரவிந்த கோஷ் தோன்றினார். அதே கல்வித் திட்டத்தில் பயின்றவர்களான பாரதி, சி.ஆர் முதலியவர்கள் இந்திய விடுதலைக்கு முன்னோடிகளாக இருப்பதைப் பார்க்கிறோம். மெக்காலேவின் கல்வித் திட்டம் இந்தியாவில் ஒரு மாற்றத்தையும் ஏற்படுத்தவில்லை என்பதுதான் உண்மை நிலை. லார்டு மெக்காலே இந்தியப் பூமியில் விதைத்த நச்சு விதைகள் ஒன்றும் மரங்களாக வளரவில்லை என்பதுதான் உண்மை. பாரதபூமி இந்த நாசக்கார நச்சுக் கருத்துகளை எல்லாம் செரித்துவிட்டது. ஒருசிலர் மட்டுமே அன்னிய ஏகாதிபத்தியத்திற்கு வெண்சாமரம் வீசுபவர்களாகவும், அன்னியத் துரைத் தனக்காரர்களின் ஆதரவாளர்களாகவும் இருந்தனர்.

சி.ஆரின் புகழ், செல்வாக்கு காரணமாகவும் வழக்கறிஞர் விஜயராகவாச்சாரியாரின் பண்பான தலைமையாலும் சேலம் மாவட்ட காங்கிரஸ் தீவிரவாதிகளின் கோட்டையாகப் பரிணமித்தது. தென்னகத்தில் சுதந்திர ஆர்வத்தை வளர்த்த கப்பலோட்டிய தமிழர் வ.உ.சி அவர்களின் சுதேசி கப்பலுக்காக சி.ஆர் ரூபாய் ஆயிரத்தைக் கொடுத்தார். சி.ஆர்

ஒரு கொடையாளியாகவும் திகழ்ந்தார். இந்தக் காரியத்துக்கு, அந்தக் காரியத்துக்கு என்று வேறுபாடு பார்க்காமல் நன்கொடைகள் கொடுத்துக்கொண்டே இருந்தார். அவரது வீடு எப்போதும் கலகலப்பாக இருக்கும். அவருடைய ஐந்து குழந்தைகள், இவர் வளர்க்க ஏற்றுக்கொண்ட பிள்ளைகள், குடும்பத்தார், வேலைக்காரரர்கள், அவர் வீட்டு நாய்கள் என்று வீடு எப்போதும் கலகலப்பாக இருக்கும். சி.ஆர் வீட்டிற்கு எப்போதும் விருந்தினர்கள் வருவதும் போவதுமாக இருப்பார்கள். இரண்டு திறமையான சமையல்காரர்களை வீட்டில் நியமித்திருந்தார். இவருக்காக நீதிமன்றத்திற்குக் கொண்டுவரப்படும் சிற்றுண்டிகள் பத்துபேர் உண்ணக்கூடிய அளவு இருக்கும். பல வழக்கறிஞர்கள் இவர் வீட்டு உணவை உண்டு மகிழ்வார்கள்

இவருடைய வருமானமும் அதிகரித்துக்கொண்டே இருந்தது. முதலில் சேலத்தில் அக்கிரஹாரத்தில் ஒரு வீட்டை வாடகைக்கு எடுத்திருந்தார். பின்னர் முதல் தெருவில் வாசலில் ஒரு பெரிய வேப்பமரத்துடன் கூடிய வீட்டிற்குப் போனார். அதற்கு மஞ்சள் வீடு என்பது பெயர். அம்மஞ்சள் வீட்டையும் 1909ல் விலைக்கு வாங்கினார். சாரட்டு வண்டிக்குப் பதில் கோச்சு வண்டி வாங்கப்பட்டது. பண்பாடு மிக்க செல்வச் செழிப்பு மிக்க ஒரு முக்கியப் பிரமுகராக விளங்கிய சக்கரவர்த்தி ராஜகோபாலாச்சாரியார் ஒரு பெருந்தகையாளர். இவருடைய தயாள குணத்தையும் பரோபகாரச் சிந்தனையையும் எளியவர் பால் இரங்கும் பண்பையும் பார்த்து அவரை யாராலும் ஏமாற்றிவிட முடியாது. ஏழைகள் பால் இரங்குபவரே தவிர அவர் ஒருபோதும் ஏமாளியாக மாட்டார். அவரை யாராலும் ஏமாற்ற முடியாது. ஏமாற்ற நினைப்பவர்கள் தாம் இடர்ப்பாடுகளில் மாட்டிக்கொண்டு அல்லற்பட வேண்டியதிருக்கும். இதற்குச் சான்றான ஒரு நிகழ்ச்சி.

ஒருநாள் காலை வேளையில் ஹரிஹரன் என்ற ஒருவன் தன் மனைவி மகன் ஆகியோருடன் வந்து சேர்ந்தான். தான் இன்ன ஊரில் இன்ன பள்ளியில் ஆசிரியராகப் பணிபுரிவதாகத் தெரிவித்துவிட்டு வந்த இடத்தில் தன் பணத்தை விட்டுவிட்டதாகவும் தாங்கள் தாம் காப்பாற்றவேண்டும் என்றும் குடும்பத்தோடு வணங்கினான். சி.ஆர் அம்மூவரையும் காலைச் சாப்பாட்டைத் தம் வீட்டில் அருந்தச்சொன்னார். தம் தொழிலுக்காக சி.ஆர் கிளம்பிச் செல்கையில் தம் வீட்டிற்கு வந்தவன் சொன்ன ஊரில்

உள்ள பள்ளித் தலைமையாசிரியருக்குத் தந்தி அடித்து வந்திருக்கும் ஹரிஹரன் பற்றி விசாரித்தார். அவ்வூர்ப் பள்ளி தலைமை ஆசிரியர் அவர் பள்ளியில் ஹரிஹரன் என்று யாரும் இல்லையென்றும், ஹரிஹரசுப்பிரமணியம் என்பவரே ஆசிரியராக இருப்பதாகவும், அவர் இன்றைக்குப் பள்ளிக்கு வந்திருப்பதையும் தெரிவித்தார்.

உடனே சி.ஆர் நேராகக் காவல்துறைக்குச் சென்று தம் வீட்டில் இருக்கும் ஹரிஹரன் பற்றிய ஏமாற்று நடவடிக்கைகளை உரைத்து அவனைக் கைது செய்து உரிய நடவடிக்கை எடுக்கவேண்டும் என்று வேண்டி ஒரு மனுவை அளித்தார். காவல்துறை உடனடியாக சி.ஆரின் வீட்டிற்கு வந்து அங்கே இருந்த ஹரிஹரனையும் அவன் குடும்பத்தாரையும் கைது செய்து கோர்ட்டுக்குக் கொண்டு போனார்கள். நன்றாக ஏமாற்றிவிட்டோம் இந்த வக்கீலை என்று எண்ணிக்கொண்டிருந்த ஹரிஹரன் கைது செய்யப்பட்டு கோர்ட்டில் நிறுத்தப்பட்டான். கோர்ட்டார் அவனுக்கு ரூ.100/- அபராதம் விதித்தனர். அந்த ஆள் உடனே சி.ஆரின் காலில் விழுந்து கெஞ்ச ஆரம்பித்தான். நீதிபதி அவனுக்கு விதித்த நூறு ரூபாயை அவன் கட்டும் நிலையில் இல்லை. அவன் குடும்பத்தோடு சி.ஆர் காலில் விழுந்தான். சி.ஆர் நீதிபதியிடம் தண்டனையைக் குறைக்குமாறு வேண்டினார். நீதிபதியும் சி.ஆரின் வேண்டுகோளை ஏற்று ரூபாய் பத்து அபராதம் கட்டச்சொல்லித் தீர்ப்பை மாற்றி எழுதினார். சி.ஆர் அவர்களே பத்து ரூபாயை ஹரிஹரன் சார்பாகக் கட்டினார். அவனையும் அவன் மனைவி மகனையும் மதியச் சாப்பாடு சாப்பிட்டு தன் வீட்டில் இருக்குமாறு தம் வீட்டிற்கே அனுப்பினார். மாலையில் வந்து அவன் போகவேண்டிய ஊருக்குச் செல்லப் பணத்தைக் கொடுத்து சாப்பாடும் போட்டு அனுப்பிவைத்தார். வாரி வழங்கும் வள்ளல்தானே ஏமாற்றிவிடலாம் என்று நினைத்தால், உரிய சட்ட நடவடிக்கைகளுக்கு உட்படுத்திவிடுவார் சி.ஆர் என்பதைத் தெரிவிக்கவே இந்த நடைபெற்ற செய்தியைத் தெரிவிக்கிறேன்.

காந்திஜி இந்தியாவிற்கு வந்து காங்கிரஸுக்குத் தலைமைப் பொறுப்பை ஏற்பதற்கு முன்னரே சி.ஆர் காங்கிரஸ் இயக்க வேலைகளில் இறங்கிவிட்டார். காந்திஜிக்கு மூத்த காங்கிரஸ்காரர் சி.ஆர். காந்திஜி, சி.ஆர் இருவரில் சி.ஆரே இந்தியாவின் சுதந்திரப் போராட்டத்தில் முதலில் குதித்தவர். காங்கிரஸ் இயக்கத்திலும் சி.ஆர் தீவிரவாதிகள் பக்கமும்

திலகரின் தலைமையை ஏற்றுக்கொள்பவராகவும் விளங்கினார் என்பதை முன்னரே தெரிவித்திருக்கிறேன். காந்திஜி தென்னாப்பிரிக்கா தேசத்தில், அங்கு வாழும் இந்தியர்களின் உரிமைக்காக நடத்திய புதிய போர் நெறியாம் அகிம்சை, சத்தியாகிரகப் போர், ஆகியவற்றை இதழ்கள் வாயிலாக சி.ஆர் அறிந்து வைத்திருந்தார். இந்தியச் சுதந்திரப் போராட்டத்திலும் தீண்டாமை ஒழிப்பிலும் மது ஒழிப்பிலும் காந்திக்கு முன்பே களத்தில் குதித்தவர் சக்கரவர்த்தி ராஜகோபாலாச்சாரியார்

1907ல் சூரத்தில் நடைபெற்ற காங்கிரஸ் மாநாட்டிற்குத் தென்னாட்டுப் பிரதிநிதிகள் பலரை அழைத்துச் சென்றார் சி.ஆர் அவர்களின் செலவுகளை அவரே ஏற்றார். வ.உ.சி, பாரதி, சுப்பிரமணிய சிவா முதலியவர்கள் சென்னையிலிருந்து புறப்பட்டு சூரத் மாநாட்டிற்குச் சென்றனர். அந்த மாநாடு சி.ஆருக்கு மகிழ்ச்சியைத் தரவில்லை. மாறாக அது மனவருத்தத்தைத் தந்தது.

1908ம் ஆண்டு டிசம்பரில் காங்கிரஸ் மாநாடு சென்னையில் கூடியது. மிதவாதக் கொள்கை உள்ளவர்கள் ஒப்புதல் அளித்துக் கையொப்பம் இட்டவர்கள் தாம் அந்த மாநாட்டில் அனுமதிக்கப்பட்டனர். அப்படிக் கையெழுத்துப் போட்டுத் தராமலே அந்த மாநாட்டில் கலந்துகொள்ள சி.ஆர் போராடினார். இது சம்பந்தமாக மிதவாதிகளைக் கண்டித்து ஓர் அறிக்கையை அவர் பிரசுரித்தார். அவருடன் சேலம் வழக்கறிஞர்களும் அவருடைய நண்பர்களுமான கே.நடேசய்யரும், ஆர்.வி. கிருஷ்ணய்யரும் சேர்ந்துகொண்டனர். சி.ஆரின் முயற்சி தோல்வியுற்றது. ஆயினும் சி.ஆர் தயாரித்த அறிக்கை நாட்டின் பல பாகங்களுக்கும் சென்றடைந்து, சி.ஆர் யார் என்பதைப் புரிய வைத்தது. அதே நேரத்தில் சி.ஆரின் செல்வாக்கிலுள்ள தீவிரவாதிகளை விடுவித்து விட வி.எஸ்.ஸ்ரீநிவாஸ சாஸ்திரியின் முயற்சிகள் தோல்வியுற்றன.

1908ம் ஆண்டு நடந்த நிகழ்ச்சிகள் சி.ஆருக்கும் அவரைச் சேர்ந்த நண்பர்களுக்கும் சுதந்திரம் என்பது பகற்கனவாகத் தோன்றியது. 1905-1906களில் அவர்களிடம் உயர்ந்து ஓங்கிய சுதந்திர எழுச்சி இப்போது சிதைந்து போயிருந்தது. லோகமான்ய திலகர் கடலுக்கு அப்பால் சிறை வைக்கப்பட்டிருந்தார். வங்கம் தந்த மாவீரர் அரவிந்தர் பாண்டிச்சேரியில் தஞ்சம் புகுந்திருந்தார். அரவிந்தர் கொஞ்சம் கொஞ்சமாக அரசியலைவிட்டு ஆன்மிகத்தில் கவனம் செலுத்தும் ஒரு மகாஞானியாக வளர்ந்து வந்தார்.

சி.ஆரின் வழக்கறிஞர் உடை மிகவும் நேர்த்தியாக அமைந்திருக்கும். அவர் தமது சட்டைகளை சென்னையில் தைத்துக் கொள்வார். எப்பொழுதும் அவர் நெற்றியில் ஸ்ரீ சூர்ணம் திகழும். நீதிமன்றம் செல்லும்பொழுது சரிகை வேலைப்பாட்டுடன் கூடிய வெள்ளைத் தலைப்பாகை அணிந்திருப்பார். டர்பனை சிறப்புடன் அணிந்திருப்பார். அதைத் தயாரிக்க இரண்டுபேர் இரண்டு முனைகளிலும் இழுத்துப் பிடித்துக் கொள்ளவேண்டும். மெதுவாக மடித்து இஸ்திரி போடவேண்டும். டர்பனுக்கு கீழே உடையும் கச்சிதமாக அணிவார். எட்டுமுழ வேட்டியை பஞ்ஜ கச்சமாகக் கட்டியிருப்பார். விரைப்பான காலருடன் கூடிய சட்டை அணிந்திருப்பார். கழுத்துவரை பித்தான் போட்டு கருப்பு முழுக் கோட்டும், காலுக்குக் கருப்பு சாக்ஸூம் கருப்பு ஷூவும் அணிந்திருப்பார்.

வழக்கறிஞர் தொழிலில் இறங்கிய முதலாண்டிலிருந்தே அவரிடம் வழக்குகள் குவிந்தன. பொதுவாக ஒரு நீதிமன்றத்தில் புதிதாக வந்திருக்கும் ஒரு வழக்கறிஞருக்கு வழக்குகள் வந்து சேர ஒரு சில ஆண்டுகள் பிடிக்கும். ஆனால் சி.ஆருக்கு முதலாண்டே வழக்குகள் குவிய ஆரம்பித்தன. இவருடைய வழக்காடும் நேர்த்தி சேலம் மாவட்டத்தைத் தாண்டியும் பேசப்பட்டது. முதல் வழக்கிலேயே சேலம் வீரராகவாச்சாரியை வென்றதால், இவரது பெயர் சேலம் கோர்ட்டிலும் சேலம் மாவட்டத்திலும் அருகே இருக்கும், கோவை, திருச்சி மாவட்டங்களிலும் பரவியிருந்தது. இக்கால கட்டத்தில் சேலம் நகரில் இவர் கனவானாக, கண்ணியமிக்க பிரபுவாகக் கருதப்பட்டார். இக்காலத்தில் இவருடன் பழகிய பெருமக்கள் சிலரைப் பார்த்தாலே இவர்தம் புகழ் உச்சியில் பறந்ததை யாவரும் ஒப்புக்கொள்வர். இவரோடு இவருடைய சமகாலத்தில் இவருடன் பழகியவர்கள் சிலரைத் தெரிவிக்கிறேன்.

ஒருவனை இன்னான் என்பதைக் கண்டுகொள்ள அவனுடைய நண்பர்களைப் பார்த்தாலே, கேட்டாலே போதும் என்பது ஆன்றோர் வாக்கு.

வக்கீல் P.V.நரசிம்ம ஐயர், இவர் பின்னாளில் சென்னை மேல்சபை உறுப்பினரானார்.

வக்கீல் கே.ஜி.வேங்கடசுப்பைய்யர். சென்னை கிறித்துவக் கல்லூரியில் விரிவுரையாளராகப் பணியாற்றியவர்.

வக்கீல்களான சுப்பராய அய்யர், சடகோப முதலியார், சேலம் நகராட்சி கல்லூரித் துணைத்தலைவர் கே.சேஷு அய்யர், அதிகாரியாக இருந்து பின்னர் திட்டக்குழுத் தலைவரான வி.டி. கிருஷ்ணமாச்சாரியார், சி.ஆரின் துணையுடன் சேலம் நகரக் கூட்டுறவுச் சங்கத்தைத் தோற்றுவித்த எஸ்.வி.கிருஷ்ணன் செட்டியார். (இது பின்னாளில் தனி வங்கியாக மாறியது.) முதலில் வியாபாரியாக இருந்து டப்ளினிலும், லண்டனிலும் படித்து பாரிஸ்டராக மாறிய டி.ஆதிநாராயணன் செட்டி, சேலத்தில் வழக்கறிஞராக இருந்து பின்னாளில் இருமுறை சென்னை சட்டமன்ற செயலாளராகப் பணியாற்றிய ஆர். வி.கிருஷ்ணய்யர் ஆகிய பெருமக்கள், சி.ஆருடன் சேலத்தில் பழகிய பெருமக்களாவர். இந்த விவரங்களை சி.ஆரின் பேரன் ராஜ்மோகன் காந்தி தாம் எழுதிய ராஜாஜி வாழ்க்கை வரலாறு என்ற நூலில் தெரிவிக்கிறார்.

சேலம் இலக்கியச் சங்கத்திலோ அல்லது யாராவது ஒருவர் வீட்டிலோ மேலே தெரிவிக்கப்பட்டிருக்கும் பிரமுகர்கள், விஞ்ஞானம், அரசியல், இலக்கியம் ஆகியவை பற்றிப் பேசிவருவார்கள். சேலத்தில் புதிய நூல்களை வெளியிட ஒரு புத்தகச் சங்கம் அமைக்கப்பட்டது. அதிலே புதிய புத்தகங்களை வெளியிட்டு அவற்றை அலசி ஆராய்ந்தனர். மேலே தெரிவித்த சேலம் பிரமுகர்கள் இசையிலும் நாட்டமுடையவர்கள். சேலம் இலக்கியச் சங்கம் என்பது ஒரு மனமகிழ் மன்றம்தான். அங்கே டென்னிஸ், பில்லியர்ட்ஸ் முதலிய விளையாட்டுகளும் உண்டு. சி.ஆர் சுமாராக டென்னிஸ் ஆடுவார். பில்லியர்ட்ஸும் விளையாடுவார்.

அவர் ஏற்கெனவே ஓர் இஸ்லாமியப் பயில்வான் நடத்திய உடற்பயிற்சி அரங்கிற்குச் சென்று உடல் பலமாகத் திகழ சில பயிற்சிகள் எடுத்துக்கொண்டிருந்தார். சேலம் இலக்கியச் சங்கத்தில் சீட்டுக் கச்சேரியும் நடைபெற்றது. சீட்டாட்டத்தில் ஒருமுறை ஏற்பட்ட சச்சரவுக்குப்பின் சீட்டுக் கச்சேரிக்குப் போவதை சி.ஆர் நிறுத்திவிட்டார்.

சி.ஆர் சேலம் வந்து வழக்கறிஞர் பணி தொடங்கும் காலத்திலேயே சீர்திருத்த மனப்பான்மையுடன் பணியாற்றினார். கடல் கடந்து பிராமணர்கள் போகக்கூடாது என்ற ஒரு விதியை அவர்கள் ஏற்படுத்திக் கொண்டிருந்தார்கள். சேலத்தைச் சேர்ந்த ஆர்.நாராயணன் ஓர் ஐ.சி.எஸ் அதிகாரி. அவர் கடல் கடந்து போய்விட்டு மீண்டும் சேலம் வந்தார். அக்கிரஹாரவாசிகள் அவர் அபசாரப் பட்டுவிட்டதாகக்

கருதினர். சி.ஆரின் நண்பரும் விரிவுரையாளருமான சேஷு அய்யர், ஆர்.நாராயணய்யரை தம் வீட்டிற்கு அழைத்து நட்புப் பாராட்டினார். வெளிநாடு சென்று வந்த நாராயணய்யருக்கு, இந்து சம்பிரதாயப்படி பிராயச்சித்தச் சடங்கு நடத்தி வைக்க கிருஷ்ண சாஸ்திரி என்ற புரோகிதர் அவர் வீட்டிற்குச் சென்று வந்தார். கடல் கடந்து வெளிநாடு போய் வந்த நாராயணய்யர் அவரை அழைத்து வைத்துப் பேசிய சேஷு அய்யர், நாராயணய்யருக்கு கடல் கடந்து சென்று வந்ததற்குப் பிராயச்சித்தம் செய்த கிருஷ்ண சாஸ்திரிகள் ஆகிய மூவரும் சமுதாயக் கட்டுப்பாட்டுக்கு விரோதமாக நடந்ததாகக் குற்றம் சாட்டி அக்கிரஹாரத்தினர் ஒதுக்கி வைத்தனர். ஆனால் சி.ஆர் அவர்களுக்குத் துணை நின்றார். பல பிராமணக் குடும்பங்களின் புறக்கணிப்புக்கு ஆளான கிருஷ்ண சாஸ்திரிகளுக்கு உதவ மாதாந்திர முறையில் பணம் வசூலித்து சி.ஆர் வழங்கிட ஏற்பாடு செய்தார்.

சமயம் விட்டு, சாதி விட்டு ஓர் இளம் விதவைக்கு, சி.ஆர் சீர்திருத்தத் திருமணம் நடத்தி வைத்தார். 1910ல் கர்னூலில் நடைபெற்ற ஒரு சமூக சீர்திருத்த மாநாட்டில் சி.ஆர், சாதி விட்டுச் சாதி திருமணம் செய்துகொள்ளலாம். அதனால் தவறில்லை என்று கூறிக் கலப்புத் திருமணத்தை ஒப்புக்கொள்ள வேண்டுமென்று அம்மாநாட்டில் பேசினார். தொடக்கக் காலத்தில், தம் குமாரரின் இந்த நடவடிக்கைகளில் சி.ஆரின் தந்தை சக்கரவர்த்தி ஐயங்கார் முதலில் சந்தோஷம் அடையவில்லை. காலப்போக்கில் அவரும் பிள்ளையின் நடவடிக்கையில் தவறு இருக்காது என்ற முடிவுக்கு வந்தார். சில சீர்திருத்தக் கருத்துகளை உடனே ஏற்றுக்கொள்ளத் தயங்குகிறவர்களும், காலப்போக்கில் மனம் மாறி சீர்திருத்தக் கருத்துகளை ஏற்றுக்கொள்வர். அதுதான் சீர்திருத்தம்.

சேலம் நகரசபை நடத்தும் பள்ளியில், இரண்டு தாழத்தப்பட்டச் சாதியைச் சேர்ந்த பிள்ளைகளை வகுப்பில் சேர்த்துக்கொள்ள சி.ஆர் ஏற்பாடு செய்தார். இதற்கு எதிர்ப்புக் கிளம்பியது. ஏற்கெனவே பள்ளியில் பயின்றுவரும் 240 மாணவர்கள் இதை ஏற்கமாட்டார்கள். அவர்கள் பள்ளியிலிருந்து விலகி விடுவர் என்று சி.ஆரை மிரட்டிப் பார்த்தனர். ஆனால் சி.ஆர் அதற்கெல்லாம் அசைந்துகொடுக்கவில்லை. எடுத்த முடிவில் உறுதியாக நின்றார். அந்த இரு பிள்ளைகளுக்கும் அவரே பணம் கட்டினார். எதிர்த்தவர்கள் விலகிப்போனார்கள். அவ்விரு பிள்ளைகளும் தொடர்ந்து பயின்றனர். படிப்பு

முடிந்ததும் அரசு வேலைக்குச் சென்றனர். மேலே சொன்ன நிகழ்வுகள் 1909ம் ஆண்டில் நடந்தன. பின்னாளில் ஒரு சீர்திருத்தக்காரராகத் தம்மைக் காட்டிக்கொண்டு பிராமணர்களை ஏசியும், நாத்திகம் என்று சொல்லிக்கொண்டு இந்துக் கடவுள்களையும், சம்பிரதாயங்களையும் ஏசிக்கொண்டு வந்த சி.ஆரின் மிக நெருங்கிய நண்பரான பெரியார் ஈ.வெ.ரா சமூக சீர்திருத்தப் பணிகளுக்கு வருவதற்கு முன்பே சி.ஆர் என்று அனைவராலும் அன்போடு அழைக்கப்பட்ட சக்கரவர்த்தி ராஜகோபாலாச்சாரியார் தமிழ் மண்ணிலே சீர்திருத்த நடவடிக்கைகளை ஓசைப்படாமல் செய்து காட்டினார். பி.வி. நாமகிரி என்ற ஓர் இளைஞன் சி.ஆரிடம் ஆலோசனையும் அனுமதியும் பெற்று ஒரு சுதேசி கடை நடத்தினான். இக்கடையில் முழுக்க முழுக்க இந்தியத் தயாரிப்புகள் மட்டுமே விற்கப்பட்டன. இந்தியச் சுதேசிக் கடை சி.ஆரின் ஒத்துழைப்பாலும் ஆசியாலும் நன்கு நடந்தது. இதுவும் அக்காலகட்டத்தில் சீர்திருத்தமே. சீர்திருத்தச் சிந்தனைகள் சி.ஆருக்கு பிறகுதான் ஈ.வே.ராவுக்கு வந்தது. சி.ஆரே மூத்தவர் முதல்வர்.

தென்னிந்தியர்கள் வடக்கே உள்ள மக்களிடம் இலகுவாகப் பழக அவர்களுக்கு இந்தி மொழிப் பயிற்சி அவசியம்வேண்டும் என்பதைக் கணித்து, 1910ல் இந்துஸ்தானி (இந்தி மொழி) வகுப்புகளை சி.ஆரும் அவருடைய வழக்கறிஞர் நண்பர்களும் சேர்ந்து நடத்தினர். உருது வகுப்பையும் நடத்த ஏற்பாடு செய்தார். இது இவரது நண்பர்கள் சிலருக்குப் பிடிக்கவில்லை. முன்னேற்றப் பார்வையுடன் இந்தி பயில 1910ல் சேலம் நகரில் இந்தி கற்றுக்கொடுக்க ஏற்பாடு செய்திருக்கிறார். பெரியார் தம் சொந்த ஊரான ஈரோட்டில் தம் சொந்தக் கட்டடத்தில் இந்தி கற்பிக்கும் பள்ளி ஒன்றை நிறுவி இந்தி கற்றுக்கொடுக்க ஏற்பாடு செய்தார். இந்தியை தமிழ்நாட்டுக்காரர்கள் கற்றுக் கொண்டால் எதிர்கால இந்தியாவில் ஒரு சரியான இடத்தைப் பெறமுடியும் என்று கருதினார். அவர் இந்தி பயிலப் பள்ளிக்கூடம் திறந்தது 1920-1925க்கு உள்ள இடைப்பட்ட காலமாக இருக்கும். அதற்கு முன்பே இந்தியை சேலத்தில் கற்பிக்க சி.ஆர் ஏற்பாடு செய்துவிட்டார்.

தமிழ்த் தென்றல் திரு.வி.க 'நாயக்கர்தான் இந்தியைத் தமிழகத்திற்குக்கொண்டுவந்து புகுத்திய முதலாமவர்' என்கிறார். தமிழ்த்தென்றல் திரு.வி.க கூறிய இக்கருத்து ஏற்புடையதன்று. தமிழகத்தில் இந்தியைப் புகுத்திய முதலாமவர் சி.ஆர் என்ற சக்கரவர்த்தி ராஜகோபாலாச்சாரியார்தான்.

1910ல் கரூர் சீர்திருத்த மகாநாட்டிற்குத் தம் நண்பர்கள் சிலருடன் போய்விட்டு சேலம் திரும்புகையில் அவருடைய நண்பர் வேங்கட சுப்பைய்யர் தம் விலையுயர்ந்த கைக் கடிகாரத்தை ரயில் பெட்டி வழியாகக் கைநழுவ விட்டார். அந்த ரயில் பெட்டியில் பயணித்த அனைவரும் அய்யகோ என்று கூப்பாடு போட்டனர். அதே பெட்டியில் அவர்களுடன் பயணித்த சி.ஆர் ஜன்னல் வழியாக எதிரே தெரிகின்ற தந்திக் கம்பங்களைக் கவனமாக எண்ணிக்கொண்டே வந்தார். அடுத்த ரயில் நிலையத்தில் வண்டி நின்றதும் சி.ஆர் ஸ்டேஷன் மாஸ்டரை அணுகி இத்தனை தந்திக் கம்பங்களுக்கு அப்பால் தம் நண்பரின் விலையுயர்ந்த வாட்சு விழுந்துவிட்டது என்று கூறி, அதை எடுத்துத்தர வேண்டி வேங்கட சுப்பைய்யரின் சேலம் முகவரியைக் கொடுத்தார். அந்த விலையுயர்ந்த வாட்சு அந்தச் சொந்தக்காரரான வேங்கட சுப்பைய்யர் கைகளுக்கு இரண்டு நாள்களில் வந்து சேர்ந்தது. மதிநுட்பம் உடையார் பதறாது செய்து வெல்வர் என்பதற்கு சி.ஆரின் இச்செய்கை ஒரு சான்றாகும்.

1909ம் ஆண்டு இறுதியில் சி.ஆர் தம் நண்பர்களுடன் பாண்டிச்சேரிக்குச் சென்று அங்கு அரவிந்தர், மகாகவி பாரதி ஆகியோரைச் சந்தித்துப் பேசினார். பாரதியார் தம்முடைய கவிதைகளைப் பாடிக்காட்டினார். பின்னர் அவருடைய இல்லத்தில் நல்ல சுவையான மதிய உணவு உண்டு மகிழ்ந்ததாகவும் கூறுகிறார். ‘எல்லோரும் பாரதி வறுமையில் வாடியதாகக் கூறுகின்றனர். நானும் நண்பர்களும் பாண்டிச்சேரியில் பாரதியைச் சந்தித்தோம். மகாகவி பாரதியின் வீட்டில் நல்ல உணவு உண்டோம். அவருடைய துணைவியார் இன்முகத்துடன் பரிமாறினார்கள். துணைவியாரைப் பார்த்தால் ஐயர் வீட்டுப் பெண்ணாகத் தெரிகிறது. பாரதியாரிடம் பூணூல் இல்லை.’ என்று குறிப்பிட்டிருக்கிறார். 1911ம் ஆண்டு சேலம் நகரமன்றத் தலைவராகத் தேர்ந்தெடுக்கப்பட்டார் சி.ஆர். நகரமன்றத்திலும் அவருடைய தலைமையில் பல நல்லவை நடந்தன. சீர்திருத்த நடவடிக்கைகளும் சப்தமின்றி நடந்தன.

சேலத்தில் அரசியல்வாதிகள் தீவிரவாதிகளாக இருந்தனர். அதன் அறிவாளிகள் சமூக சீர்திருத்தவாதிகளாக இருந்தனர். எனவே சேலம் தென்னிந்தியாவின் பூனா என்று அழைக்கப்படுவதில் தவறேதுமில்லை. தீண்டத்தகாதவர்கள் முன்னேற்றத்தில் சி.ஆர் அக்கறைகொண்டு, பல தொண்டுகள்

புரிந்தார். சிதம்பரம் நகரம் சைவர்களின் கோயில் இருக்கும் இடமாகும். வைணவர்களுக்கு எவ்வாறு திருவரங்கம் மிகவும் பெருமைக்குரியதோ அதேபோல், சைவர்களுக்கு சிதம்பரம் என்ற தில்லைக்கோயில் மிகவும் முக்கியமான திருக்கோயில். தமிழகத்தை ஆண்ட சோழ அரசர்களும், பாண்டிய அரசர்களும், தில்லைக் கோயிலுக்குப் பல திருப்பணிகள் காலம் காலமாக நடத்தியிருக்கிறார்கள். சிதம்பரம் தீக்ஷிதர்களே சோழ அரசர்களுக்கு மகுடதாரண வைபவம் நடத்த உரிமை பெற்றிருக்கிறார்கள். அவர்கள் வேறு எந்த அரசனுக்கும் மகுடதாரண வைபவத்தை அதாவது முடிசூட்டுவதைச் செய்வது இல்லை.

சைவம் தழைத்த ஊர் என்பது மட்டுமல்ல; அங்கே வைணவக் கடவுளான கோவிந்தனும், பள்ளிகொண்ட நிலையில் பக்தர்களுக்குச் சேவை புரிகிறான். பல ஆண்டுகளுக்கு முன்பாகவே தமிழகத்தில் சோழ வளநாட்டில் பெரும்புகழ் பெற்றுத் திகழ்ந்த தில்லையில் அதாவது சிதம்பரத்தில் தாழ்த்தப்பட்ட தீண்டத்தகாதார் சமூகத்தைச் சேர்ந்த சுவாமி ஜகஜாநந்தர் என்பவர் இருந்தார். அவர் அரசியல் ஈடுபாடும் உடையவர். அவர் கல்வி பயிலப் பல தடைகள் ஏற்பட்டன. கிறிஸ்துவ மிஷினரிகள் அவரை மதம் மாற்ற முயன்றனர். அதையெல்லாம் தாண்டி வளர்ந்தவர் சுவாமி ஜகஜாநந்தர். தீண்டாமை என்னும் பெருந்தீயால் பாதிக்கப்பட்ட நந்தனார் நடமாடிய புண்ணிய பூமி அது. 'நந்தனைப் போல் ஒரு பார்ப்பானை நானிலத்திலும் கண்டதில்லை' என்றான் பாரதி. அந்த நந்தனார் பெயரிலேயே ஓர் ஆசிரமம் அமைத்து நல்ல முறையில் நடத்திக்கொண்டிருப்பவர் சுவாமி ஜகஜானந்தர். அவர் இரண்டு அல்லது மூன்று முறை தமிழ்நாடு சட்டமன்றத்திற்கு உறுப்பினராகவும் பணியாற்றியிருக்கிறார்.

1917ம் ஆண்டு சேலம் நகரமன்றத் தலைவராகத் தேர்ந்தெடுக்கப்பட்ட சி.ஆர், சிதம்பரம் ஜகஜாநந்தருக்கு சேலம் நகரசபை சார்பாக ஒரு வரவேற்புக் கொடுத்தார். சேலம் நகரமன்றமே ஜகஜாநந்தரை வரவேற்றது. சி.ஆர் ஜகஜாநந்தாவின் ஆசிரமத்திற்குப் பொருளுதவி செய்திருக்கிறார். அவருக்குப் பெருமை சேர்க்கத் தன் வீட்டில் விருந்து அளித்திருக்கிறார். அவ்விருந்தில் சாதிமத வேறுபாடின்றி அனைவரையும் சமமாகப் பாவித்து சமபந்தி போஜனம் நடத்தியிருக்கிறார். இதனால் சி.ஆருக்கு பலத்த எதிர்ப்பு கிளம்பியிருக்கிறது. சாதி உணர்வுப் படைத்த பழமைவாதிகள் சி.ஆரின் இந்தச்

செயல் கண்டு பொறுக்க மாட்டாதவர்களாக, அவரைச் சாதி விலக்கல் செய்திருக்கின்றனர். சி.ஆர் இப்பொழுது வழக்கறிஞர் மட்டுமல்ல, சேலம் நகரசபையின் தலைவர் (Chairman). சி.ஆர் வீட்டில் சமயச் சடங்குகள் நடக்குமானால் அதற்குப் புரோகிதர்கள் போகக்கூடாது என்றும் தடை விதித்தார்கள். சி.ஆரும் அவருடைய நண்பர்களும் இச்சாதி விலகல்களுக்கு அஞ்சவில்லை. புரோகிதத்தையும் சடங்கு முறைகளையும், சாதி விலக்கலுக்கு ஆளானவர்கள் கற்றுக்கொண்டு, அவர்களே சடங்குகளை நடத்தினர்.

சேலத்தில் நகரமன்றத் தலைவராக சி.ஆர் இருந்தபொழுது, சமூக சீர்திருத்த நடவடிக்கைகளை ஓய்வின்றி நடத்திக்கொண்டிருக்கிறார். சமூக சீர்திருத்தத்தில் அவர் காட்டிய அக்கறை போற்றுதலுக்குரியது. சேலம் நகரமன்றத்தின் சார்பில் நடந்துவரும் கல்லூரியில் உணவு விடுதியில் வேலை பார்க்கத் தாழ்த்தப்பட்ட சமூகத்தை அதாவது தீண்டத்தகாதவர்களைப் பணிக்கு நியமித்திருக்கிறார். இதற்கு எதிர்ப்பு கிளம்பியிருக்கிறது. பிரபல வழக்கறிஞர் விஜயராகவாச்சாரியார் போன்றவர்களும் எதிர்ப்புத் தெரிவித்திருக்கின்றனர். தாழ்த்தப்பட்ட நபர்கள் நியமனத்தை மாற்றாவிடில் பிராமண மாணவர்கள், மாணவர் விடுதியைவிட்டு விலக நேரிடும் என்று நகரமன்றத் தலைவர் சி.ஆரை மிரட்டியிருக்கிறார்கள். சி.ஆர் அதற்கு அஞ்சவில்லை. உணவு விடுதியிலிருந்து மேல்சாதி மாணவர்கள் விலகினால், அப்படி விலகியவர்கள் கல்லூரியிலிருந்து நீக்கப்படுவார்கள் என்று சி.ஆர். பதிலடி கொடுத்தார். நகரமன்றத் தலைவரின் எச்சரிக்கை கண்டு, மாணவர்களின் பெற்றோர்களும் மாணவர்களும் அஞ்சியிருக்கிறார்கள். இது காரணமாக எதிர்த்தவர்கள் நாளடைவில் அமைதியாகப் போனார்கள். கல்லூரியும் உணவு விடுதியும் எந்தவிதப் பிரச்சினையுமின்றி ஒழுங்காக நடக்க ஆரம்பித்தது.

நகரமன்றம் அமைத்திருக்கும் குழாய்களுக்குத் தண்ணீர் திறக்கிற பணியை மேயர் தாழ்த்தப்பட்டவர்களுக்கே வழங்கினார். இதற்கும் முணுமுணுப்பு ஏற்பட்டு நாளடைவில் காணாமற் போய்விட்டது. இச்சீர்திருத்த நடவடிக்கைகள், ராஜகோபாலாச்சாரியாரை ஓர் அழுத்தமான வலிமையான சமூக சீர்திருத்தக்காரர் என்பதைப் பிரகடனப்படுத்தின.

1916ல் சி.ஆர் தமது சகாக்களுடன் இணைந்து 'விஞ்ஞானத் தமிழ்ப் பதங்கள் சங்கம்' என்னும் சங்கத்தைத் தோற்றுவித்தார்.

இச்சங்கத்தின் நோக்கம் விஞ்ஞானப் பாடங்களைத் தமிழ்ப்படுத்தி ஆங்கிலச் சொற்களுக்கு இணையான தமிழ்ப் பதங்களைக் கண்டு, தமிழ் இலக்கியத்தில் சேர்ப்பது. இச்சங்கம் அக்டோபரில் ஓர் இதழ் வெளியிட்டது. அவ்விதழுக்கு சி.ஆரும் வேங்கட சுப்பைய்யரும் ஆசிரியர்கள். அறிவியல் (விஞ்ஞானம்), ரசாயனம், பௌதிகம், உடற்கூறு சாஸ்திரம், வான சாஸ்திரம், கணிதம் ஆகிய பிரிவுகளுக்கு ஆங்கிலக் கலைச் சொற்களுக்கு இணையான தமிழ்ச் சொற்களைக் கண்டுபிடிப்பது இவ்வமைப்பின் நோக்கமாகும். இவ்வமைப்பின் சார்பாக நான்கு இதழ்கள் வெளிவந்தன. இவ்வமைப்பு கலைச்சொற்களைத் தமிழுக்குக் கொண்டுவரும் பணியை ஓராண்டு நடத்தி வந்தது. பின்னர் இவ்வமைப்பு, சென்னையில் நடந்து வந்த தமிழ் அமைப்பான தமிழர் கல்வி சங்கத்துடன் இணைந்துவிட்டது.

சி.ஆர் சாமானியர்களுக்காகத் தமிழில் சிறு நூல்கள் எழுதினார். தமிழில் எதையும் சொல்லிக் கொடுக்கமுடியும் என்பதை உணர்த்த 'தமிழில் முடியுமா?' என்ற நூலை எழுதினார். 'தாவரங்களின் இல்வாழ்க்கை', 'திண்ணை ரசாயனம்' ஆகிய நூல்களை சி.ஆர் எழுதினார். 'திண்ணை ரசாயனம்' என்னும் சிறுநூலில், இருவர் திண்ணையில் உட்கார்ந்துகொண்டு பேசுவார்கள். ஒருவர் அறிவியல் அறிஞர். மற்றொருவர் சாமானியர். அறிவியலில் பட்டம் பெற்றவர் அறிவியல் கருத்துகளைத் தமிழிலேயே உரைப்பார். அவ்வறிஞர் பல செய்திகளைச் சொல்லிக்கொண்டே வந்து, "இதுவரை நான் பேசிவருவது உங்களுக்குப் புரிகிறதா?" என்று கேட்பார். அடுத்தவர் "அழகாகப் புரிகிறது. தமிழிலேயே அறிவியல் கருத்துகளைச் சொன்னால் கைவண்டி இழுத்துவரும் தொழிலாளியும் விஞ்ஞானத்தை எளிதே புரிந்துகொள்ள முடியும்" என்ற முத்தாய்ப்போடு அந்த நூல் முடியும். அறிவியல் பாடங்களை, ஏன் அனைத்துப் பாடங்களையும் அவரவர் தாய்மொழியில் கற்றால் எளிதில் புரிந்துகொள்ள முடியும். கல்லூரியில் பாடம் சொல்லும் மொழியாகத் தமிழ் இருக்கவேண்டும் என்பதைக் கொள்கையாக உடையவர் சி.ஆர். பாடமொழியாக, பயிற்சிமொழியாக, புகட்டுமொழியாகத் தமிழ் இருக்கவேண்டும் என்ற கொள்கை உடையவர் சி.ஆர்.

சி.ஆர் ஓசைப்படாமல் சின்னச்சின்ன போராட்டங்களை நடத்தி வெற்றி பெற்றிருக்கிறார். அன்னிபெசன்ட் கோவையிலிருந்து சென்னைக்கு ரயிலில் சென்றார். அந்த ரயில் சேலத்தில்

நடுஇரவில் நின்று கிளம்பும். அச்சமயம் அன்னிபெசன்டுக்கு வாழ்த்துக் கூறி ஆதரவு காட்டவேண்டும் என்று சி.ஆரும் மற்றும் பலரும் விரும்பினார்கள். ஆனால் ரயில்வேத்துறை பிளாட்பார்ம் டிக்கெட் வழங்க மறுத்துவிட்டது. சி.ஆர் சேலம் ரயில் நிலைய அதிகாரியிடம் பிளாட்ஃபார்ம் டிக்கெட்டுகள் கேட்டார். “கொடுப்பதற்கில்லை” என்று பதில் வந்தது.

“வருகின்ற கூட்டம் அமைதியாக இருக்கவும், எந்தவித அசம்பாவிதம் நடக்காமலும் பார்த்துக்கொள்கிறேன்” என்று சி.ஆர் உத்தரவாதம் அளித்தார். “மன்னியுங்கள் இன்றைக்கு விற்பனை இல்லை. விற்கவேண்டாம் என்று எங்களுக்கு உத்தரவு வந்துள்ளது” என்றனர்.

ரயில் வந்தது. கூட்டத்தினர் அனைவரும் சி.ஆரை நோக்கினர். அவர் தலையை அசைத்துத் தம்மைப் பின்பற்றி பிளாட்பாரத்திற்கு வருமாறு சாடை காண்பித்துவிட்டு முன்னே நடந்தார். கூட்டம் சி.ஆரைப் பின்பற்றியது. அன்னிபெசன்ட்டை வரவேற்றனர். அமைதி காத்தனர். ரயில்வே நிர்வாகம் சி.ஆர் மீது வழக்குத் தொடரப் போவதாகச் சொல்லிக்கொண்டிருந்தது. ஆனால் வழக்கு ஏதும் போடவில்லை.

முதல் உலக யுத்தத்தில் 1918ம் ஆண்டு ஒரு பிரச்சினை வந்தது. ‘நிபந்தனையற்ற ஆதரவா அல்லது நிபந்தனைகளுடன் கூடிய ஆதரவா’ என்ற விவாதம் வந்தது. இவ்வரங்கிற்குக் கவிக்குயில் சரோஜினி நாயுடு தலைமை ஏற்றிருந்தார். சி.ஆர். தீரன் சத்தியமூர்த்தி முதலிய பிரமுகர்கள் வந்திருந்தனர். வாக்கெடுப்பு நடைபெற்றது. இந்த சென்னை மாகாண மகாநாடு 1918ல் மே மாதம் கூடியது. வாக்கெடுப்பு இருசாரருக்கும் பொதுவாக முடிந்தது. ஒவ்வொரு அணியும் 118 வாக்குகள் பெற்றிருந்தன. 22பேர்கள் பயம் காரணமாக நடுநிலைமை என்றனர். அரங்கின் தலைவி சரோஜினி நாயுடு தன் வாக்கை நிபந்தனையுடன் கூடிய ஆதரவுக்கு அளித்தார். இம்மாநாட்டில் சி.ஆர் அன்னிபெசன்ட்டை எதிர்த்து நின்றார்.

சேலத்தில் மிகச்சிறந்த வழக்கறிஞராக வெகு குறுகிய காலத்திலேயே சி.ஆர் உயர்ந்துவிட்டார். வழக்குகளும் குவிந்தன. பணமும் தங்குதடையின்றி வந்தது. வழக்குகளிலும் வெற்றிவாகை சூடினார். சேலத்தில் பதினெட்டு ஆண்டுகள் வழக்கறிஞராகப் பணியாற்றினார். சேலம் நகரிலும் சேலம் கோயம்புத்தூர் திருச்சி முதலிய மாவட்டங்களிலும்

சக்கரவர்த்தி ராஜகோபாலாச்சாரியாரின் பெயரும் புகழும் ஓங்கியது. அவருக்குப் பல செல்வச் சீமான்கள் நிரந்தரக் கிளையன்ட்கள் ஆகினர். சில பெரும் நிலச்சுவாந்தார்கள் குடும்பத்திற்கு சி.ஆர் குடும்ப வழக்கறிஞர் ஆனார்.

சேலம் பகுதியைச் சேர்ந்த டாக்டர்.சுப்பராயன் குடும்பம் மற்றும் சேலம் ரத்தின சபாபதிக் கவுண்டரின் குடும்ப வழக்கறிஞராக சி.ஆர் ஆகியிருந்தார். டாக்டர்.சுப்பராயன் குமாரமங்கலம் என்ற ஜமீனுக்கு உரிமையாளர், டாக்டர். சுப்பராயன் அரசியல் ஈடுபாடுடையவர். அன்றைய சென்னை மாகாணத்தில் அமைச்சராகவும் சட்டமன்ற உறுப்பினராகவும் பின்னாளில் திகழப்போகிறார். சி.ஆர் பிற்காலத்தில் அமைத்த அமைச்சரவையிலும் சுப்பராயன் அமைச்சராகப் பணியாற்றினார்.

இளைஞராக இருந்த சுப்பராயன் கர்நாடக மாநிலத்தைச் சேர்ந்த ராதாபாய் என்னும் பெண் மீது காதல்கொண்டார். ராதாபாய் கர்நாடக மாநிலத்தைச் சேர்ந்த பிராமணப்பெண். அப்பெண்ணும் அவருடைய காதலை ஏற்றுக்கொண்டார். தம்முடைய உறுதியான காதலைத் தம்முடைய வழக்கறிஞர் சி.ஆரிடம் தெரிவித்துத் தமக்கு அப்பெண்ணைத் திருமணம் செய்து வைக்கவேண்டும் என்று வேண்டிக்கொண்டார். சி.ஆர் அவர்கள் குடும்ப வழக்கறிஞர் மட்டுமின்றி அவர் குடும்ப நல்வாழ்வினை விரும்பும் பெரியவராகவும் திகழ்ந்தார். இது காதல் கல்யாணம் மட்டுமன்று, கலப்புக் கல்யாணமும்கூட. இரண்டு பேரும் வெவ்வேறு சாதியினர். சுப்பராயன் வேளாளர் சாதியைச் சேர்ந்தவர். ராதாபாய் கர்நாடக பிராமணப் பெண். இருவரும் வெவ்வேறு மொழிகளைத் தாய்மொழியாகக் கொண்டவர்கள். கலப்புத் திருமணம் நடப்பதே அக்காலத்தில் வெகு அபூர்வமானது. அதுவும் பெரும் ஜமீன் ஒன்றிற்குக் கன்னடத்துப் பிராமணப் பெண் வாரிசை உருவாக்கிக் கொடுப்பவராக வரப்போகிறார். எனவே பலத்த எதிர்ப்புக்களையும் தாண்டவேண்டிய நிலை இருந்தது. புத்திக் கூர்மையும், அறிவுத் திறனும், உறுதியான உள்ளமும், சட்ட அறிவும், புரட்சி மனப்பான்மையும் கொண்டு எந்த எதிர்ப்பு வந்தாலும் கலங்காத குடும்ப வழக்கறிஞரான சி.ஆர் இந்தத் திருமணத்தை ஆதரித்தார். அவரே முன்னின்று இத்திருமணத்தை நடத்தி ஆசி வழங்கினார்.

இந்தத் திருமணத்திற்கு பலமான எதிர்ப்பு வந்தது. ஏற்கெனவே அவர் சேலத்தில் நடத்திய முற்போக்கு நடவடிக்கைகளால்

கோபம் கொண்டிருந்த பலரும் இத்திருமணத்தை முன்னிறுத்தி சி.ஆரின் தந்தையிடம் சென்று மகனின் நடவடிக்கை பற்றிக் குற்றம் சாட்டினர். அவர் தந்தையோ தன் மகன் தவறான எந்தச் செயலையும் ஊக்குவிக்கமாட்டான் என்று உறுதியுடன் கூறி அவர்களைத் திருப்பி அனுப்பிவிட்டார்.

சேலம் நகர்மன்றத் தலைவராக (சேர்மனாக) சி.ஆர் பணியாற்றிய காலத்தில் முதலாண்டில் நகரசபையின் வருவாய் ரூ.94,794.00. இதில் வீட்டுவரி மூலம் வரும் வருவாய் ரூ.35,392.00. குடிநீர் விநியோகம், கழிவு நீர்க் கால்வாய் (sewage water) வசதி ஆகியவற்றுக்காக வசூலித்த தொகை ரூ.33,349.00. சுங்கச்சாவடி மூலம் வரும் வருவாய் ரூ.10,000.00. அதற்கு அடுத்த ஆண்டில் நகரசபையின் வருமானம் ரூ.1,14,852.00 ஆக உயர்ந்தது. நாட்டிற்குச் சுதந்திரம்வேண்டும் குடியரசுவேண்டும் இந்திய மக்களே இந்தியாவை ஆளவேண்டும் என்று கனவு கண்டு கொண்டிருந்த சி.ஆர். ஒரு மாநகரத் தலைவராகப் பதவி வகித்ததை பின்னாளில் மாநில ஆட்சிகளை ஆளுவதற்கான பயிற்சிப் பட்டறையாகக் கருதலாம்.

1918ம் ஆண்டு இறுதியில் சி.ஆருக்கு நாற்பது வயது. உடல் சக்தியும் அறிவுத்திறனும் ஒன்றுக்கொன்று அனுசரணையாக இயங்கிக்கொண்டிருந்த காலம். அக்கால கட்டத்தில் சி.ஆர் பல துறைகளிலும் தம் ஆற்றலைக் காண்பித்து வெற்றிக்கனியை ஈட்டிவந்தார்.

டாக்டர்.பி.வரதராஜுலு நாயுடு பிரபலமான காங்கிரஸ் பேச்சாளர். அவருடைய மேடைப் பேச்சுக்குத் தமிழகமே திரண்டெழுந்தது. ஆணித்தரமாகக் கருத்துகளை அள்ளி வீசுவார். அக்காலத்தில் அவர்தான் காங்கிரஸின் ஸ்டார் பேச்சாளர் (star speaker) என்றால் அது மிகையாகாது. அவர் 'தமிழ்நாடு' என்ற ஒரு தினசரி இதழையும் நடத்தி வந்தார். 1920-1925க்கு இடையே ஓர் ஆண்டு வரதராஜுலு நாயுடு தமிழ்நாடு காங்கிரஸ் தலைவராகவும் திகழ்ந்த பெருமை கொண்டவர். 1920-1925 காலகட்டங்களில் முதலியார், நாயுடு, நாயக்கர் என்ற மூவரும்தான் காங்கிரஸ் என்றால் அது மிகையாகாது. இத்தகைய தலைவர் மீது ஒரு ராஜதுவேஷ வழக்கை அன்றைய ஆங்கில அரசு போட்டது. இந்த வழக்கு அந்தக் காலத்தில் தமிழக மக்களாலும் அனைத்திந்திய மக்களாலும் உன்னிப்பாகப் பார்க்கப்பட்டது.

இந்த அரசியல் முக்கியத்துவம் வாய்ந்த வழக்கை சி.ஆர் நடத்தினார். இந்தக் காலகட்டத்தில் சி.ஆர் வழக்கறிஞர்

தொழிலில் சலிப்பு கொண்டிருந்தார். ஆனால் அவர் விடுதலைப் போராட்டத்தின் போர்வாள், அவர் தமிழ்நாடு நிறுவன ஆசிரியர் பி.வரதராஜுலு நாயுடுவிற்காகக் களம் இறங்கினார். இவ்வழக்கை சி.ஆர் நடத்தவேண்டும் என்று நாயுடுவும் விரும்பினார். வழக்கு மதுரைக் கோர்ட்டில் நடைபெற்றது. மாமதுரையே குலுங்கியது. மதுரை வழக்கறிஞர் பலரும் மாண்டேகு-செம்ஸ்போர்டு அறிக்கைக்கு (Montagu–Chelmsford Reforms), எதிராகத் தீர்மானங்களை உருவாக்கும் பணியில் ஈடுபட்டிருந்தனர். தமிழகத்து வழக்கறிஞர்களில் முடிசூடா மன்னராகத் திகழ்ந்த சி.ஆர் இவ்வழக்கை எடுத்து நடத்த ஒப்புக்கொண்டார்.

மதுரையில் செப்டம்பர் 27ம் தேதி இவ்வழக்கு எடுத்துக்கொள்ளப்பட்டது. இவ்வழக்கைக் காணவும், சி.ஆரின் வாதத் திறமையைக் கேட்டு மகிழவும், நீதிமன்றத்திற்கு எதிரே மக்கள் வெள்ளமெனக் குழுமி இருந்தனர். வழக்காடும் பேராற்றலும் சட்டங்களைத் தம் மனத்தில் தேக்கி வைத்து வாதாடும் சி.ஆரின் திறமையைக் காண மக்கள் திரண்டு வந்திருந்தனர். நீதிமன்றத்துக்கு வெளியே குழுமிய கூட்டம் நேரம் ஆக ஆகக் கூடிக்கொண்டே இருந்தது. பெருங்கூட்டத்தின் மீது ஆங்கிலேய அரசாங்கத்தின் போலீஸ் துப்பாக்கிச் சூடு நடத்திக் கூட்டத்தைக் கலைக்க முயன்றது. இருவர் காவல்துறையின் துப்பாக்கிச் சூட்டிற்குப் பலியாகினர். துப்பாக்கிச் சூடுகண்டு கலங்கி ஓடிடாமல் மதுரை மக்கள் நாயுடுகாருவுக்கு ஆதரவாக மதுரைத் தமிழர்கள் திரண்டு வந்தனர். பின்னர் ராணுவம் வரவழைக்கப்பட்டது.

1918ம் ஆண்டின் கடைசி மூன்று மாதங்கள் மாமதுரை பிரதான அரசியல் போர்க்களமாக இருந்தது. வழக்கு மன்றத்தில் நடந்த வழக்குகளின் விவரமும் வழக்கறிஞர் சி.ஆரின் விவாதங்களும் ஏடுகளில் பிரசுரிக்கப்பட்டன. அப்போதைய பிரதானப் போர்க்களம் மதுரை சப்டிவிஷனல் முதல் வகுப்பு மாஜிஸ்ட்ரேட் எஸ்.வி.நற்குணத்தின் நீதிக்கூடம்தான் எனலாம். அனைவரும் எதிர்பார்த்தது போல நீதிபதி எஸ்வி. நற்குணம் வரதராஜுலு நாயுடுவிற்குப் பதினைந்து மாதங்கள் கடுங்காவல் தண்டனை விதித்தார். 'மாபெரும் அநீதி நடந்துவிட்டது' என்று இந்து (HINDU) இதழ் எழுதியது. 'சி. ஆர் வழக்கை மிகுந்த கவனத்துடன் நடத்தினார்' என்றும் இந்து பதிவிட்டிருந்தது. சி.ஆர் கீழ்க் கோர்ட்டில் தோற்றாலும் மேல் கோர்ட்டில் வெற்றிபெற முடியும் என்று நம்பிக்கை கொண்டிருந்தார்.

சென்னை உயர்நீதிமன்றத்திற்கு வழக்கு சென்றது சி.ஆர், கே.ஸ்ரீனிவாஸய்யங்கார், அல்லாடி கிருஷ்ணசாமி ஐயர் ஆகிய மூவரும் மேல்கோர்ட்டில் இந்த வழக்கை நடத்தினர். 1919 ஏப்ரலில் பிரதம நீதிபதி அய்லிங், சதாசிவ அய்யர் ஆகியோர் நாயுடுவை விடுவித்துத் தீர்ப்பு வழங்கினர். மதுரையில் சி.ஆர் எடுத்த எடுப்பிலேயே கண்டுபிடித்துக் கூறிய ஒரு முறைகேட்டின் காரணமாகவே நாயுடுவுக்கு விடுதலை கிடைத்தது. சி.ஆர் சேலத்தில் எடுத்துக்கொண்ட அனைத்து வழக்குகளிலும் வெற்றி பெற்றார்.

சி.ஆர் காந்திஜியை அகிம்சை வழியினின்று மாற்ற முடியாது என்பதை நன்றாக உணர்ந்தார். தமது மூன்று சிறைவாசங்கள் பற்றி காந்திஜி எழுதி கல்கத்தா மாடர்ன் ரிவ்யூவில் 1913ல் பிரசுரமான கட்டுரைகள் சந்தேகத்திற்கிடமில்லாமல் காந்திஜி அகிம்சை வழியிலேயே பயணிப்பார் என்பதை உணர்த்தின. இதை சி.ஆர் கூர்ந்து நோக்கினார். சேலத்தில் வாழ்ந்து தென்னாப்பிரிக்கவுடன் தொடர்பு கொண்டிருந்த ஒரு பாதிரியார், 'டோக்' என்ற மதகுரு எழுதிய காந்தி பற்றிய நூலை சி.ஆருக்குப் படிக்கக் கொடுத்திருந்தார். அந்த நூலும் சி.ஆரை காந்திஜி அகிம்சா மூர்த்தியாக சத்தியாகிரக வழியிலேயே அரசியல் போராட்டங்களை நடத்துவார் என்ற முடிவுக்கு வரவைத்தது.

'காந்திஜியின் சிறைச்சாலை அனுபவங்கள்' என்ற நூலை சி.ஆர் தமது சொந்தப் பணத்தில் தாமே உழைத்து அச்சு இயந்திரத்திற்கு முன்பாக கால்கடுக்க நின்று அச்சடித்து வெளியிட்டார். இந்த நூல் தென்னாப்பிரிக்கா இயக்கத்துக்கு நிதி உதவி கோரும் சி.ஆரின் முகவுரையுடன் வெளிவந்தது. மக்கள் அளித்த ஆயிரத்து ஐந்நூறு ரூபாய் பணத்தை பூனாத்தலைவரும் மிதவாதிகளின் தலைவருமான கோபாலகிருஷ்ண கோகலேக்கு சி.ஆர் அனுப்பிவைத்தார். காந்திஜியின் போராட்டம் அக்கால கட்டத்தில் தென்னாப்பிரிக்காவில் மட்டுமே நடந்து வந்திருந்தாலும், இந்தியாவிலும் அப்போராட்ட முறைகளைக் கையாண்டு அவர் தென்னாப்பிரிக்காவில் பயன்படுத்திய ஆயுதங்களாகிய அகிம்சை, சத்தியாகிரகம் போன்றவற்றை இந்தியாவிலும் பயன்படுத்திப் பார்க்கவேண்டும் என்ற எண்ணத்தை சி.ஆருக்கு ஏற்படுத்தியது.

பாலகங்காதர திலகரின் தீவிரவாதத்தை ஏற்றுக்கொண்டு திலகரின் தீவிரவாத தோழர்களிடம் நெருங்கிய தோழமை பாராட்டியும் சேலம் மாவட்டத்தை அசைக்க முடியாத

தீவிரவாதிகள் கோட்டையாக மாற்றிய சி.ஆர் காந்திய நெறியை வெள்ளைய ஏகாதிபத்தியத்தை விரட்டப் பயன்படுத்தலாம் என்ற முடிவுக்கு வந்தார். சி.ஆரின் மனமாற்றம் அவருடைய அரசியல் திருப்புமுனையாக மாறியது.

கொஞ்சம் கொஞ்சமாக சி.ஆருக்கு வழக்கறிஞர் தொழிலில் கசப்பு ஏற்பட்டது. எனினும் சேலத்தில் அவரே மிகப் பெரிய வழக்கறிஞர். வந்த வழக்குகளிலும் பிறர் எடுத்து மேன்முறையீட்டை இவர் மேற்கொண்ட வழக்கிலும் இவரே வெற்றிபெற்று வந்தார். சேலத்திற்கு வந்த கொஞ்ச காலத்திலேயே, கிரிமினல் வழக்குகளிலும் அவர் வென்றார். சேலம் விஜயராகவாச்சாரியார் பெரிதும் கிரிமினல் வழக்குகளை விரும்பாத நிலையில் இருந்தார். ஆனால், சி.ஆர் கிரிமினல் வழக்குகளையும் எடுத்து வெற்றிவாகை சூடினார். இவருடைய வெற்றிக்கு இவருடைய சிறந்த ஞாபகசக்தியே காரணம். இவருடைய ஞாபகசக்தியைப் பார்த்து வெள்ளைக்கார நீதிபதிகளே அசந்து போயிருக்கிறார்கள். ஆனாலும் வழக்கறிஞர் தொழிலை விட்டுவிட இவர் விரும்பினார்.

இவ்வாறு இவருக்குத் தொழிலில் வெறுப்பும் கசப்பும் ஏற்பட்டு வரும் வேளையிலும் வந்த வழக்குகளில் இவரே வென்றார். மோகனூர் சுவீகார வழக்கை வெகு சுவாரசியமாக நடத்தி வெற்றிபெற்றார். இவருக்கு எதிராக சேலம் விஜயராகவாச்சாரி களம் இறக்கப்பட்டார். வழக்கு என்ன தெரியுமா?

நாமக்கல் தாலுக்காவில் உள்ள மோகனூரின் பெருநிலக் கிழார் வேதாந்தாச்சாரியார். இவர் தாம் வயோதிகப் பருவம் அடைந்து வருவதால், தமக்கு இறுதியில் நிறைவேற்றவேண்டிய ஈமச்சடங்குகளைச் செய்யத் தூரத்து உறவுக்காரப் பையனும் ஏழையுமான ஒருவனை முறைப்படி சுவீகாரம் எடுத்துள்ளார். அவர் மறைந்தபின் அவருடைய சுவீகாரப் புதல்வன் கடைசி கர்மாக்களைச் செய்து முடித்தான். இப்பொழுது வேதாந்தாச்சாரியின் மனைவி தன் கணவர் இந்தப் பையனைச் சுவீகாரம் எடுக்கவே இல்லை. என் கணவரின் சொத்துகளில் இவனுக்கு யாதொரு உரிமையும் கிடையாது என்று வழக்குத் தொடுத்தாள். இதன் காரணமாக ஏற்பட்ட வழக்கில் அந்த விதவை விஜயராகவாச்சாரியாரைத் தம் வழக்கறிஞராக்கினாள். மைனர் பையனின் இயற்கைத் தகப்பனார் சி.ஆரைத் தம் வழக்கறிஞராக்கினார். சி.ஆர் ஸ்வீகாரம் நடந்தது உண்மை என்று நிரூபித்து வெற்றிகண்டார்.

இப்படி வெற்றிகரமான வழக்கறிஞராக இருந்த இவர் ஒருமுறை 'ஒரு விலைமாது தன் உடலை ஒரு தொகைக்கு விற்பதை என்னால் புரிந்துகொள்ள முடிகிறது. அதை என்னால் மன்னிக்கவும் முடியும். ஆனால் தன் அறிவை விலை பேசுகிற வழக்கறிஞரை என்னால் மன்னிக்கவே முடியாது. இந்தத் தொழிலை விட்டுவிடுகிற நாளை நான் ஆவலுடன் எதிர்பார்க்கிறேன்' என்றார் சி.ஆர். இது அவர் வழக்கறிஞர் பற்றிய தம் எண்ணத்தை மனவருத்தத்துடன் வெளியிட்ட கருத்து என்று நாம் எடுத்துக்கொள்ளலாம்.

1918ம் ஆண்டுவரை சி.ஆர் சேலத்தில்தான் தன் தொழிலைச் செய்துவந்தார். இந்து (HINDU) குழுமத்தின் உரிமையாளரான கஸ்தூரி ஐயங்கார் சி.ஆர் சென்னைக்கு வரவேண்டும் என்ற ஆவலைத் தெரிவித்தார். ஏற்கெனவே உயர்நீதிமன்றத்தில் வழக்காட தம் பெயரை சி.ஆர் பதிவு செய்து வைத்திருந்தார். ஆனால் சென்னைக்கு வழக்கு காரணமாக அதிகமாக வரவில்லை. கஸ்தூரி ஐயங்கார் தமக்கு கதீட்ரல் சாலையில் ஒரு வீடு காலியாக இருப்பதாகவும் அதில் வந்து தங்கிக்கொள்ளலாம் என்றும் குறிப்பிட்டார். சி.ஆரிடம் பெருமதிப்புக் கொண்டிருந்த வெங்கட்ராமன் முதலிய நண்பர்களும் இவரை சென்னைக்கு வரவேண்டும் என்று வேண்டினர்.

சென்னைக்கு வந்து அதிகம் பொருள் ஈட்டலாம் என்பதில் சி.ஆரின் கவனம் செல்லவில்லை. சென்னையில் உள்ள முன்னேற்றம் அடைந்த பள்ளிகளில் தம் பிள்ளைகளைப் படிக்க வைக்கலாம் என்ற எண்ணம் சி.ஆரை சென்னை நோக்கிப் பயணிக்கத் தூண்டியது. 'இந்து' கஸ்தூரி ஐயங்கார் இன்னொரு உண்மையையும் கூறினார். "நீங்கள் அரசியல் ஈடுபாடுகொண்டு பணியாற்றி வருகிறீர்கள். நீங்கள் ஒரு பெரிய மாகாணத்தின் தலைநகராக விளங்கும் சென்னை போன்ற நகரத்திலிருந்து பணியாற்றினால்தான் உங்கள் அரசியல் பணிகளை இந்தியா முழுவதும் கவனிக்கும். ஆகவே சென்னைக்கு நீங்கள் வரவேண்டியது மிகவும் அத்தியாவசியமாகிறது. உங்கள் பிள்ளைகள் உயர் கல்வி கற்று அவர்கள் பெரிய நிலைக்குச் செல்லவும் நீங்கள் சென்னைக்கு வருவது அவசியமாகிறது. சென்னையோடு ஒப்பிடுகையில் சேலம் ஒரு சிறிய ஊரே, சென்னையில்தான் உயர்நீதிமன்றம் இருக்கிறது. சேலத்தில் வழக்கறிஞர் தொழிலில் நீங்கள் ஈட்டிய பொருளைப்போல் பன்மடங்கு பொருளை நீங்கள்

சென்னையிலேயே ஈட்டமுடியும்" என்று கஸ்தூரிரங்க ஐயங்கார் கூறினார்.

ராஜாஜி என்ற மாபெரும் தேரை கஸ்தூரிரங்க ஐயங்கார் பெரிய வடக்கயிறு போட்டு சிங்காரச் சென்னைக்கு இழுத்துக்கொண்டு வந்துவிட்டார். சென்னைக்கு வருவது என்று சி.ஆரும் முடிவு எடுத்துவிட்டார். சேலம் நகரத்தில் தலைவராக விளங்கிய சி.ஆர் சிங்காரச் சென்னைக்கு வந்து வழக்கறிஞர் தொழிலிலும், அரசியலிலும் ஒளிவிட்டுப் பிரகாசிக்கப் போகிறார்.

சி.ஆர் இதுவரை காந்திஜியைச் சந்தித்துப் பேசவில்லை. தென்னாப்பிரிக்காவில் இருந்து வந்த காந்திஜி தலைவர் கோபாலகிருஷ்ண கோகலே அவர்களின் அறிவுரைப்படி இந்தியா முழுவதையும் சுற்றிப்பார்க்கக் கிளம்பினார். இப்பயணம் ஆங்காங்கு உள்ள மக்களின் பழக்கவழக்கங்கள் பண்பாடு, நாகரிகம் முதலியவை பற்றித் தெரிந்துகொள்வதற்கு உதவியது. மகாத்மா காந்திஜியின் இந்தச் சுற்றுப்பயணத்திலும் சி.ஆர்-காந்திஜி சந்திப்பு ஏற்படவில்லை. ஒருவரை ஒருவர் சந்திக்காமலே உணர்ச்சி அடிப்படையிலும் நாட்டின் அரசியல் எழுச்சிகளின் அடிப்படையிலும் தம் உள்ளம் ஈர்த்துவிட்டதால் நண்பர்களாயினர்.

1919ம் ஆண்டு ஜனவரி பிற்பகுதியில் சி.ஆர் சென்னையில் குடியேறுவது என்ற முடிவுக்கு வந்தார்.

4

சென்னையில் ராஜகோபாலாச்சாரியார்

சக்கரவர்த்தி ராஜகோபாலாச்சாரியார் சேலத்தில் பதினெட்டு ஆண்டுகள் உயரிய உன்னத வாழ்க்கை வாழ்ந்து முடித்தபின் சென்னைக்கு வந்தார். அக்கால இந்தியாவில் சென்னை, பம்பாய், கல்கத்தா, டில்லி முதலிய பெரு நகரங்கள் இந்தியாவில் பெரும் புகழ் பரப்பிக்கொண்டு திகழ்ந்தன

சி.ஆர் பல நண்பர்கள் மற்றும் இந்து கஸ்தூரிரங்க ஐயங்கார் முதலிய பெருமக்களின் தூண்டுதலாலும் தன் மனத்திலே ஏற்பட்ட உந்து சக்தியாலும் சென்னைக்குக் குடும்பத்துடன் வந்துவிட முடிவுசெய்தார். ‘நாம் சென்னைக்குச் செல்கிறோம்’ என்று தம் குடும்பத்தில் சி.ஆர் அறிவித்தார். மார்சு மாதத்தின் முதற் பகுதியில் பாப்பா, 9 வயதான நரசிம்மன், ஆறு வயதான லட்சுமி, பாப்பாவைக் கவனித்துக்கொள்ளப் பாட்டியாகிய அலர்மேல் மங்காவின் தாய் ஆகியவர்கள் கிளம்பி ரயிலில் சென்னை வந்து சேர்ந்தனர். அவர்களுடன் சி.ஆரின் தந்தையும் உடன்வந்தார். கதீட்ரல் சாலையிலிருந்த மாடியுடன் சுற்றிலும் விசாலமான நிலப்பரப்பும் கூடிய கஸ்தூரிரங்க ஐயங்கார் இல்லத்திற்கு வந்து குடியேறினர்.

16 வயதான கிருஷ்ணசாமியும், 15 வயதான ராமசாமியும் சி.ஆரின் சகோதரருடன் இருக்குமாறு சேலத்திலேயே விடப்பட்டனர். சேலத்து வீட்டின் வெற்றிடத்தில் ஒரு வீடு கட்ட நகர சபை ஊழியர் ஒரு வரைபடமும் தயாரித்துக் கொடுத்திருந்தார். அந்த முயற்சிகள் யாவும் சேலத்தில் முடங்கிப் போயின. இரண்டு சமையல்காரர்களை சி.ஆர் வேலைக்கு அமர்த்தினார். சி ஆர் அந்த வீட்டிற்கு மாதம் ரூ.230/- வாடகை கொடுக்க ஒப்புக்கொண்டார்.

இந்திய அரசியல் அப்போது பரபரப்பாக இயங்கிக் கொண்டிருந்த நேரம். ஆள் தூக்கிச் சட்டமான ரௌலட் சட்டமும் மாண்டேகு-செம்ஸ்போர்டின் இரட்டை ஆட்சி சட்டமும் அரசின் கையில் உருவாகிக்கொண்டிருந்த நேரம். இச்சட்டங்கள் புது தில்லி சட்டமன்றத்தில் நிறைவேறிவிட்டன. வைஸ்ராயின் ஒப்புதல் மட்டுமே பாக்கி. ரௌலட் சட்டத்தை எப்படி எதிர்த்து, அதை நீர்த்துப் போக வைப்பது என்பதே இந்திய தேசத்து ஆர்வலர்களின் சிந்தனையாக இருந்தது. இச்சட்டம் நிறைவேறுவதற்கு முதல் நாள்தான் சி.ஆர் அதற்கு எதிரான சத்தியாகிரக வாக்குறுதியில் கையெழுத்திட்டிருந்தார். சி.ஆர் இந்து அதிபர் கஸ்தூரிங்க ஐயங்காரிடம் காந்திஜியை சென்னைக்கு அழைக்கவேண்டும் என்று வேண்டியிருந்தார். அவ்வாறே காந்திஜியை கஸ்தூரி ஐயங்கார் அவர்களும் சென்னை மாகாணத்திற்கு வருமாறு அழைத்திருந்தார். காந்திஜியும் அவர் அழைப்பை ஏற்று தம் செயலாளர் மகாதேவ் தேசாயுடன் சென்னைக்குப் புறப்பட்டு வந்துகொண்டிருந்தார்.

சென்னைக்கு வரும் வழியிலேயே தேசாய் காந்திஜியிடம் சி.ஆர் தான் கஸ்தூரிரங்க ஐயங்கார் மூலம் சென்னைக்கு வருமாறு அழைப்பு விடுத்திருக்கிறார் என்று உண்மையைக் கூறிவிட்டார். காந்தி அதுவரை இந்து ஏட்டின் உரிமையாளரே தம்மை அழைத்திருப்பதாக எண்ணியிருந்தார். அந்த எண்ணத்தை மகாதேவ தேசாய் உடைத்தார். மேலும் தேசாய் காந்திஜியை சி.ஆருடன் அதிகம் பழகவேண்டும். அவருடைய நல்லெண்ணத்தையும் நட்பையும் பெற்றுக்கொள்ள வேண்டும் என்றும் வேண்டிக்கொண்டார். சி.ஆரை நன்கு புரிந்துகொண்டு தேசாய் காந்திஜியிடம் மேற்கண்டவாறு தெரிவித்தார்.

காந்திஜி மூன்று நாள்கள் தொடர்ந்து சி.ஆருடன் ரௌலட் சட்டம் பற்றிப் பேசினார். ரௌலட் சட்டத்தை எப்படி எதிர்க்கவேண்டும் என்பதைப் பற்றிய திணறலில் சிக்கித் தவித்துக்கொண்டிருந்த காந்திஜிக்கு சி.ஆர்தான் வழி

காட்டினார். ‘காந்திஜிக்குப் பல சந்தர்ப்பங்களில் சிக்கலான பிரச்சினைகளைத் தீர்ப்பதற்கும், சமூக முன்னேற்றத்திற்கான முற்போக்கு கருத்துகளையும் கூறியும் காந்திஜி பெற்ற வெற்றிகளுக்கு உறுதுணையாக இருந்தவர் சி.ஆர்’ என்று தந்தை பெரியார் ஈ.வெ.ராமசாமி நாயக்கர் தெரிவித்திருக்கும் கருத்து முற்றிலும் உண்மையான கருத்தாகும்.

ரௌலட் சட்டத்திற்கு அங்கீகாரம் அளிக்காமல் நிறுத்தி வைக்கும்படி மார்சு 20ம் தேதி காந்திஜி வைஸ்ராய்க்குக் கடிதம் எழுதி இருந்தார். மார்ச் 22ம் தேதி செம்ஸ்ஃபோர்டு பிரபுவின் மசோதாவில் கையெழுத்துப்போட்டு வைஸ்ராய் சட்டமாக்கிவிட்டதாகச் செய்தி வந்தது. காந்தி இரவு பல மணி நேரம் விழித்திருந்து ரௌலட் சட்டத்தை நிறுத்துவது எவ்வாறு என்று சிந்தித்துக்கொண்டிருந்தார். தென்னாப்பிரிக்காவில் பயன்படுத்திய சத்தியாகிரகம் என்ற ஆயுதத்தைக் கையிலெடுத்து இந்தியா முழுவதிலும் கடைகளை அடைத்து, கடை நடத்துபவர்களை உபவாசம் பிரார்த்தனைகள் செய்யத் தூண்டவேண்டும் என்ற முடிவுக்கு வந்தவராய் அதிகாலை எழுந்து சி.ஆரைப் பார்த்து தம் எண்ணத்தைச் சொன்னார். தமது விருந்தினராக வந்திருக்கும் காந்திஜியின் கருத்துகளை ஏற்று சி.ஆர் ஏப்ரல் ஆறாம் தேதி கதவடைப்புச் செய்து உண்ணா நோன்பு இருக்குமாறு தேசத்துக்கு அறை கூவல் விடுக்கும் ஓர் அறிக்கையைத் தயாரித்துக்கொடுத்தார்.

இந்தச் சத்தியாகிரகப் போராட்டத்தில் சி.ஆருக்கு முழு நம்பிக்கை ஏற்பட்டது. காந்திஜியின் யோசனை அன்றுவரை சோதித்துப் பார்க்கப்படாத ஒன்றாதலால் சென்னை மாநகர மக்கள் இதை ஆதரிப்பதற்கும் இப்போராட்டத்திற்குச் செயலாளராக இருப்பதற்கும் அஞ்சினர். சி.ஆரே செயலாளராகவும் தம் பெயரைப் பதிவுசெய்து கொண்டார். ஏப்ரல் 6ம் தேதி கதவடைப்பு நன்றாகவே நடந்தேறியது. பெரிய கடைகள் சின்னக் கடைகள் என்று வேறுபாடு இன்றி எல்லாக் கடைகளும் அடைக்கப்பட்டிருந்தன. தினசரி காலை நேரத்தில் இட்லிக் கடை நடத்தும் தாய்மார்கள்கூட கடை நடத்த முன்வரவில்லை. கடையடைப்பு சென்னை மாகாணம் தொட்டு இந்தியாவின் வடபகுதிவரை கச்சிதமாக நடந்தேறியது. தென்கோடியிலிருந்து வடகோடிவரை பூரணக் கடையடைப்பு. இந்தக் கதவடைப்பு முழு வெற்றி பெற்றது. அதுவும் சென்னை மாகாணத்தில் முழு வெற்றி. இந்த இயக்கம் முன்பு சேலம் வாசியாக இருந்த ராஜகோபாலாச்சாரியார்

வீட்டில் தொடங்கப்பட்டு இருப்பதாக போலீஸ் கமிஷனர் சென்னை அரசுக்குத் தகவல் கொடுத்தார். மேலும் கமிஷனர் சென்னை கிளையின் செயலாளராகப் பணியாற்றிடச் சிலர் சாக்குப் போக்கு சொல்லித் தட்டிக் கழித்ததையும் குறிப்பிட்டு அரசுக்குத் தகவல் அனுப்பினார்.

ரௌலட் சட்டத்தின்படி அரசு தனது சந்தேகத்திற்குள்ளான யாரை வேண்டுமானாலும் கைது செய்யலாம். குறிப்பிட்ட எல்லை வரைதான் நடக்கலாம் என்று கட்டுப்படுத்த முடியும். பேசத் தடை விதிக்கலாம். பொது விசாரணையோ நீதி விசாரணையோ இன்றிச் சிறை வைக்கலாம். இச்சட்டத்தைப் பயன்படுத்தி ஒற்றர்கள் தரும் தகவல்கள் அடிப்படையில் யாரையும் கைது செய்யவும், சிறையில் தள்ளவும் அரசால் முடியும். 'ம்' என்றால் சிறைவாசம் 'ஏன்' என்றால் சிறைவாசம். இந்த ரௌலட் சட்டத்தை ஆள் தூக்கிச் சட்டம் என்று சொல்லலாம்.

இந்த கதவடைப்பு ஏப்ரல் 6ம் தேதி அன்று இந்தியா முழுவதிலும் ஒரு கோடியிலிருந்து இன்னொரு கோடிவரை பட்டணங்கள் மட்டுமின்றி கிராமங்கள் வரை அனைத்துக் கடைகளும் அடைக்கப்பட்டு இருந்தன. சி.ஆர் வியப்படைந்து போனார். காந்தியை சென்னைக்கு அழைக்கவேண்டும் என்று கஸ்தூரி ஐயங்காரிடம் கூறியபோது இத்தகைய பலன் விளையும் என்று அவர் நினைக்கவில்லை. பெண்கள் நடத்திய சின்னச்சின்ன பழ வியாபாரங்கள், பலகாரக் கடைகள், சிறிய கடைகள், சிறுசிறு காப்பி, சாயா கடைகள், புலால் கடைகள் முதலிய எல்லாமே, இந்து முஸ்லீம் கிருஸ்தவர் யார் நடத்துகின்ற கடைகளாயிருந்தாலும் அடைக்கப்பட்டிருந்தன. அன்று மாலை நேப்பியார் பாலம் முதல் சாந்தோம் வரை ஒரே மக்கள் வெள்ளம். மனிதர்களின் தலைகள் கடல் அலைகள் போலக் காட்சி அளித்து வியப்பை ஏற்படுத்தியிருந்தது.

மூர் என்ற சி.ஐ.டி அதிகாரி 'காபிக் கடைகள், காய்கறிக் கடைகள், பால் விற்கும் கடைகள் யாவும் அடைக்கப்பட்டன. மண்பானையில் தயிர் விற்று வரும் தாய்மார்களைக்கூடத் தெரு வீதிகளில் காணவில்லை' என்று அறிக்கை எழுதி அரசிற்கு அனுப்பினான். இயக்கத்தின் மற்றொரு வளர்ச்சியாகப் பலாத்காரத்தைத் தூண்டும் புத்தகங்களைத் தவிர மற்ற நூல்கள் அமைதியான முறையில் விற்பனைக்கு வந்தன. காந்திஜி எழுதிய 'Hind Swaraj' என்ற நூலும், அவரால் மொழிபெயர்க்கப்பட்ட ரஸ்கினின் நூலாகிய 'Un

To The Lost' என்ற நூலும் வெளிவந்தன. சி.ஆரின் முயற்சியால் 'சத்தியாகிரகா' என்ற இதழ் பதிவு செய்யாமலே வெளிவந்தது.

மே 12ம் தேதி இவ்வாறு வெளியிடப்பட்டுள்ள துண்டுப் பிரசுரம் ஒன்றில் சி.ஆர் 'இது அறம் சார்ந்த பிரச்சினை இன பேத பிரச்சினை அல்ல' என்றார்.

பச்சை நிற முரட்டுக் கதர் பண்டல் ஒன்று சி.ஆர் வீட்டிற்கு வந்தது. குட்டி லட்சுமி "இது படுத்துக்கொள்ள உதவும் விரிப்பா அப்பா?" என்றாள் வெகுளித்தனத்துடன். "இல்லை இதிலேதான் உங்களுக்கு இனி உடை தைத்துக்கொடுக்கப் போகிறேன்" என்றார் சி.ஆர். தர்மாவரம் பட்டும் காஞ்சிபுரம் பட்டும் எனத் தாயார் மங்காவை போல் உடுத்தவேண்டிய குட்டி லட்சுமியும், பாப்பாவும் அப்பாவைப் பார்த்துப் பிரமித்துப் போயினர்.

பஞ்சாபிலும் மக்கள் கொதித்துப் போயிருந்தனர். ஏப்ரல் 6ம் தேதி கதவடைப்பு வெகு நன்றாக நடத்தப்பட்டிருந்தது. ஏப்ரல் 10ம் தேதி மகாத்மாவை பஞ்சாப் எல்லைக்கு வரும் முன்னே கைது செய்து பலத்த பாதுகாப்புடன் திருப்பி அனுப்பி வைக்கப்பட்டார். இது போதாதென்று, மைக்கேல் ஓ'ட்வையர் (Michael O'Dwyer) சத்தியபாலையும், சைஃபுதின் கிச்லூவையும் கைது செய்து அமிர்தசரஸிலிருந்து அப்புறப்படுத்த ஆணை பிறப்பித்தார். இந்தக் கைதை எதிர்த்து ஓர் ஆர்ப்பாட்ட ஊர்வலம் நடத்தப்பட்டது. இதில் கலந்துகொண்டவர்கள் துப்பாக்கிச் சூட்டிற்கு ஆளாயினர். ஆத்திரமடைந்த கூட்டம் பழிக்குப் பழி என்ற முறையில் ஐந்து ஆறு ஆங்கிலேயர்களை அவர்கள் பணியில் இருக்கும் அலுவலகத்திற்கே சென்று கொன்றுபோட்டனர். பள்ளி ஆசிரியை குமாரி ஷெர்வுட் தாக்கப்பட்டார். மறுநாள் அமிர்தசரஸ் சட்ட ஒழுங்கு நிர்வாகத்தை ஜெனரல் ரெஜினால்ட் டயர் (Reginald Edward Harry Dyer) எடுத்துக்கொண்டார். சிம்லாவில் பிறந்த இவன் போர் செய்வதையே தொழிலாகக்கொண்டவன்.

ஏப்ரல் 13ம் தேதி பிற்பகலில் சீக்கியர்கள் இந்துக்கள் முஸ்லிம்கள் எல்லோருமாகச் சேர்ந்து சுமார் 10,000 பேர் ஜாலியன் வாலாபாக்கில் கூடினர். ஜெனரல் டயர் கூட்டம் கூடுவதற்கும் பொதுக்கூட்டங்கள் நடத்தவும் தடை விதித்திருந்தான். கூட்டத்திற்கு வந்திருந்த மக்களில் பெரும்பாலானோர்க்கு டயர் விதித்திருந்த தடையுத்தரவு பற்றித் தெரியாது. கூட்டம் ஆரம்பித்து சில நிமிடங்கள்கூட

ஆகவில்லை. திடீரென்று ஜெனரல் டயர் துப்பாக்கிகள் ஏந்திய கூர்கா பலூசி சிப்பாய்களுடன் மேடை மீது ஏறி பேச்சாளர்கள் அமர்ந்திருக்கும் இடத்தில் நின்றுகொண்டு கூட்டத்தை நோக்கி துப்பாக்கிப் பிரயோகம் செய்ய உத்தரவிட்டான். ஓர் அறிவிப்புக்கூடச் செய்யாமல் சுடச் சொன்னான். கட்டளைக்குக் கீழ்ப்படிந்து சிப்பாய்கள் சுட்டனர். மாட்டிக்கொண்ட கூட்டம் துப்பாக்கிச் சூட்டில் சிக்கிக் கொத்துக் கொத்தாக உயிர்விட்டது. அரசு அறிவித்த எண்ணிக்கையின்படி 379 பேர் மரணம் அடைந்ததாகவும் 1100 பேர் காயமடைந்ததாகவும் தெரிவிக்கப்பட்டது. அரசு தரப்பு தந்திருக்கும் தகவலைக் காட்டிலும் அதிகமானவர்கள் இறந்துபோனார்கள், அதிகமானோர் காயமடைந்தனர். இந்திய வரலாற்றிலேயே இது மிகப்பெரிய பயங்கரமான துப்பாக்கிச் சூடு.

நிராயுதபாணிகளாகக் கூடிய கூட்டத்தை டயர் சுட்டு வீழ்த்தினான். துப்பாக்கிச் சூடு விவரங்களைச் செய்திகளாக வெளியே தெரிந்து விடாமல் கடும் கட்டுப்பாடுகளைக் கொண்டு தடுத்தான். அப்படிக் கடுமையான கட்டுப்பாடுகள் இருந்தபோதிலும் செய்திகள் கசிந்து கொஞ்சம் கொஞ்சமாக வெளிவந்துவிட்டன.

கிலாபத் இயக்கத்தை இந்தியச் சுதந்திரப் போராட்டத்துடன் காந்தி இணைத்தார். சி.ஆரும் கிலாபத் இயக்கத்தை ஆதரித்தார். திருச்சியில் சென்னை மாகாண மாநாடு நடந்தபோது சி.ஆர் இது பற்றிய ஒரு தீர்மானத்திற்குத் தூண்டுதலாக இருந்தார். பிரிட்டிஷ் ஆட்சியாளர்களுக்கு இந்து-முஸ்லிம் ஒற்றுமை என்பது இயற்கையானதாகவும் படவில்லை. வரவேற்கத்தக்கதாகவும் தோன்றவில்லை. ரௌலட் சட்டம் வாபஸ் பெறப்படவில்லை என்றாலும் பயன்படுத்தப்போவதில்லை என்ற நிலை வரவேற்கத்தக்கதே. ரௌலட் சட்டத்தை ஆங்கிலேய அரசு கிடப்பில் போட்டது. இது போராட்டத்தின் வெற்றி. ஜாலியன் வாலாபாக் பற்றி அமிர்தசரஸ் காங்கிரஸ் தீர்மானம் உறுதியானதாக இருந்தது. டயர் பதவி நீக்கம் செய்யப்படவேண்டும். ஓ'ட்வையர் ராஜினாமாச் செய்யவேண்டும். வைஸ்ராயை பிரிட்டிஷ் அரசு திரும்பப் பெற்றுக்கொள்ள வேண்டும். மேலும் ஹண்டர் கமிஷன் நியாயம் வழங்கும் என்று எதிர்பார்ப்பதாகவும் தெரிவித்தது.

1885ம் ஆண்டு காங்கிரஸ் தோற்றுவிக்கப்பட்டது. டாக்டர் ஆலன் ஆக்டேவியன் ஹியூம் (Allan Octavian Hume) காங்கிரஸின்

தந்தை என்றழைக்கப்படுகிறார். இரு இந்திய வைஸ்ராய்களான ரிப்பன் பிரபு (1884-1886), டப்ரின் பிரபு (1884-1888) இருவரிடமும் பலமுறை பேசிக் கலந்த பின்னேதான் 1885ல் காங்கிரஸ் மகாசபை தோற்றுவிக்கப்பட்டது. காந்திஜி இந்தியாவிற்கு வரும் முன்பே சி.ஆர் காங்கிரஸில் ஈடுபாடுகொண்டார். தீண்டாமை ஒழிப்பில் கவனம் செலுத்தினார். சமூக சீர்திருத்தத்தில் ஈடுபாடு கொண்டார். காந்திஜி நிறவெறிக்கு எதிராக அகிம்சைப் போராட்டங்கள் நடத்துவதை இதழ்கள் வாயிலாக சி.ஆர் அறிந்துகொண்டு காந்தியிடம் மரியாதை கொண்டார்.

ஆலன் ஹியூம் இந்தியச் சுதேசிகளிடம் பற்றும் பாசமும் கொண்டவர். இவர் ஆங்கில அரசிலிருந்து பதவி ஓய்வு பெற்றதும் தன் தாய் நாடான இங்கிலாந்து செல்லாமல் சாகும்வரை இந்தியாவிலேயே தங்கி இருந்தார் என்று 1883ல் ஜி.சுப்பிரமணிய அய்யர் வெளியிட்ட வினா விடையில் தெரிவிக்கிறார். அகில இந்திய அரசியலமைப்பை உருவாக்க ஆலன் ஹியூமிற்கு உறுதுணையாக விளங்கியது சென்னை இந்து பத்திரிகை. மெயில் ஆங்கில இதழ் 'இந்திய நேஷனல் காங்கிரஸ்' என்று தம் இதழ்களில் வெளியிடக் கூசியது. இது ஆங்கிலோ இந்தியப் பத்திரிகை. மகாகவி பாரதியார் இந்த விலக்கி வைக்கும் போக்கைக் கண்டித்து 10.10.1908 அன்று 'இந்தியா' இதழில் 'ஒரு காலத்தில் காங்கிரஸ் என்ற பெயரைக் கேட்ட உடனேயே 'மெயில்' பத்திரிகைக்குக் கோபமும் அருவருப்பும் உண்டாயின. அப்போதெல்லாம் மெயில் பத்திரிகை இந்திய நேஷனல் காங்கிரஸ் என்று எழுதுவது கிடையாது. சும்மா இந்தியன் காங்கிரஸ் என்றுதான் எழுதும் நேஷனல் என்ற வார்த்தையை உபயோகித்தால் இந்தியர்கள் அனைவரும் ஐக்கியமுடைய ஒரு சாதி என்று மெயில் பத்திரிகை ஒப்புக்கொண்டாதாகிவிடும் அல்லவா? அதனால் அக்கருத்தைத் தாம் ஒப்புக்கொள்ளவில்லை என்பதைப் பலரும் அறிய, அக்கருத்தை நிலைநாட்ட மேற்படி இதழார் 'நேஷனல்' என்ற பதத்தை விட்டுவிடுவது வழக்கமாக இருந்தது' எனக் குறிப்பிட்டுள்ளார்.

7.7.1906ல் இந்தியா இதழிலும் பாரதியார், காங்கிரஸின் தேசிய ஐக்கியப் பணியையும் காங்கிரஸ் மகாநாட்டிற்குச் செல்வதை ஒரு புனித யாத்திரையாகக் கருதும் மனப்பான்மை நிலவுவதையும் குறிப்பிட்டுள்ளார்.

இந்திய அரசியல், ரௌலட் சட்ட எதிர்ப்பு, ஜாலியன் வாலாபாக் படுகொலை, ஊர்வலமாகப் போன

பெருந்தலைவர் லாலா லஜபதிராய் போலிசாரால் ஈவிரக்கம் இன்றி தாக்கப்பட்ட சம்பவம், கிலாபத்துக்கு காந்திஜியும் ராஜாஜியும் அளித்த ஆதரவு செம்ஸ்போர்டின் இரட்டை ஆட்சிமுறை என்று பல முனைப்புகளில் கலங்கிப் போயிருந்தது. கிலாபத் போராட்டத்திற்கு காந்திஜி திட்டமிட்டபோது சி.ஆர் மகாத்மா காந்திஜியிடம் "ஒரு மதத்தினர் மற்றொரு மதத்தினரைப் பொறுத்துக்கொண்டு போவது மட்டுமல்ல; ஒரு மதத்தினர் மற்றொரு மதத்தினருக்காகப் போராடப்போவது வரவேற்கப்படவேண்டிய செய்தி. இத்தகைய அழகான ஒரு காட்சியை இந்தியா உலகுக்கு அளிக்க முயல்வது எவ்வளவு அழகானது" என்றார்.

சி.ஆரின் பேச்சுக்கு காந்திஜி "அசாத்திய அழகுதான் இல்லையா" என்று பதிலளித்தபோது காந்திஜியின் கண்கள் ஒளிர்ந்தன.

சி.ஆர் கிலாபத்இயக்கத்தைத்தொடங்கினார்.கிலாபத்இயக்கத்திற்கு ஆதரவாக அக்டோபர் 17ம் தேதி நடந்த கடை அடைப்பை வெற்றிகரமாகச் செய்துவிட்டார். கிலாபத் இயக்கத்திற்கு ஆதரவான காந்திஜியின் நிலைப்பாட்டை அன்றைய காங்கிரஸ் முழுமையாக ஆதரிக்கவில்லை. இந்தியாவில் அமைதியாக வாழ்ந்து வரும் இஸ்லாமியருக்கு இதுபோன்ற ஆதரவு நல்குவது பேராபத்தை ஏற்படுத்தும் என்று பலரும் கருதினர். இந்துக்கள் ஏமாற்றப்படுவார்கள் என்றும் பரவலாகச் செய்தி பரவியது. இந்தியாவில் மத அடிப்படையில் ஊர்வலம், ஹர்த்தால், போராட்டம் முதலியவற்றைத் தொடங்க முஸ்லிம்களை உசுப்பி விட்டுவிடுமோ என்றும் பலரும் கலங்கினர். வழக்கம்போல் காந்திஜியை சி.ஆர் ஆதரித்தார். கிலாபத் இயக்கத்திற்குக் காந்திஜி ஆதரவு அளித்தார். இஸ்லாமியர்களுக்கு ஆதரவளிக்கவேண்டும் என்றார். இந்தியாவில் அமைதியாக இருந்த இஸ்லாமியர்களை காந்திஜியின் இந்த அறிக்கை உசுப்பிவிட்டது.

அன்றைய பெரிய சென்னை மாகாணத்தில் தெலுங்கு, மலையாளம், கன்னடம், தமிழ் என எல்லா மொழிகளும் ஒவ்வொரு பகுதியில் பேசப்பட்டு வந்ததை அறிவீர்கள். கிலாபத்தை காந்திஜி கையில் எடுத்ததால் மலபார் (பாலக்காடு) பகுதிகளில் பயங்கரமான கலவரம் மூண்டது. பின்னாளில் உயர்நீதிமன்ற நீதிபதியாகப் போகின்ற சங்கரன் நாயர் என்பவர் கிலாபத் இயக்கத்தை காந்திஜி ஆதரித்ததால் மிகப்பெரிய மதக்கலவரம் ஏற்பட்டுவிட்டது என்று குற்றம்சாட்டி 'காந்திஜியும் அனார்க்கிசமும்' என்ற நூலை ஆங்கிலத்தில் எழுதி வெளியிட்டார். கிலாபத் இயக்கத்திற்கு

காந்திஜி ஆதரவு கொடுத்ததால் முஸ்லிம்கள் கலவரம் செய்யவும் இந்துக்களுக்கு எதிராகக் கொலைவெறித் தாக்குதல் நடத்தவும் முடுக்கிவிடப்பட்டார்களோ என்ற கருத்தும் அந்தக் காலத்தில் ஏற்பட்டது.

துருக்கியில் நடைபெற்று வரும் ஒரு பிரச்சினைக்கு இந்தியாவில் உள்ள இந்துக்களை முஸ்லீம்களுடன் இணைந்து போராட காந்திஜி அழைத்தார். அப்போதைய ராணுவம் மலபார் மாவட்டத்தில் இறக்கிவிடப்பட்ட பிறகுதான் கலவரம் முடிவுக்கு வந்தது. அதற்குள் பல்லாயிரக்கணக்கான உயிர்ச்சேதம் ஏற்பட்டு விட்டது. இத்தகைய காலகட்டத்தில் காந்திஜி இந்தியாவில் ஒத்துழையாமை இயக்கத்தையும் சட்டமன்றத் தேர்தல்களைப் புறக்கணிக்கவேண்டும் என்றும் மக்களை அழைத்தார். காங்கிரஸ் தலைவர்களை விரும்பி வேண்டி எளிய வாழ்க்கையை மேற்கொள்ள, அந்தக் கால வேதகால மக்கள் போலச் சிறு சிறு குடில்களில் குடியிருக்கும் ஆசிரம வாழ்வைத் தொடங்கச் சொன்னார். இதையும் அப்படியே சி.ஆர் மேற்கொள்ளச் சித்தமாகிச் செயல்பட்டார். சேலத்தில் மிகப்பெரிய வீட்டிலிருந்த சி.ஆர் தம் குபேர வீட்டை விட்டுவிட்டு சென்னைக்குக் குடியேறினார். கதீட்ரல் சாலையில் இவர் தங்கி இருந்த வீடும் பெரிய வீடுதான். இப்பொழுது ராஜாஜி மேலும் சிறிய வீடு பார்த்து லஸ் சர்ச் சாலையில் குடியேறினார்.

பல்லாயிரக்கணக்கான வருவாய் வரும் வழக்கறிஞர் தொழிலை விட்டுவிட்டு ஏழ்மை நிலைக்குத் தம்மையும் தம் குடும்பத்தையும் தள்ளிக்கொள்ள வேண்டிய அவசியம் என்ன? இது காங்கிரசின் கொள்கையா? காங்கிரஸிற்கு அப்படி ஒரு கொள்கை இருப்பதாக அது பிரகடனப்படுத்திக் கொண்டதாகத் தெரியவில்லை. காந்திஜியின் குருநாதர் கோபாலகிருஷ்ண கோகலே இப்படி ஒரு சின்னஞ்சிறு குடிலுக்குப் போய் தங்கினாரா? இல்லை. திலகர் இப்படி ஒரு முடிவு எடுத்தாரா? காங்கிரஸில் இருந்த மாபெரும் தலைவர்கள் யாரும் இப்படி முடிவெடுத்ததாகத் தெரியவில்லை. மோதிலால் நேருவும் ஜவாஹர்லால் நேருவும் ஆனந்த பவனத்தை விட்டுவிட்டு சின்னஞ்சிறிய குடிலுக்குச் சென்றார்களா? இல்லை. ஆனால் காந்திஜி விரும்பி வேண்டி ஏழ்மை வாழ்வைப் பின்பற்றவேண்டும் என்று குடிலுக்குப் போவானேன்? இதை அப்படியே சி.ஆரும் பின்பற்ற விழைவதேன்? காங்கிரஸ் தலைவர்கள் எல்லாம் இதைப் பின்பற்றினார்களா?

இல்லை என்பதுதான் பதில்.

5

ஒத்துழையாமை இயக்கம்

1919ம் ஆண்டு சி.ஆர் தொழிற்சங்க இயக்கங்களில் தம் கவனத்தைச் செலுத்தத் தொடங்கினார். மகாத்மா காந்திஜி இக்காலகட்டத்தில்தான் ஒத்துழையாமை இயக்கத்தைத் தொடங்கினார். சி.ஆர் ஒத்துழையாமை இயக்கத்தை ஆதரித்தார். 'அரசுத் துறைகளில் பணிபுரியும் அரசு ஊழியர்கள் அரசு வேலைகளை விட்டுவிட்டு வெளியேறவேண்டும்' என்றார். 'அரசு வேலையை நம்பி, அதில் வரும் மாதாந்திர சம்பளத்தை நம்பி தம் குடும்பங்களை நடத்தி வரும் சாமானிய சாதாரண மக்கள் அரசு வேலைகளை விட்டுவிட்டால் தங்கள் குடும்பத்தை எவ்வாறு காப்பாற்றுவார்கள்? அவர்கள் குடும்ப நிலை என்னவாகும்?' இதைப் பற்றியெல்லாம் கொஞ்சமும் கவலைப்படாமல் 'எல்லோரும் அரசு வேலைகளுக்கு முழுக்குப் போட்டு விடுங்கள்' என்றார் காந்திஜி.

வழக்கறிஞர்கள் நீதிமன்றங்களுக்குச் செல்லவேண்டாம் என்று கேட்டுக் கொண்டார். வழக்கறிஞர்கள் நீதிமன்றங்களுக்குப் போகாவிட்டால் வழக்கறிஞர் வீடுகளில் தரித்திரம் குடிபுகுந்து தன் கோர

நடனத்தை ஆடும். இந்த வழக்கறிஞர்கள் நீதிமன்றங்களுக்குப் போகாவிட்டால் இவர்கள் வீடுகளின் பொருளாதாரம் என்னவாகும்? வீட்டுப் பெண்மணிகள் குடும்பத்தை எப்படி நடத்துவார்கள்? சோறு பொங்கிப் போட முடியுமா? பிள்ளைகளுக்கு உணவு கொடுக்க முடியுமா?

காந்தியார் வழக்கறிஞர்கள் எல்லாம் நீதிமன்றங்களுக்குப் போகவேண்டாம் என்று சொல்லிவிட்டார். இதுவும் ஒத்துழையாமைத் திட்டங்களில் ஒன்று. உயர்நிலைப் பள்ளி கல்லூரிகளில் பயின்று வரும் மாணவர்கள் பள்ளிகளுக்கும் கல்லூரிச் சாலைகளுக்கும் போகவேண்டாம் என்று கேட்டுக்கொண்டார். 1920-1925 காலகட்டங்களில் பள்ளிப் படிப்பை, கல்லூரிப் படிப்பை விட்டவர்கள் பரிதாபத்திற்குரிய நிலைக்குத் தள்ளப்பட்டார்கள். இந்த ஒத்துழையாமைத் திட்டத்தை மேற்கொள்வதால் நாட்டிற்குச் சுதந்திரம் உடனே வந்துவிடுமா? அரசு ஊழியர்கள் வேலைகளை விட்டுவிடுவதாலோ, வழக்கறிஞர்கள் நீதிமன்றங்களுக்குச் செல்லாமல் இருப்பதாலோ, மாணவர்கள் படிப்பைப் புறக்கணிப்பதாலோ ஆங்கில ஆட்சியாளர்களுக்கு என்ன பிரச்சினை வந்து விடும்?

அவர்கள் இதுபற்றிக்கொஞ்சம்கூடக்கவலைப்படமாட்டார்கள். பள்ளிப் படிப்பைக் கல்லூரிப் படிப்பை விட்டுவிட்டால் நம் பிள்ளைகளின் இந்தத் தலைமுறையல்லவா வீணாகப் போய்விடும். இந்த ஒத்துழையாமையை சென்னை மாகாணத்தில் சி.ஆரும், பெரியாரும் முனைப்பாக நின்று பிரசாரம் செய்தனர். ஒத்துழையாமை போராட்டத்திற்குக் காங்கிரஸ்காரர்களே எதிர்ப்புத் தெரிவித்தனர். காங்கிரஸ் கட்சிக்காரர்கள் எங்காவது கூடி இந்தத் திட்டத்தைக் கொண்டு வந்ததாகத் தெரியவில்லை. இது காந்திஜியின் திட்டம்.

சென்னைக்கு வந்திருந்த காந்திஜி நோய்வாய்ப்பட்டிருந்த மாஜி கிராம முன்சீப்பைப் பார்க்க வேங்கடவிலாசிற்கு சென்றார். சி.ஆரின் குழந்தைகளுக்கு இந்தச் சந்திப்பு ஓர் ஆவலை உண்டு பண்ணியிருந்தது. அவர்களுடைய தாத்தா சக்கரவர்த்தி ஐயங்கார் தம்மைச் சந்திக்க என்றைக்காவது காந்திஜி வந்தால் பெரிய பிரளயம் ஏற்படும் என்று கூறியிருந்தார். அவருக்குத் தெரியும் தம் மகனின் இந்த வாழ்க்கை மாற்றம் காந்திஜியால்தான் ஏற்பட்டிருக்கிறது என்பது. அவர் என்னைச் சந்தித்தால் விபரீத விளைவுகள் ஏற்படும் என்று பேரக்குழந்தைகளிடம் கூறியிருந்தார். ‘என் மகனை வசியம்

செய்து என் குடும்பத்தையே பாழ்படுத்திவிட்ட காந்தியை என் பேச்சினால் வறுத்தெடுக்கப் போகிறேன்' என்று கூறியிருந்தார்.

குழந்தைகள் தங்கள் தாத்தாவுக்கும் காந்திஜிக்கும் நடக்கப்போகும் வாதச் சண்டையைப் பார்க்க ஆவலாய் இருந்தனர். சி.ஆர் ஏதோ காரணமாக வெளியே போயிருந்தார். ஆனால் இந்தச் சந்திப்பில் அப்படி ஒன்றும் நடந்துவிடவில்லை. காந்தி வந்தபோது தன்னிடம் இருந்த ஆடைகளுள் முதல் தரமான ஆடைகளை அணிந்திருந்த முன்னாள் கிராம முன்சீப் தாம் உட்கார்ந்திருந்த இடத்திலிருந்து எழுந்திருந்து இரு கரம் கூப்பி பண்புடன் வரவேற்றார். அவருக்கு முன்னால் குனிந்து வணங்கிய மகாத்மா சி.ஆரின் தேசப்பணி பற்றிப் பேசினார். தம் மகன் செய்து வரும் காரியங்கள் தமக்கு மகிழ்ச்சி அளிப்பதாகச் சக்கரவர்த்தி ஐயங்கார் கூறியதைக் கேட்டு குழந்தைகள் ஆச்சரியத்தில் மூழ்கினர்.

காந்தி சென்றதும் சிறு குழந்தைகள் தம் தாத்தாவிடம் விளக்கம் கேட்டனர். “அவர் என் மகனை வசியப்படுத்திவிட்டார். இன்று என்னையும் வசியப்படுத்திவிட்டார். அவர் மறுபடியும் வரட்டும் இரண்டிலொன்று பார்த்து விடுகிறேன்” என்றார் சக்கரவர்த்தி ஐயங்கார். இந்தச் சம்பவம் பலவற்றை நமக்குச் சிந்திக்கத் தூண்டுகிறது. குழந்தைகளும் தாத்தாவும் சி.ஆரின் இந்தப் போக்கை முற்றிலும் ஆதரித்தார்களா என்ற வினாவை ஏற்படுத்துகிறது. இத்தொடர்பால் சி.ஆர் தம் வருவாய் மிக்க தொழிலைவிட்டு வறுமை நிலையில் வாழத் தலைப்பட்டு விட்டதைப் பெரியவரும் குழந்தைகளும் விரும்பவில்லை என்பதைப் புரிந்துகொள்ள முடிகிறது. இந்த மாற்றங்களை எந்தத் தகப்பனும் பிள்ளைகளும் ஏற்றுக்கொள்ள மாட்டார்கள். ஆனால் பெரியவரும் பிள்ளைகளும் இங்கே தலை சிறந்த நாகரிகத்தை நிலைநாட்டி இருக்கிறார்கள் என்பதை நம்மால் உணரமுடிகிறது. ஒத்துழையாமைக் கோட்பாட்டை மேற்கொண்ட தமது தொழிலைத் துறந்த கே.சந்தானம், எஸ்.ராமநாதன், கே.ராஜகோபாலன் ஆகியோர் சி.ஆருடன் இணங்கி இருந்தனர்.

அலர்மேல் மங்காவின் தாய் ஜானகி அம்மாள், தன் பெண் இறந்ததிலிருந்து ஐந்தாண்டுகள் தன் பேரக்குழந்தைகளை வளர்க்கும் பொருட்டு சி.ஆரின் வீட்டைவிட்டு வெளியே செல்லாமலேயே இருந்தாள். ஒருமுறை தன் பிள்ளையுடன் சென்றபோது அவள் இறந்துபோனது குடும்பத்தில் மிக்க துயரத்தை ஏற்படுத்தி இருந்தது.

சி.ஆர் காங்கிரஸ் கமிட்டியை கட்டுக்கோப்பான அமைப்பாக உருவாக்க ஒரு நடவடிக்கை மேற்கொண்டார். அடிப்படை உறுப்பினர்களில் இருந்து ஜனநாயக முறையில் படிப்படியான அமைப்புகளை ஏற்படுத்தி அகில இந்திய கமிட்டியையும் உருவாக்க ஒரு திட்டம் தீட்டினார். அதை அமுல்படுத்தி அமைக்கும் கூட்டமே இனி அனைத்திந்திய காங்கிரஸ் கட்சியை நடத்திட வழிவகுக்கும் திட்டத்தை சி.ஆர் கொண்டு வந்தார். இந்த மகத்தான பணியை சி.ஆர் தம் மதிநுட்பத்தால் சிறப்பாகச் செய்து முடித்தார். இது காங்கிரஸின் வரலாற்றில் ஓர் அருமையான திட்டமாகும் இது அமைப்பின் வளர்ச்சிக்கும் கட்டுக்கோப்புக்கும் அடிகோலியதாகும்.

திருநெல்வேலி மாவட்டம் இந்துக் கல்லூரியில் F.A அல்லது இன்டர் பயின்று வந்த பி.ஸ்ரீ, ஏ.என்.சிவராமன் முதலியவர்கள் ஒத்துழையாமை இயக்கத்தில் சேர்ந்து தங்கள் படிப்பை இடைநிறுத்தம் செய்தனர். படிப்பை விட்டவர்கள் கதர்ப் பிரசாரம் செய்யுமாறு கேட்டுக்கொள்ளப்பட்டனர். கதர் பிரசாரம் எவ்வளவு காலம் தொடர்ந்து நடக்கும் என்பது யாருக்கும் தெரியாது. ஏ.என்.சிவராமன் அவருடைய நண்பர்கள் டி.எஸ்.சொக்கலிங்கம் அவர்களுடன் எழுத்துத் துறைக்குப் போனார். பின்னாளில் கோயங்கா தொடங்கிய தினமணியில் துணை ஆசிரியராகவும் முதன்மை ஆசிரியராகவும் பொறுப்பேற்றார். தரம் வாய்ந்த தினசரி இதழாகத் தமிழகத்தில் தினமணி நாளும் ஒலித்தது. தினமணியில் சேர்வதற்குமுன் ஏ.என்.சிவராமனும் டி.எஸ். சொக்கலிங்கமும் சிலரைச் சேர்த்துக்கொண்டு காங்கிரசுக்கு 1/4 ரூபாய் அங்கத்தினர்களைச் சேர்க்கத் தலைப்பட்டனர். பகலில் கட்சி உறுப்பினர் சேர்க்கை நடந்தது. இரவு காங்கிரஸ் பொதுக்கூட்டங்களை நடத்தினர். பின்னர்தான் இதழியல் துறைக்கு இருவரும் மாறினர்.

பி.ஸ்ரீ.ஆச்சார்யா கவிராயர் மரபில் தோன்றியவர் ஆதலால் தாம் பிறந்த தென்திருப்பேரை கவிராயர் குடிக்கு ஏற்ப பேனாவைப் பிடித்துப் பல நூல்களை எழுதிக் குவித்தார். சாகித்திய அகாடமி பரிசு பெற்ற ‘ராமானுசர்’ என்னும் வரலாற்று நூலை எழுதினார். கம்பனிடம் கொண்ட ஈடுபாட்டால் ஆனந்த விகடன் இதழில் ‘சித்திர ராமாயணம்’ என்னும் தொடர் எழுதி பெருமை சேர்த்தார் பி.ஸ்ரீ. அவர் சிறிதுகாலம் காரைக்குடியில் ‘தேசபக்தன்’ இதழில் துணை ஆசிரியராகப் பணிபுரிந்தார். காரைக்குடி கம்பனடிப் பொடி சா.கணேசன் அவர்களுடன்

நட்பு பூண்டிருந்தார். அப்பொழுது பி.ஸ்ரீ கம்பன் பெருமைகளை சா.கணேசன் அவர்களுக்கு எடுத்தியம்பி அவரை கம்பன் ரசிகராக்கி கம்பன் கழகத்தைக் காரைக்குடியில் தொடங்க வைத்தார். 'கம்பராமாயணத்தைக் கொளுத்துவோம்' என்று கூக்குரல் இட்ட பெரியார் ஈ.வெ.ராவும், 'தீ பரவட்டும்' என்று தமிழ்நாட்டிலே தீ கொளுத்த முயன்ற சி.என்.அண்ணாதுரையும் தங்களின் இல்லாத இனமான 'திராவிடன்' பெயரில் திராவிடர் கழகம் 1940ல் காண்பதற்கு முன்னே, காரைக்குடியில் சா.கணேசன் பி.ஸ்ரீ, தமிழ் கடல் ராய.சொக்கலிங்கம் முதலிய தமிழ் அறிஞர்கள் துணையுடன் கம்பன் கழகம் கண்டார்கள். அது கம்பன் ரசிகர்களுக்கு தாய்க்கழகம் ஆயிற்று. இன்று தமிழ் கூறும் நல்லுலகனைத்திலும் பல கம்பன் கழகங்கள் தோன்றின. காரைக்குடியில் சா.கணேசன் அவர்களைத் துணைகொண்டு பி.ஸ்ரீ.ஆச்சார்யா முயற்சியால் கம்பன் கழகம் உருவாகி வளர்ந்த வரலாற்றை சுகந்தி கிருஷ்ணமாச்சாரி என்பவர் 8.3.2018 வெள்ளிக்கிழமை இந்து நாளேட்டில் 'THE EPIC DREAM' என்ற தலைப்பில் பதிவு செய்துள்ளார். அப்பதிவிலிருந்து சில வரிகளை உங்கள் பார்வைக்கு உட்படுத்துகிறேன்.

'A neat turn of phrase an apt simple, a brilliant metaphor, the emphony of a world __ can all delight for the delicious use of language not figuratively but literarily? One man did kamban adipodi saw.Ganesan.

Ganesan's love for Tamil began when he was in school. These he encouraged him to study Kamba Ramayanam indeed P.Sri author of Ananda Vikatan Chitra Ramayanam who lived in Karnataka for some years. Va.Ve.Su.Iyer, T.K.Chidhambaranatha mudhaliyar (T.K.C.) and even a ----- in Burma. It was in 1935 Ganesan set out to organise Kamban Vizha in Karaikudi under the stewardship of T.K.C.'

ராஜகோபாலாச்சாரியாருடன் தொடர்ந்து அரசியலில் பயணித்து வந்த பெரியார் ஈ.வெ.ரா அவர்கள் ஒத்துழையாமைப் போராட்டத்தில் பெரிதும் ஈடுபாடு கொண்டிருந்தார். அடுத்து ஒத்துழையாமை எப்போது வரும் என்று அவருடைய நண்பர் ராஜாஜியிடம் கேட்டுக்கொண்டே இருப்பாராம். ஒத்துழையாமைப் போராட்டத்தால் ஆளும் வர்க்கத்திற்கு எந்தவிதச் சிக்கலும் ஏற்பட்டதாகத் தெரியவில்லை. இப்போர் அன்றைய நிர்வாகத்தை முடக்கவுமில்லை. ஆனால் அன்றைய தலைமுறை மாணவர்களின் பள்ளி, கல்லூரிப் படிப்பை இடைநிறுத்தம் செய்தவர்கள் தாம் முடங்கிப் போனார்கள்.

தமிழகத்தைப் பொறுத்தமட்டில் படிப்பை உதறியவர்கள் கதர் திட்டத்தில் சில காலம் பணிபுரிந்தார்கள். எதுவும் உருப்படியாக நடக்கவில்லை. காந்திஜி அக்கால மாணவர்களை நடுக்காட்டில் கொண்டு வந்து நிறுத்திவிட்டார். வடக்கில் ஒத்துழையாமை இயக்கத்தில் ஈடுபட்டவர்கள் நலன் கருதி தேசியக் கல்விக் குழுக்கள் ஆகமதாபாத்திலும், பாட்னாவிலும், காசியிலும், மகாராஷ்டிரத்திலும், கல்கத்தாவிலும் ஏற்படுத்தப்பட்டன. ஐ.சி.எஸ். உத்தியோகம் பார்த்து வந்த 25 வயதான சுபாஷ் சந்திரபோஸ் பதவியை ராஜினாமா செய்துவிட்டு வங்க தேசிய கல்லூரியின் தலைமைப் பொறுப்பை ஏற்றார். சி.ஆரின் மகன்களாகிய கிருஷ்ணசாமியும் ராமசாமியும் முறையே பச்சையப்பன் கல்லூரியிலிருந்தும் ராஜதானிக் கல்லூரியிலிருந்தும் விலகி சேலத்திலும் சுற்று வட்டாரத்திலும் கதர் பிரசாரம் செய்து வந்தனர்.

சுவாதீன (சுதந்திர) வித்யாலயம் ஒன்று சி.ஆரின் தூண்டுதலால் சென்னையில் ஆரம்பமாயிற்று. ஒத்துழையாமை கோட்பாட்டை ஏற்று கல்லூரியிலிருந்து வெளியேறிய மாணவர்கள் தேசப் பணியாற்றவோ அல்லது தேசியப் பள்ளிகளில் ஆசிரியர்களாகவோ ஆவதற்கான தகுதியை வளர்த்துக்கொள்ள விரும்பினால் இந்த வித்தியாலயத்தில் சேரலாம் என்று அறிவுறுத்தப்பட்டது. திருச்சியில் சி.ஆரைச் சந்தித்த சதாசிவம் பதினெட்டு வயதில் படிப்பை விட்டுவிட்டு காங்கிரஸில் சேர்ந்தார். சதாசிவம் பிற்காலத்தில் சி.ஆரின் மகன்போல் பணியாற்றினார்.

நீதிமன்றங்கள் தொடர்ந்து வழக்கம் போலச் செயலாற்றின. வழக்கறிஞர் பணியைப் புறக்கணித்தவர்கள் எண்ணிக்கையும் கணிசமாகவே இருந்தது. இவர்களின் எதிர்காலம் நிச்சயமற்றுப் போனதுடன் பலர் வறுமைப் பிடியில் சிக்கித் திணறினர். இவர்களில் பலர் தங்கள் வழக்கறிஞர் தொழிலில் அபாரத் திறமையுடன் விளங்கியவர்கள். வடக்கில் சித்தரஞ்சன் தாசும், மோதிலால் நேருவும் இப்புறக்கணிப்புக்குத் தலைமை தாங்கினர். சி.ஆர் ஒத்துழையாமை இயக்கம் தோன்றுவதற்கு முன்னரே தம் வழக்கறிஞர் தொழிலை விட்டுவிட்டார். குஜராத்தில் வல்லபபாய் படேலும், பீகாரில் ராஜேந்திர பிரசாத்தும், வழக்கறிஞர் தொழிலைத் துறந்தனர். டி.பிரகாசம் உள்ளிட்ட முப்பத்தாறு வழக்கறிஞர்கள் தங்கள் வழக்கறிஞர் தொழிலைத் துறந்தனர்.

இப்படிச் சொந்தத் தொழிலைக் கைவிட்டவர்கள் எல்லாம் காங்கிரஸ் பணியில் முழுக் கவனம் செலுத்தலாயினர். காந்திஜிக்கு இந்த ஒத்துழையாமையால் ஒரு வலுவான படித்த அறிஞர்களின் படை எல்லா மாகாணங்களில் இருந்தும் கிளம்பி வந்தது. வடக்கே அலி சகோதரர்கள், லாலா லஜபதி ராய், மோதிலால் நேரு, ஜவாஹர்லால் நேரு, சித்தரஞ்சன் தாஸ், அப்துல்கலாம் ஆசாத், ராஜேந்திர பிரசாத், வல்லபபாய் படேல், சென்னை மாகாணத்தில் சி.ஆர் ஆகியோர் காந்திஜி கூப்பிட்ட குரலுக்கு ஓடோடி வந்து தேசியப் பணியாற்ற முன்வந்தனர்.

1920ம் ஆண்டு பிப்ரவரியில் திருப்பதியில் சி.ஆரின் மூத்த மகள் நாமகிரிக்கும் ரங்கூனில் பத்திரிகையாளராக இருந்த வரதாச்சாரிக்கும் திருமணம் நடந்தேறியது. சி.ஆரின் சேமிப்பு, வருமானம் இல்லாததால் கொஞ்சம் கொஞ்சமாகக் கரைந்துகொண்டே வந்தது. சேமிப்பு மூலம் அவர் வைத்திருந்த பணம் குறைந்தது இனி சென்னையில் வாழ்வது அர்த்தமற்றது என்பதை சி.ஆருக்கு உணர்த்தியது. கொஞ்ச நாள்களில் அதாவது 1921 மத்தியில் மூன்றாவதாக சென்னையில் குடியேறிய ஜெம் என்ற சிறிய வீட்டையும் விட்டுவிட்டு சேலம் திரும்பினார். புறநகர் பகுதியில் தம் சொந்த வீட்டில் தங்கினார்.

மகாத்மா காந்திஜியின் இந்த ஒத்துழையாமை வெற்றிகரமாக நடக்கவில்லை. பலர் இதனால் வறுமையிலும் வறுமைக் கோட்டிற்குக் கீழாகவும் தள்ளப்பட்டனர். இது காந்திஜி அவர்களே கொண்டு வந்த திட்டம். இத்திட்டம் தோல்வியைத் தழுவியது. சி.ஆர் அளவுக்கு அதிகமான ஆர்வம் காட்டி மற்றவர்களைக் கலந்து ஆலோசிக்காமல் அளவுக்கு அதிகமான சுதந்திரத்தை எடுத்துக்கொண்டு தாமே முடிவெடுக்கும் இயல்பைக் கொண்டவர். இதனால் சில முடிவுகளால் இவர் போற்றப்பட்டிருக்கிறார். சில முடிவுகளால் இவர் தூற்றப்பட்டிருக்கிறார்.

எனினும் இக்காலகட்டத்தில் சி.ஆருக்கு முழு ஆதரவையும் முதலியார், நாயுடு, நாயக்கர் மூவரும் வழங்கினர். எதிர்காலத்தில் சுயமரியாதை இயக்கத்தைத் தோற்றுவிக்கப்போகிற ஈ.வெ. ரா, நவசக்தி ஆசிரியர் தமிழ்த் தென்றல் திரு.வி.கல்யாண சுந்தர முதலியார், 'தமிழ்நாடு' இதழின் நிறுவன ஆசிரியர் வரதராஜுலு நாயுடு ஆகியோர் சி.ஆருக்கு ஆதரவு அளித்தனர். திருச்சியைச் சேர்ந்த டாக்டர் டி.எஸ்.எஸ்.

ராஜன், இளம் வழக்கறிஞர்களான சந்தானம், என்.எஸ். வரதாச்சாரி, ராமநாதன், ராஜகோபாலன் ஆகியோரும் மற்றும் முஸ்லிம்களும் சி.ஆருக்கு ஆதரவாளர்களாக இருந்தனர்.

காந்திஜி தம் உடைகளைக் குறைத்து முழங்கால் அளவுக்கு ஒரு வேட்டியும் மேலே ஒரு துண்டும் போட்டுக் கொள்வது என்று முடிவு கட்டினார். இந்த உடை மாற்றச் சிந்தனை மதுரையில் தோன்றியது. இந்த உடை மாற்றத்தை காந்திஜி சி.ஆரிடம் கூறினார். சி.ஆர் இந்த உடை மாற்றத்தை ஏற்றுக்கொள்ளாமல் காந்திஜியுடன் இது பற்றி விவாதித்தார். ஆனால் காந்திஜி இந்த உடை மாற்றத்தை நடத்தியே தீருவேன் என்றார். மதுரையில் சௌராஷ்டிரா அமைப்பினர் ஏற்பாடு செய்த ஒரு கூட்டத்தில் தம்முடைய புதிய உடையுடன் காந்திஜி பேசினார். அங்கு வந்திருந்தவர்கள் எல்லாம் காந்திஜியின் உடையைக் கண்டு அதிர்ந்துபோயினர். அன்று முதல் தாம் சாகும்வரை இந்த உடையுடனே காட்சியளித்தார் காந்திஜி.

அபுல்கலாம் ஆசாத் இந்தப் புதிய உடையுடன் காந்தி தோன்றியதைப் பார்த்தபொழுது இவ்வுடை மாற்றத்திற்குச் சிக்கன நடவடிக்கையே மிக முக்கியக் காரணம் என்று காந்தி கூறினார். உடனடியாக அபுல் கலாம் ஆசாத் தம் மதகுருமார்களிடம் கலந்து தான் உடுக்கிற உடையில் எவ்வளவு சிக்கனம் கடைப்பிடிக்க மதம் அனுமதிக்கிறதோ அதை நான் மேற்கொள்வேன் என்று முடித்துவிட்டார். அவர் பேச்சு காந்திஜியை வேறு யாரிடமும் இந்த உடை குறைப்புக் கொள்கையை ஏற்றுக்கொள்ள வேண்டிடவேண்டும் என்ற எண்ணத்தை ஏற்படுத்தவில்லை.

சென்னைக்கு வந்து திருச்சிக்குப் புறப்படத் திட்டமிட்டிருந்த சி.ஆருக்கு அவருடைய பிள்ளைகள் தந்தி மூலம் 'தாத்தாவின் உடல்நிலை கவலைக்கிடம்' என்று தந்தி அடித்திருந்தனர். நீரிழிவு நோயினால் 75 வயதான சக்கரவர்த்தி ஐயங்காரின் ஆரோக்கியம் பெரிதும் பாதிக்கப்பட்டிருந்தது. காய்ச்சல் வேறு இருந்தது. அவர் பேசும்போது நாக்கு குழறியது. மகன் வந்ததும் ஒரு கணம் அடையாளம் புரிந்துகொண்டார். அடுத்த நொடியிலேயே அவர் சிந்திக்கும் திறனை இழந்துவிட்டார். மீண்டும் வார்த்தைகள் குழற ஆரம்பித்துவிட்டன அக்டோபர் 20ம் தேதி ராஜகோபாலாச்சாரியாரின் தந்தை காலமானார்.

சி.ஆரின் மூத்த சகோதரர் சி.ஆரை விட 11 வயது பெரியவரான 54 வயதான நரசிம்மாச்சாரியார், தம் தந்தை இறப்பதற்கு

இரண்டு நாள்கள் முன்னதாக இறந்து போயிருந்தார். இவர் தம் மகளுடன் கோலார் தங்க வயலில் இருந்தார். அவருடைய மாப்பிள்ளை அங்குதான் இருந்தார். தமது சகோதரனுடைய ஈமச்சடங்குகளை உடனிருந்து நடத்திடத் தம் பிரதிநிதியாக தம் மகன் கிருஷ்ணசாமியை அனுப்பி வைத்தார்.

ஆகஸ்டு முதல் தேதி இந்த ஒத்துழையாமை இயக்கம் தோன்றியது. அந்தப் போராட்டம் தொடங்கிய 48வது நிமிடம் 'சுதந்திரம் எனது பிறப்புரிமை' என்று முழங்கிய பாலகங்காதர திலகர் பம்பாயில் காலமானார். சொந்த நாட்டிலும் பர்மாவிலும் அடுத்தடுத்து சிறையில் வாடிய பாலகங்காதர திலகர் சிறையிலேயே வாடியதால் உடல் கெட்டு இறந்து போனார். பம்பாய் மக்களில் பல்லாயிரக்கணக்கானவர்கள் பால கங்காதர திலகரின் இறுதி ஊர்வலத்தில் கலந்துகொண்டு தங்கள் அஞ்சலியை செலுத்தினர். சி.ஆரின் முதல் தலைவர் பால கங்காதர திலகர் ஆவார்.

சூரத் காங்கிரஸ் மகாநாட்டில் திலகரைக் கல்லாலும் தடிகளாலும் தாக்க வந்தபோது தமிழகத்து வீரர்களான வ.உ.சிதம்பரம் பிள்ளை, மகாகவி பாரதி, சுப்பிரமணிய சிவா முதலியோர் அவரைச் சுற்றிப் பாதுகாப்பாக நின்று காத்தனர். மாண்டேகு செம்ஸ்போர்ட் கொண்டு வந்த இரட்டை ஆட்சி நம்முடைய முடிந்த வெற்றி அல்ல என்றாலும் அச்சீர்திருத்தம் தரும் புதிய சலுகைகளை ஏற்றுக்கொண்டு மேலும் மேலும் முன்னேறவேண்டும் என்றார் திலகர் பெருமான்.

அன்றைய சென்னை மாகாணத்தில் வெறும் எட்டாயிரம் உறுப்பினர்களைக் கொண்டதாக இருந்த காங்கிரஸ் கட்சியை சி.ஆர் தம் கடும் உழைப்பால் என்பதினாயிரம் உறுப்பினர்களாக மாற்றினார். சி.ஆர் அழைப்பின் பேரில் காந்திஜி ஆகஸ்ட் 12ம் தேதி சென்னை வந்து கடற்கரையில் ஐம்பதாயிரத்திற்கும் மேற்பட்டோர் கூடிய கூட்டத்தில் பேசினார். சட்டமன்றங்களையும் விதேசி துணிகளையும் புறக்கணிக்குமாறு மக்களைக் கேட்டுக்கொண்டார். அரசுப் பள்ளிகளுக்கும் கல்லூரிகளுக்கும் பிள்ளைகளை அனுப்பவேண்டாம் என்று பெற்றோர்களைக் கேட்டுக்கொண்டார். வாங்கிய பட்டங்கள், விருதுகளை அரசுக்குத் திரும்பக் கொடுத்துவிடுமாறு மக்களைக் கேட்டுக்கொண்டார். தம்முடைய ஒத்துழையாமை திட்டத்திற்கு ஆதரவு தருமாறு வேண்டிக் கேட்டுக்கொண்டார்.

இதற்குப் பதிலளிப்பது போல், வைஸ்ராய் ஒத்துழையாமை திட்டத்தை முட்டாள் தனமான திட்டங்களுள் அதி

முட்டாள்தனமான திட்டம் என்றார். ஒத்துழையாமை திட்டத்திற்குத் தெற்கே செல்வாக்கு மிக்க தலைவர்கள் எதிர்ப்பு தெரிவித்தனர். சிலர் முஸ்லிம் பிரச்சினையை இந்தியாவின் பிரச்சினையாக்கவேண்டிய அவசியம் என்ன என்று கேட்டனர். சென்னை அட்வகேட் ஜெனரலாக இருந்துவிட்டு விலகல் கடிதம் கொடுத்து பதவி விலகல் செய்துவிட்டு காங்கிரசுக்கு வந்த எஸ்.சீனிவாசய்யங்கார் 'ஒத்துழையாமை அரசியல் சாசனத்துக்குட்பட்டதா?' என்று கேட்டார். தீரர் சத்தியமூர்த்தி, ஹிந்து கஸ்தூரி ரங்க ஐயங்கார் ஆகியவர்களும் எதிர்த்தனர். இவர்கள் யாவரும் சீர்திருத்தச் சட்டம் மாண்டேகு செம்ஸ்போர்ட் உருவாக்கி இருந்த சட்டமன்றத் தேர்தல்களில் போட்டியிடுவதற்குத் தயாராக இருந்தனர். சி.ஆர் மாண்டேகு செம்ஸ்போர்ட் திட்டத்தால் எந்த உற்சாகமும் பெறவில்லை.

இக்கால கட்டத்தில் அகில இந்தியாவிலும் எந்த மாநிலத்திலும் தோன்றாத ஒரு வகையான வகுப்புவாத புயல் அன்றைய சென்னை மாகாணத்தில் தோன்றி தலை விரித்தாடியது. பிராமணர் மற்றும் பிராமணர் அல்லாதார் பிரிவு. இப்பிரிவு கடுமையாக சென்னை மாகாணத்தில் இருந்த பிராமணர்களுக்கு எதிராகப் பிராமணர் அல்லாதார் கிளம்பினர். மெக்காலே கல்வித் திட்டம் பயனாகக் கல்வி கற்ற பிராமணர்கள் அரசு வேலைகளில் சாதாரணக் குமாஸ்தா வேலையிலிருந்து பெரிய வேலைகள்வரை பதவிகளைப் பெற்றனர்.

அக்காலத்தில் பிராமணர் அல்லாதார் வீட்டுப் பிள்ளைகள் கல்வி கற்பதில் அதிகச் சிரத்தை எடுத்துக்கொள்ளவில்லை. ஏதோ கணக்கு வழக்கு பார்க்கத் தெரிந்தால்போதும், கொஞ்சம் ஆங்கிலம் லேசாகப் பேசத் தெரிந்தால்போதும் என்றும் அக்காலப் பிராமணர் அல்லாத பிள்ளைகளும் அவர்கள் பெற்றோர்களும் கருதியதால் அவர்கள் படிப்பில் அதிக நாட்டம் கொள்ளவில்லை. ஆனால் பிராமணப் பிள்ளைகள் கடினமாக உழைத்துப் படித்துக் கடை நிலை ஊழியர்கள் முதல் பெரும் அதிகாரிகள் வரை பல அரசாங்க வேலைகளைப் பெற்றுவிட்டனர். வேலைவாய்ப்பில் ஏற்பட்ட இடைவெளிக்குப் பிராமணர்கள் எந்த வகையிலும் காரணமாக மாட்டார்கள் பிராமணர் அல்லாத பிள்ளைகளின் கல்வி முன்னேற்றத்திற்கு எந்த வகையிலும் பிராமணர்கள் தடையாக இருந்ததில்லை விக்டோரியா மகாராணி தம் அரசியல் பிரகடனத்தில் கல்வி கற்றுத் தகுதி வாய்ந்தவர்களாக இருப்பின்

சாதி மதம் பாராமல் அவர்களுக்கு அரசு வேலைகள் தரப்படும் என்ற உத்தரவாதமும் தந்திருந்தார். அதனால் பிராமணர்கள் வேலை வாய்ப்பைப் பெறுவதில் முன்னணியில் நின்றனர்.

பிராமணர் அல்லாதார் பிள்ளைகளுக்கு வேலை வாங்கிக்கொடுக்க ஏற்பட்டதுதான் நீதிக்கட்சி. ஆனால் அந்த நீதிக்கட்சி ஆளுவோர்க்கு வேண்டியவர்களாகவும் அவர்களுக்கு ஆலவட்டம் சுற்றுபவர்களாகவும் மாறினர். இந்த மாற்றத்தோடு நின்றிருந்தால் பிரச்சினை இல்லை. இவர்கள் காலப்போக்கில் அந்நிய ஆட்சிக்கு ஆதரவாளர்களாகவும் இந்தியாவின் விடுதலைக்கு எதிர்ப்பாளர்களாகவும் சுதேசி எழுச்சிக்கு எதிரிகளாகவும் போய்விட்டனர். பிராமணர் அல்லாதவருக்கு வேலை வாங்கித் தர ஏற்படுத்தப்பட்ட அமைப்பில் ஜமீன்தார்களும், நிலப்பிரபுக்களும், லேவாதேவிப் பணக்காரர்களும் இணைந்தனர். அவர்கள் பிராமணர் அல்லாதார் வேலைகள் பெறுவதற்காகப் பாடுபடுவதற்குப் பதிலாகச் சுதேசி இயக்கத்திற்கு, இந்த நாட்டிற்கு விடுதலை வாங்கப் போராடும் காங்கிரசுக்கு எதிரிகள் ஆயினர் இதுதான் கொடுமை.

அதைவிடப் பெரிய கொடுமை என்னவென்றால் இந்தப் பிராமணர் அல்லாத கட்சியினர் பெரிய பிரபுக்கள் ஆதலால் தங்கள் கட்சிக்கு மக்கள் மத்தியிலே பேசுவதற்குத் தங்களால் முடியாததால் தங்கள் கட்சிக்கு மேடையில் பேசி பிரசாரம் பண்ண ஈ.வெ.ரா பெரியாரை நியமித்தனர். 1920 முதல் 1924 இறுதிவரை பிராமணர் அல்லாத கட்சியினரைக் கடுமையாகத் தாக்கிய பேசிக் கொண்டிருந்த பெரியார் ஈ.வெ.ரா பிராமணர்களைத் தாறுமாறாகப் பேசவும், கடவுள் கொள்கைகளைத் தாக்கிப் பேசவும் சுயமரியாதைக் கட்சியை உருவாக்கினர். இவர்கள் நீதிக்கட்சி மேடைகளில் சுயமரியாதைக் கொள்கைகளையே பெரிதும் பேசினார்கள். சுயமரியாதை கட்சிக்குப் பேச்சாளராகவும் பெரியாரின் தளபதியாகவும் வந்த காஞ்சிபுரம் சி.என்.அண்ணாதுரை அந்த அணிக்கு அணி செய்தார். இதுதான் பிராமணர், பிராமணர் அல்லாதார் விவகாரம்.

பிராமணர், பிராமணர் அல்லாதார் என்ற இருநிலையையும், வெள்ளைக்காரர்களும் ஜெர்மன் அறிஞருமான மாக்ஸ் முல்லரும் சேர்ந்து பரப்பிய ஆரியர் - ஆரியர் அல்லாத பிரச்சினையையும், ஆரியர் படையெடுப்பு என்ற பொய்யான விவகாரத்தையும் தங்கள் பேச்சில் சுயமரியாதைக் கட்சியினர்

சேர்த்துக்கொண்டனர். அது மெல்லத் திராவிட நாடுவரை வளர்ந்து, 'அடைந்தால் இன்பத் திராவிடம் இல்லையேல் சுடுகாடு' என்று பேசுகிறவரை முற்றி 'திண்ணையில் படுத்துக்கொண்டாவது திராவிடம் கேட்பேன்' என்றெல்லாம் வீம்புப்பேச்சு பேசும்வரை வந்துவிட்டது. இந்த நிலையில் வேலை வாய்ப்பு சம்பந்தமான சந்தேகங்களைப் போக்கி பிராமணர் அல்லாதாரையும் அன்பு காட்டி அரவணைத்துக்கொள்ளக் காங்கிரஸிலும் தமிழகத்திலும் தலைவர்கள் யாரும் முன் நிற்காததால் வேலைவாய்ப்புத் தேடிப் புறப்பட்ட நியாயமான போராட்டம், சுனா மானாக்களால் திசை மாற்றப்பட்டு, இல்லாத, கானல் நீரான திராவிடத்தைப் பெறுவோம் என்று அவர்களை முழங்க வைத்தது.

சென்னை வழக்கறிஞர் V.P.ராமன் இல்லத்தில் குழுமிய இந்தக் குழுவின் மூத்த தலைவர்கள் திராவிட நாடு என்றெல்லாம் ஒன்றும் இல்லை என்று சி.என்.சி.என். அண்ணாதுரை, E.V.K.சம்பத், மு.கருணாநிதி அவர்கள் எல்லாரும் ஒப்புக்கொண்டு விட்டாலும், சி.என்.ஏ "நானே ஒரு மாநாட்டில் பேசி திராவிட நாட்டுப் பிரச்சினையை விடுவோம் அதுவரை யாரும் பேச வேண்டாம்" என்று இத்திராவிட நாட்டுப் பிரச்சினைக்கு முடிவுகட்டிப் பேசினார். சிலம்புச் செல்வர் ம.பொ.சிவஞான கிராமணியார் அவர்கள் "நீதிக் கட்சிக்குச் சரியான வழிகாட்டல் இல்லாமல் பெரியார் ஈ.வெ.ரா கைக்குப் போய், நாட்டின் விடுதலை இயக்கத்திற்கே எதிராகவும், பிரிவினைவாத கட்சி ஆகவும் மாறிவிட்டது" என்று கூறியதுதான் உண்மை. இந்தப் பிரச்சினைக்குத் தீர்க்கமான முடிவெடுத்து சி.ஆர் மக்கள் மத்தியில் பேசி, திராவிட நாட்டுப் பிரச்சினை கானல் நீர் என்பதை விலக்கிட முன்வரவில்லை.

பிராமணர், பிராமணர் அல்லாதார் பிரச்சினை பற்றியும், 1920ல் காந்திஜி ஒத்துழையாமை இயக்கத்தை, கிலாபத் இயக்கத்தை இணைத்து நடத்தியபோது மலபார் முஸ்லிம்கள் அதாவது கேரளா முகம்மதியா மாப்பிள்ளை இந்துக்கள் மீது நடத்திய காட்டுமிராண்டித்தனமான தாக்குதல்களையும் படுகொலைகளையும் அத்துமீறிய மதமாற்றங்களையும் 'காந்தியும் அராஜகமும்' என்ற நூலில் சங்கரன் நாயர் பதிவு செய்துள்ளார். சங்கரன் நாயர் (1857-1934) சென்னை உயர்நீதிமன்ற நீதிபதியாகப் பதவி வகித்தவர். இவர் திருநெல்வேலி மாவட்ட கலெக்டர் ஆஷ் கொலை வழக்கை

விசாரித்த மூன்று நீதிபதிகளில் ஒருவர். ஆங்கில அரசாங்கம் அக்காலத்தில் வழங்கிய உயர்ந்த விருதாகிய 'நைட் கமாண்டர் ஆஃப் இந்தியன் எம்பயர்' (Knight Commander Of Indian Empire-KCIEF) என்ற விருதையும் சங்கரன் நாயர் பெற்றிருந்தார்.

'காந்திஜியும் அராஜகமும்' என்ற நூலை எழுதுவதற்கு முன்னர் சங்கரன் நாயர், 'தகுதி வாய்ந்த திராவிடர்கள்' என்ற ஒரு நூலையும் எழுதி இருந்தார். சென்னை டாக்டர் நடேச முதலியார் தம்முடைய திராவிடர் சங்கத்தின் மூலம் இந்த நூலை வெளியிட்டார். அந்த நூலில் நாயர், பிராமணர் அல்லாதார் கல்வி கற்பதைப் பற்றி எழுதியதை 'திராவிட இயக்கம் புனைவும் உண்மையும்' என்ற நூலில் இவ்வாறு பதிவு செய்துள்ளார் மலர்மன்னர்.

> 'பிராமணர் அல்லாதார் கல்வி கற்பதில் கவனம் செலுத்துவதில்லை. அவர்களிடையே ஒற்றுமை இல்லை என்பதோடு ஒருவர் மீது ஒருவர் பொறாமைகொண்டு பிளவுற்று இருக்கிறார்கள். அவர்களுடைய ஆர்வமெல்லாம் தங்களுடைய பரம்பரைத் தொழிலைத் தொடர்வதிலேயேதான் இருக்கிறது. அதிகபட்சம் வெள்ளைக்கார துரைமார்களுக்கு மொழிபெயர்த்துச் சொல்லும் துபாஷ்களாக வேலை பார்த்தாலேபோதும் என்று திருப்தி அடைந்து விடுகிறார்கள். பிராமணர் அல்லாத சாதியினர் தங்களைத் தகுதி வாய்ந்தவர்களாக உயர்த்திக்கொள்ளத் தவறியதால் அரசாங்கத்துறையில் பணியாற்றக் கிடைத்த வாய்ப்புகளை எல்லாம் தவற விட்டுவிட்டனர். மனு தர்மத்தின் மீது அவர்களுக்குள்ள மயக்கம் அவரவர் செய்துவரும் தொழில்களில் தொடர்ந்து ஈடுபட்டிருப்பதே முறை என்று அவர்களை எண்ண வைத்துவிட்டது. பிராமணர் அல்லாதார் தங்களின் பின்தங்கிய நிலைக்குப் பிராமணர்களைக் குற்றம் சொல்லிப் பயனில்லை. அவர்கள் தாங்களேதான் இதற்குக் காரணம் என்று சொல்லிக்கொள்ள வேண்டும். ஒற்றுமையுடன் ஒருங்கிணைந்து இயங்கினால் அன்றி சமுதாயத்தில் பிராமணர் அல்லாதார் தமக்குரிய இடத்தைப் பெற இயலாது.'

இவ்வாறு சங்கரன் நாயர் பிராமணர் அல்லாதார் நலனைக் கருத்தில்கொண்டு எழுதி இருக்கிறார்.

சங்கரன் நாயர் குறிப்பிட்டுள்ளது உண்மையே ஆனால் நீதிக்கட்சிக்கு மேடை போட்டுப் பேசப்போன

ஈ.வெ.ரா இவ்வாறு உள்ள நிலையை உள்ளவாறு பேசாமல் தன் மனம் போன போக்கில் பிராமணர்களைச் சாடினார். பிராமணர்களே மற்றவர்கள் படிக்காமல் போனதற்குக் காரணம் என்று ஓர் அபவாதத்தையும் பிராமணர்கள் மீது சுமத்தினார். பிராமணர்கள் ஆட்சியிலோ அதிகாரத்திலோ இல்லை, அவர்கள் எப்படி மற்ற சாதியினர் பயிலுவதைத் தடுக்க முடியும். வெள்ளைக்காரரர்களின் ஆட்சிக் காலத்தில் மட்டுமல்ல அதற்கு முந்தி இந்தியாவில் இருந்த எந்த ஆட்சிக் காலத்திலும் அவர்கள் மற்ற சமூகத்தார் கல்வி கற்பதற்கு இடையூறாக இருந்ததில்லை. வரலாற்றுக் காலம் தொட்டு பிராமணர் அல்லாதார் பலர் கல்விமான்களாகவும், படித்த அறிவாளிகளாகவும், இதிகாசப் புராணங்கள் இலக்கியங்களை உருவாக்கியவர்களாகவும் திகழ்ந்திருக்கின்றனர் என்பது மறைக்க முடியாத உண்மை. இது இந்தியா முழுமைக்கும் பொருந்தும்.

காந்திஜி சட்டமன்றத் தேர்தல்களில் காங்கிரஸ் போட்டியிடாது என்று கூறினார். சி.ஆரும் அதை வரவேற்றுப்பேசினார். காந்திஜியின் கருத்துகளே காங்கிரசின் நடைமுறை கொள்கைகள் ஆயின. இம்முடிவு சரியான மக்களாட்சிக்கான முடிவாகாது. இதை சென்னை மாகாணத்தில் தெலுங்கர்கள் ஆதிக்கத்தில் உள்ள நீதிக்கட்சி பயன்படுத்திக்கொண்டு வெற்றிபெற்றது. இவ்வாறு நீதிக்கட்சி வெற்றி பெற்று ஆட்சி அமைக்கக் காங்கிரசே இடம் கொடுத்துவிட்டது. இதை சி.ஆர் தடுத்திருக்கவேண்டும். எஸ்.சினுவாசயங்கார், தீரர் சத்தியமூர்த்தி அவர்களின் நிலையை ஆதரித்திருக்கவேண்டும். சி.ஆர் இந்த இடத்தில் தவறு செய்துவிட்டார். ஆகவே காங்கிரஸ் மான்டேகு செம்ஸ்போர்ட் கொண்டிருந்த ஆட்சி முறையையும் அதற்கான தேர்தலையும் ஏற்றுக்கொள்ளவில்லை. தேர்தல்களில் காங்கிரஸ் போட்டியிடாது என்று அதிகாரபூர்வமாக அறிவித்தது.

1920 முதல் மாகாணங்களுக்கு நடைபெற்ற தேர்தல்களில் காங்கிரஸ் போட்டியிடாததால் மற்ற மாகாணங்களில் தனிப்பட்ட முறையில் தனி நபர்கள் சுயேச்சைகள் வெற்றி பெற்றனர். சென்னை மாகாணத்தில் பிராமணர் அல்லாத கட்சி என்று கூறிக்கொண்ட நீதிக்கட்சி போட்டியிட்டது. காங்கிரஸ் போட்டியிடாத காரணத்தால் நீதிக்கட்சி வெற்றி பெற்று ஆட்சியைப் பிடித்தது. நீதிக்கட்சியின் அமைச்சரவையில் தமிழர்களே இடம்பெறவில்லை.

தெலுங்கர்களே அமைச்சர்களாகவும் முதலமைச்சர்கள் ஆகவும் வந்தனர். தாழ்த்தப்பட்டோர் அல்லது தீண்டத்தகாதவர்கள் யாரும் தேர்தலில் வென்று நீதிக் கட்சியில் சட்டமன்ற உறுப்பினர்களாக வரவில்லை. M.C.ராஜா நீதிக்கட்சி வேட்பாளராக நிற்காமல் ஆட்சியில் உள்ளவர்களின் தயவால் சட்டமன்ற உறுப்பினர் ஆனார். நீதிக்கட்சி பிரபுக்கள், பெரும் பணக்காரர்கள், லேவாதேவி பணக்காரர்கள் முதலியவர்களின் கட்சியாகிப் போயிற்று. வேலைவாய்ப்பிலும் பிற்படுத்தப்பட்ட, தாழ்த்தப்பட்டவர்களுக்கான உரிய பதவிகள் கிடைக்கப்பெறவில்லை. அவையெல்லாம் பார்ப்பனர் அல்லாத வேறு சாதியினர்களுக்கு வழங்கப்பட்டது. கட்சியில் தெலுங்கர்கள் கை ஓங்கி இருந்ததால் தெலுங்கு மொழி பேசும் பகுதிகளான தொண்டை மண்டலத்தின் வடபகுதிகள் தெலுங்கர் கைக்குப் போயின. தமிழர் பகுதி சிறுத்துப் போக ஆரம்பித்தது. இது பற்றி தமிழ்நாடு நீதிக்கட்சி ஒன்றும் செய்யமுடியாதிருந்தது. காரணம் நீதிக்கட்சியில் தெலுங்கர்களே ஆதிக்கம் செலுத்தினர்.

நீதிக்கட்சியில் உண்மைத் தமிழர்கள் யாரும் இல்லை. சென்னை டாக்டர் நடேச முதலியார் அக்கட்சிக்கு உழைத்த ஒரு தலைவரானாலும் அவரை அக்கட்சி ஓரம் கட்டிவிட்டது. அதனால் அன்றைய அகண்ட சென்னை மாகாணத்தில் தெலுங்கு மொழி பேசுவோர் கை ஓங்கியது. இதைக் கன்னடத்தைத் தாய் மொழியாகக் கொண்டு தமிழைக் காட்டுமிராண்டி மொழி என்று பேசிய ஈ.வெ.ராவும், அவரை சேர்ந்த தெலுங்கரான சி.என்.அண்ணாதுரையும் கண்டிக்கவில்லை. தமிழுக்காகவும் தமிழர்களுக்காகவும் குரல் எழுப்பவில்லை. தெலுங்கு மொழி பேசுவோரின் மிகப்பெரிய சக்தியாகியது நீதிக்கட்சி. அதனால் விடுதலை பெற்ற இந்தியாவில் மொழிவாரி பிரிவினை ஏற்பட்டபொழுது தமிழகத்தின் எல்லை சுருங்கிப் போயிற்று. வடக்கே தொண்டை மண்டலப் பகுதியை இழந்தது. தெற்கே மலையாள மொழி பேசுவோரிடம் தேவிகுளம், பீர்மேடு பகுதிகளை இழந்தது. குளமாவது மேடாவது என்று தமிழ் பேசும் தமிழகம் கூறிவிட்டது. அதனால் மலையாளப் பகுதியிலிருந்து வருகிற நீருக்குக் கேரள அரசின் தயவை நாடவேண்டிய துர்ப்பாக்கிய நிலைமை ஏற்பட்டது. கர்நாடகாவில் எத்தனை அணைகளை வேண்டுமோனாலும் கட்டிக் கொள்ளுங்கள் என்று பச்சைக்கொடி காட்டத் தெலுங்கு மொழியைத் தாய்மொழியாகக் கொண்ட ஓங்கோல் முதலமைச்சர் பச்சைக்கொடி காட்டினார். தமிழகம் ஏற்கெனவே மழை

மறைவுப் பகுதி. மேற்கே இருந்தும் வடமேற்கே இருந்தும் வரவேண்டிய தண்ணீருக்கு கேரளாவையும் கர்நாடகாவையும் எதிர்பார்க்கவேண்டிய இழிநிலைக்குத் தமிழ் மாநிலம் தள்ளப்பட்டுவிட்டது. நீதிக்கட்சி ஆட்சியால் தமிழகத்துக்கு விளைந்த கேடுகள் இவை.

6

ஆங்கில ஏகாதிபத்தியத்தின் அடக்குமுறை தர்பார்

ஆங்கிலேய அரசாங்கம் காங்கிரசையும் அக்கட்சியைச் சேர்ந்தவர்களையும் அடக்கிட நடவடிக்கைகள் மேற்கொள்ள ஆரம்பித்தது. காங்கிரஸ், கிலாபத் ஆகிய அமைப்புகளின் அங்கங்களான சேவா சங்கங்களுக்கு அரசு தடை விதித்தது. சென்னை முதலிய நகரங்களில் பொதுக்கூட்டங்கள் நடத்தத் தடை விதிக்கப்பட்டது. தடையை மீறிய ஆயிரக்கணக்கானவர்களைச் சிறையில் தள்ளியது ஆங்கிலேய அரசு.

சித்தரஞ்சன் தாஸ், லாலா லஜபதி ராய், மோதிலால் நேரு, ஜவாஹர்லால் நேரு ஆகியோர் சிறையில் அடைக்கப்பட்டனர். சி.ஆர், ஜவாஹர்லால் நேரு, அபுல் கலாம் ஆசாத், வல்லபபாய் படேல், ராஜேந்திர பிரசாத் ஆகிய ஐவரும் காந்திய நெறியில் பயணிக்க ஒன்று கூடினர். இந்த ஐவரும் ரௌலட் சட்டத்தை எதிர்க்க காந்திஜி தலைமையில் ஒன்று திரண்டனர். இக்குழு காந்திஜியின் எல்லாப் போராட்டங்களிலும் ஒற்றுமையுடன் இயங்கியது. இந்த ஐவரும் காந்திஜியின் எல்லா நடவடிக்கைகளிலும் இணைந்திருப்பார்கள். காந்திஜி காலத்திற்குப் பின்னும் சில ஆண்டுகள்

தொடர்ந்து பணிபுரிந்தனர். சித்தரஞ்சன் தாஸ், லாலா லஜபதிராய், மோதிலால் நேரு, ஜவாஹர்லால் நேரு ஆகியோர் ஆங்கில அரசால் சிறையில் தள்ளப்பட்டனர்.

தடையை மீறி சி.ஆர் வேலூரில் பொதுக்கூட்டத்தில் பேசினார். பொதுக்கூட்டத்திற்குப் பிரமாண்டமான கூட்டம் கூடியது. சட்டத்தை மீறியதால் சி.ஆர், 1920 டிசம்பர் 21ம் தேதி செவ்வாய்க்கிழமை மாலை சுமார் 5.45 மணிக்கு வேலூர் மத்தியச் சிறையில் ஒரு சின்னஞ்சிறிய அறையில் பூட்டி வைக்கப்பட்டார். சி.ஆர் அடைக்கப்பட்ட அறை 1-1/2 அடி நீளமும் எட்டு அடி அகலமும் கொண்டது. சிறைக்குள்ளே ஒரு செங்கல் மேடைதான் கட்டில். அதன் மேல் விரிப்பதற்கு ஒரு பாயும் ஒரு விரிப்பும் கொடுத்தனர். பாயிலும் விரிப்பிலும் நூற்றுக்கணக்கான மூட்டைப் பூச்சிகள் ஏற்கெனவே தங்கள் வாழ்விடமாகக் கொண்டிருந்தன. மலம் நீர் கழிக்க இரண்டு மூடப்படாத மண்பாண்டங்கள் தரப்பட்டன. மண்பாண்டங்களை ஒன்றைக்கொண்டு மற்றதை மூட முடியாது.

சி.ஆர் அணிந்துகொள்ளச் சில துணிமணிகள், ஒரு தலையணை, ஒரு ஜமக்காளம், ஒரு சால்வை, ஒரு பிளாஸ்க், எழுதுவதற்குக் காகிதங்கள், சில புத்தகங்களைக் கொண்டு வந்திருந்தார். அவர் கொண்டு வந்த புத்தகங்கள் திருக்குறள், பைபிள், ஷேக்ஸ்பியர், ராபின்சன் க்ரூஸோ, சோக்ரதர் பற்றிய ஆங்கில நூல் மற்றும் ஆங்கிலத்திலும் தமிழிலும் மகாபாரதம். சி.ஆரைப் பார்க்க அவர் மகன் கிருஷ்ணசாமி, சகோதரர் ஸ்ரீனிவாசன், டாக்டர் T.S.S.ராஜன் ஆகியோர் வந்திருந்தனர். சி.ஆர் தான் மீண்டும் அகில இந்தியக் காங்கிரஸின் பொதுச்செயலாளராக நியமிக்கப்பட்டதைத் தெரிந்துகொண்டார். சிறை வாழ்க்கை சி.ஆரின் உடலைப் பாதித்தது. அவர் உடல் எடை 104 பவுண்டிலிருந்து 98 பவுண்டாகக் குறைந்தது. ஆஸ்துமா நோயும் அவரை வாட்டியது.

இனி வரும் அத்தியாயங்களில் சி.ஆர் அவர்கள் ராஜாஜி என அழைக்கப்படுவார்.

வடமாநில மக்கள் ராஜகோபாலாச்சாரியார் என்ற பெயரைச் சொல்ல முடியாமல் திணறினார்கள். ராஜகோபாலாச்சாரியார் என்ற நீண்ட பெயரில் இருந்து ராஜா என்ற முதல் இரண்டு எழுத்துகளை எடுத்துக்கொண்டு, வடக்கே பெயரோடு ‘ஜி’ என்ற எழுத்தை மரியாதைக்காகச் சேர்த்து அழைப்பது

வழக்கம். ஜி என்பது நம் தமிழில் அவர்கள் என்று கூறுவதற்குச் சமம். ஆக வடநாட்டுத் தலைவர்கள், தொண்டர்கள் அவரை 'ராஜாஜி' என்று அழைக்க ஆரம்பித்தனர்.

ராஜாஜி தாம் வேலூர் சிறைக்குக் கொண்டு வந்திருந்த ஆங்கில நூல்களில் கிரேக்க ஞானி ஆன சோக்ரதரின் வாழ்வில் அவருடைய கடைசிப் பகுதியை அதாவது கிரேக்க அரசால் அவர் மரண தண்டனை பெற்று மரணிக்கிற பகுதியைச் சோகம் ததும்பத் தூய தமிழில் மொழிபெயர்த்து வெளியிட்டார். அவர் ஓர் அருமையான எழுத்தாளர், அருமையான மொழிபெயர்ப்பாளர். அந்த நூலைப் படிக்கிற யாரும் அது மொழியாக்கம் செய்யப்பட்ட நூல் என்றால் ஒப்புக்கொள்ளத் தயங்கும் அளவில் அந்நூலைப் படைத்திருக்கிறார். அது ஒரு சிறிய நூல்தான் என்றாலும் ஒரு தத்துவஞானியின் கடைசி சில நிமிடங்களை ஒரு தமிழறிஞர் பதிவு செய்த காவியம் ஆகும்.

பிப்ரவரி 13ம் தேதி ராஜாஜியைப் பார்க்க அவருடைய சீடரும் நண்பருமான ஈ.வெ.ரா ஈரோட்டிலிருந்து கிளம்பி வேலூர் சிறைச்சாலைக்கு வந்திருந்தார். ஈ.வெ.ரா கூறியதால் காந்திஜி பர்தோலி வரிகொடாப் போராட்டத்தை நிறுத்தி விட்டதை ராஜாஜி தெரிந்துகொண்டார். பர்தோலி வரிகொடாப் போரை (Bardoli Satyagraha) 1920ல் காந்திஜி தொடங்கி உடனடியாக நிறுத்தியும் விட்டார். பர்தோலியில் வரிகொடா இயக்கத்தை காந்தி தோற்றுவிப்பதற்கு 350 ஆண்டுகளுக்கு முன்னரே விளையாத நிலத்துக்கு வரி கொடுக்க முடியாது என்று வரிகொடா இயக்கத்தை நம் தமிழ்நாட்டில் தென்பாண்டி மண்டலத்தைச் சேர்ந்த பொருநை நதி தீரத்தில் தென்திருப்பேரை எனும் ஊரில் வாழ்ந்தவர்கள் சாத்வீகமான அகிம்சா முறையிலான சத்தியாகிரகப் போராட்டத்தை நடத்தி வெற்றி பெற்றிருக்கிறார்கள். இச்சம்பவம் சொக்கநாத நாயக்கர் ஆட்சியில் நடைபெற்றது.

வேலூர்ச் சிறை வாழ்வை முடித்து ராஜாஜி அவர்கள் சிறையிலிருந்து விடுதலை பெற்று சேலம் வந்து சேர்ந்தார்.

7

காந்தி ஆசிரமம்

ராஜாஜியை தங்கள் குடும்ப வழக்கறிஞராகப் பல நிலப் பிரபுக்களும் தனவான்களும் ஏற்றுக்கொண்டார்கள் என்பதைப் பார்த்தோம். அத்தகைய பெரும் நிலக்கிழார்களில் ஒருவர் ரத்தின சபாபதி கவுண்டர். காந்தி 1924ம் ஆண்டுக்குப்பின் நேரடி இயக்கத்தை நிறுத்திவிட்டு மக்களை ஆக்கப்பணியில் ஈடுபடுத்திட எண்ணியபோது, ஆசிரமங்களை அமைக்கச் சொன்னார், அந்த ஆசிரமங்கள் நாற்றங்கால்களாக அமைந்து விடுதலைப் போராட்ட வீரர்களை, நல்ல ஊழியர்களை நாட்டின் சேவைக்கு தரும் என்று நம்பினார் காந்திஜி.

சேலம் வந்த ராஜாஜி ரத்ன சபாபதி கவுண்டரிடம் ஆசிரமம் அமைப்பது பற்றிப் பேசினார். ராஜாஜி இதற்கு முன்பே தன் மகள் பாப்பாவையும் தன் பிள்ளை நரசிம்மனையும் அனுப்பி காந்திஜியின் சபர்மதி ஆசிரமத்தில் தங்கி இரண்டு ஆண்டுகள் பயிற்சி பெற வைத்திருந்தார். சேலம் மாவட்டம் திருச்செங்கோட்டுக்கு அருகே புதுப்பாளையம் என்னும் கிராமத்தில் ரத்ன சபாபதி கவுண்டர் அளித்த நான்கு ஏக்கர் நிலத்தில் ராஜாஜி ஆசிரமம்

அமைக்க முடிவு செய்து பணியில் இறங்கினார். காந்தி ஆசிரமம் முறைப்படி திறந்து வைப்பதற்கு முன்னரே 1924ம் ஆண்டு காந்திஜி புதுப்பாளையம் வந்து ஆசிரமப்பணி நடப்பதையறிந்து மகிழ்ச்சிகொண்டார். காந்தி ஆசிரமம் 1925ம் ஆண்டு பிப்ரவரி ஆறாம் தேதி திறக்கப்பட்டது.

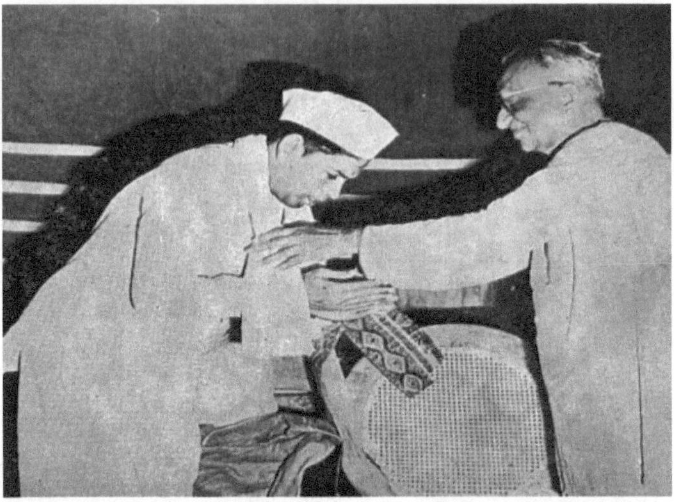

(ராஜாஜி நிறுவிய திருச்செங்கோடு காந்தி ஆஸ்ரமத்தில் நடைபெற்ற பொன்விழா ஆண்டில் ராஜாஜியின் குமாரர் சி.ஆர்.நரசிம்மனால், இந்தப் புத்தகத்தின் ஆசிரியர் கு.சடகோபன் கதராடை போர்த்தி வரவேற்கப்படுகிறார்.)

ரத்ன சபாபதி கவுண்டர் நாலு ஏக்கர் நிலத்தை வழங்கியதோடு மண் சுவரும் ஓலைக்கூரையும் கொண்ட ஆறு குடிசைகளையும் உருவாக்கிக் கொடுத்தார். இந்த ஆறு குடில்களையும் ரத்ன சபாபதி கவுண்டர் உருவாக்கும் இடைப்பட்ட காலத்தில் ஆசிரமவாசிகள் ரத்ன சபாபதி கவுண்டர் இல்லத்திலும் அவருடைய நண்பர்கள் இல்லத்திலும் குடியிருக்க ஏற்பாடு செய்துகொடுத்தார்.

புதுப்பாளையம் செம்மண் நிலம் அந்தச் செம்மண் சிறு சிறு கற்களையும் கொண்டிருக்கும். மழை எப்போதாவது பெய்யும் வானம் பார்த்த பூமிதான் அந்தப் பகுதி. ரத்ன சபாபதி கவுண்டர் தந்த புஞ்சை நிலத்தில் கிணறுகளை ஆழமாகத் தோண்டினால்தான் தண்ணீர் கிடைக்கும். அதுவும் ஆண்டு முழுவதும் ஒரே சீராகக் கிடைக்காது அந்த இடத்தில் ஏற்கெனவே இரண்டு கிணறுகள் இருந்தன. கிணறுகளில் தண்ணீர் குறைவாகவே இருந்தது.

அங்கே சென்ற காலத்தில் ராஜாஜி முதலில் தண்ணீரை எப்படிச் சிக்கனமாகச் செலவு செய்யவேண்டும் என்பதை ஆசிரமவாசிகளுக்குக் கற்றுக்கொடுத்தார். ஒரு வாளி தண்ணீர் எடுத்து அதில் எவ்வாறு குளிக்க முடியும் என்பதையும் செய்து காட்டினார். புதுப்பாளையத்தில் ஆசிரமம் அமைக்க இருக்கும் இடத்தில் உள்ள தாய்மார்கள் பருத்தியிலிருந்து பஞ்சை பிரித்து எடுக்கவும் ராட்டையிலிருந்து நூல் நூற்கவும் சிட்டம் போடவும் தறியில் நூல்களை முறைப்படி கொடுத்து ஆடைகள் நெய்யவும் தெரிந்திருந்தனர். அவர்கள் கதர் ஆடை திட்டத்தில் இணைந்துகொண்டனர். பெண்கள் ராட்டையிலும் தக்ளியிலும் நூற்கத் தொடங்கினர். தறிகள் இயங்கத்தொடங்கின. புதுப்பாளையத்தில் விவசாயத் தொழிலே முக்கியமான தொழில் என்றாலும் விவசாய வேலைகள் இல்லாத காலங்களில் அவர்கள் நூல் நூற்கவும் ஆடைகள் நெய்யவும் முடியும். அவர்கள் தறி நெசவு செய்யத் தயாராயினர். தறி நெசவு ஏற்கெனவே அவர்களுக்குத் தெரிந்த தொழில். ராஜாஜி அங்கே வந்த சில நாள்களில் மக்கள் இந்த வேலைகளைச் செய்யத் தயாராகிவிட்டனர்.

புதுப்பாளையத்தில் பலதரப்பட்ட சாதி மக்களும் வாழ்ந்து வந்தனர். தீண்டத்தகாத மக்களும் வாழ்ந்து வந்தனர். ராஜாஜி அவர்கள் அனைவரிடமும் அன்பு பாராட்டி அவர்களை அரவணைத்து ஆஸ்ரமத்தை நடத்திட முற்பட்டார். கிராமத்தில் தீண்டாமை ஒழிக்க ராஜாஜி அனைவரும் சமமாக ஒரே இடத்தில் அமர்ந்து உண்ணும் சமபந்தி உணவைத் தொடங்கினார். இந்தியாவிலேயே சமபந்தி உண்ணும் வழக்கத்தை நடைமுறைப்படுத்த முயன்றது காங்கிரஸ்தான். அக்காலத்திய காங்கிரஸ் தலைவர்கள் சமபந்திகளை வெற்றிகரமாக நடத்தினர்.

எல்லோரும் சமமாக அமர்ந்து உண்ணும் வழக்கம் கிராமத்தில் அதிசயமாகப் பார்க்கப்பட்டது. சமபந்தி போஜனத்திற்குக் கிராமத்தில் எதிர்ப்புகளும் முணுமுணுப்புகளும் ஏற்பட்டன. சமபந்தி போஜனம் ஓர் எதிர் விளைவை அங்கே உண்டு பண்ணியது. சமபந்தி போஜனத்தை எதிர்த்த சிலர் ஆசிரமத்திற்குத் தீவைத்துக் கொளுத்தத் திட்டம் தீட்டினர். சமபந்தி போஜனத்தால் ஆசிரமம் பொதுமக்கள் புறக்கணிப்புக்கு உள்ளாக்கப்பட்டது. தீவைத்துக் கொளுத்தப்போவதாகச் சமூக விரோதிகளால் கிளப்பி விடப்பட்ட தகவல்களைக் கண்டு ராஜாஜி முன்னெச்சரிக்கையாகத் தீயணைப்பு முறைகளை

எப்படி மேற்கொள்ள வேண்டும் என்பதற்கான பயிற்சி வகுப்புகளை நடத்தினார். பயிற்சி வீண் போகவில்லை. தீண்டத்தகாதவர்கள் வசிக்கும் ஒரு பகுதியில் எப்படியோ தீ விபத்து ஏற்பட்டு விட்டது. ஏற்கெனவே தீயணைப்பு பயிற்சி பெற்ற ஆசிரமவாசிகள் முனைந்து முன் நின்று தீயை அணைத்து எந்த விதமான விபத்தும் நிகழாத வண்ணம் அங்குள்ள மக்களைக் காப்பாற்றினர்.

ஆசிரமத்தில் குடில்கள் எல்லாம் மிகச் சிறியவை மூன்று புறமும் மண்ணால் அணைக்கப்பட்ட சுவர்களும் மேலே ஓலையால் வேயப்பட்ட கூரையும் கொண்ட குடில்களாக அவை அமைக்கப்பட்டு இருந்தன. அச்சிறு குடில்களில் ஒன்றிலேதான் சேலத்தில் வழக்கறிஞர் தொழிலில் ஏகபோகச் சக்கரவர்த்தியாகத் திகழ்ந்த ராஜாஜி தங்கினார். ராஜாஜியுடன் 12 வயதான மகள் லட்சுமியும் மகன் நரசிம்மனும் தங்கினர். ஓர் ஏக்கர் நிலப்பரப்புள்ள தோட்டம் கொண்ட பிரமாண்டமான சிமெண்ட் கட்டடத்தில் தங்கியிருந்தவர் எளிய வாழ்வை மேற்கொள்ளவேண்டி அந்த சின்னஞ்சிறு குடிலில் தங்கினார். பல்வேறு சாதிகளைச் சேர்ந்த 17 பேர் அடங்கிய குடும்பத்தை ராஜாஜி தன் குடும்பமாக ஏற்று அந்த ஆசிரமத்தில் குடியிருக்க வைத்து மனநிறைவுடனும் மகிழ்ச்சியுடனும் வாழ்ந்து வந்தார்.

ராஜாஜி மதுவிலக்கில் கவனம் செலுத்தலானார். தீண்டாமை ஒழிப்பும் மதுவிலக்கு ஆதரவும் அவருக்கு இரு கண்கள் போன்றவை. ராஜாஜி தலைமையில் தீண்டாமை என்னும் கொடிய அரக்கனையும் மதுவரக்கனையும் ஒழிப்பதில் ஆசிரமம் அதிகக் கவனம் செலுத்தியது. புதுப்பாளையத்தில் காந்தி ஆசிரமம் வந்ததால் சுற்றிலும் உள்ள கிராம மக்கள் மதுவைவிட்டு விலகி கொஞ்சம் கொஞ்சமாக முன்னேறத் தலைப்பட்டனர். புதுப்பாளையத்தில் காந்தி ஆசிரமம் தோன்றியபின் மது குடிப்பது குறைந்து வருவதை ஆங்கிலேய அரசாங்கமே ஒப்புக்கொண்டது. மது ஒழிப்பில் ராஜாஜியின் முயற்சிக்கு அன்றைய அரசாங்கம் முன் நின்று உதவி செய்தது. புதுப்பாளையம் அருகே குடியிருக்கும் தாய்மார்கள் வேண்டிக்கொண்டதற்கு மதிப்புக் கொடுத்து சில மதுக்கடைகள் அப்பகுதிகளில் இருந்து எடுக்கப்பட்டன.

புதுப்பாளையம் ஆசிரமத்திலிருந்து பெண்கள் பஞ்சை வாங்கிக்கொண்டு சென்று தங்கள் இல்லத்தில் வைத்து நூல் நூற்று வார இறுதியில் நூற்ற நூலைச் சிட்டை போட்டுக் கொடுத்து கூலியாக 1-1/2 ரூபாய் பெற்றுக்கொண்டனர்.

அக்காலகட்டத்தில் வாரம் ஒன்றரை ரூபாய் என்பது ஒரு நல்ல வருமானம். இந்தத் தொகை குடும்பத்திற்கு உதவியாக இருக்கும். ராஜாஜி புதுப்பாளையம் காந்தி ஆசிரமத்திலிருந்து மாட்டு வண்டியில் கிராமம் கிராமமாகச் சென்று மதுவால் விளையும் கேடுகளை எடுத்துச்சொல்லி மக்களைத் திருத்த முயன்றார். வேறுபாடுகளில் கவனம் செலுத்தாமல் மக்கள் சேவையில் ஐக்கியமாகி அச்சில் அடிக்கப்பட்ட பல சுற்றறிக்கைகளைச் சுற்று வட்டாரக் கிராமங்களில் விநியோகித்து மக்களை மது மயக்கத்திலிருந்து விரட்ட முயன்றார்.

1971க்குப் பிறகு தமிழ்நாட்டில் ஆட்சி நடத்த வந்த ஆட்சியாளர் மு.கருணாநிதி, பல ஆண்டுகாலமாக மதுவை மறந்திருந்த மக்கள் மத்தியில் மதுவிலக்கு நீக்கம் என்று அறிவித்தபொழுது, தம் தள்ளாத வயதில் கொட்டும் மழையில் நனைந்துகொண்டு கோபாலபுரம் சென்று முதல்வரை பார்த்து தமிழகத்தில் மதுவிலக்கை நீக்கிவிடாதீர்கள் என்று கேட்டுக்கொண்டார். ஆனால் தீயவை நாடி தீயவே செய்யும் ஆட்சியாளர் பெரியவர் ராஜாஜியை உதாசீனப்படுத்தி மதுவிலக்கை நீக்கினர். இதன்மூலம் தமிழகத்தில் இளம்பெண்கள் பலரை விதவைகள் ஆக்கியது இவ்வரசு.

ராஜாஜி அவர்கள் மதுவின் கொடுமையை விளக்க ‘விமோசனம்’ என்ற ஏட்டை நடத்தினார். மது ஒழிப்பில் ராஜாஜி, காந்தி அவர்களுடனான தொடர்புக்கு முன்னரே இறங்கிப் பாடுபட்டவர். விமோசனம் ஏட்டை ஆசிரியராக இருந்து நடத்திடுமாறு தமக்கு மிகவும் வேண்டிய இரா. கிருஷ்ணமூர்த்தியின் பொறுப்பில் விட்டார். உப்பு சத்தியாகிரகப் போராட்டத்தின்போதும் இரா.கிருஷ்ணமூர்த்தி விமோசனம் பத்திரிகையை நடத்தப் பணித்து உப்பு அறப்போரில் கலந்துகொள்ள அவருக்கு வாய்ப்பு அளிக்கவில்லை. இரா. கிருஷ்ணமூர்த்தி பின்னாளில் சதாசிவம், M.S.சுப்புலட்சுமி அவர்களுடன் சேர்ந்து ‘கல்கி’ என்ற வார இதழை நடத்தினார்.

ராஜாஜி அவர்கள் மதுவிலக்கில் இருந்த ஆர்வம் காரணமாகக் குடித்து அடிமையாய் இருந்த சிலரைத் தனிப்பட்ட முறையில் அழைத்து அவர்களுக்கு மதுவால் வரும் கேடுகளை விளக்கி அவர்களை மது போதையிலிருந்து மீட்டார்.

ஒருநாள் சக்கிலிய வகுப்பைச் சேர்ந்த ஒரு பெண்மணி ராஜாஜியிடம் வந்து தன் கணவன் தினமும் குடித்துவிட்டு வந்து தன்னை அடித்துத் துன்புறுத்துவதாகவும், தாங்கள்தான்

அவனைத் திருத்தவேண்டும் என்றும் கண்ணீருடன் வேண்டினாள். அப்பெண்ணின் கணவன் பெயர் வீரன். அவன் ராஜாஜியிடம் தாம் ஒருபோதும் குடிப்பதில்லை என்று கூறினான். பலமுறை கேட்டும் அவன் குடிப்பதே இல்லை என்று சாதித்தான். ராஜாஜி அவன் கையில் இரண்டு செருப்புகளை வைத்து சத்தியமாகக் குடிக்கவில்லை மனைவியை அடிக்கவும் இல்லை என்று சத்தியம் இட்டுச் சொல்லுமாறு பணித்தார். வீரன் பதறி ராஜாஜியின் கால்களில் விழுந்து வணங்கி "ஐயா என்னை மன்னியுங்கள். நான் இப்பொழுது முதல் குடியை விட்டுவிடுகிறேன். நான் இனிமேல் குடிக்க மாட்டேன். இது என் தொழில் மீது சத்தியம்" என்று கண்ணீருடன் வரக் கூறினான். அவன் வாக்களித்தபடி அன்று முதல் குடிப்பதை விட்டுவிட்டான். பின்னர் அவனை ஆசிரமத்தில் காலணி தயாரிக்கும் பிரிவில் பணியாற்றிட ராஜாஜி அனுமதித்தார்.

ஆசிரமத்தில் பள்ளிகள் எழுந்தன. பள்ளிக்குப் பாடம் சொல்லிக் கொடுக்கும் ஆசிரியர் ராஜாஜிதான். புதுப்பாளையத்துக்கு அருகே உள்ள ஊர்களிலும் இந்த ஆசிரமத்தின் சார்பாகப் பள்ளிகள் தோன்றின.

திருச்செங்கோடு காவல்துறை, ஆசிரமத்துக்கு அருகே உள்ள கிராமங்களில் இருந்து வம்படியாகப் பெண்களைக் கைது செய்து காவல்நிலையத்துக்குக் கொண்டு சென்று அவர்களிடம் இருந்து 20 ரூபாய் முதல் 200 ரூபாய் வரை பெற்றுக்கொண்டு அவர்களை விடுவிக்கும். இம்மாதிரி காவல்துறையினர் வேண்டிய பொழுதெல்லாம் அருகே உள்ள கிராமத்து மக்களைக் காவல் நிலையம் இட்டுச் சென்று பணம் பறித்து வந்தனர். புதுப்பாளையத்தில் காந்தி ஆஸ்ரமம் வந்த பிறகும் ஒருமுறை மேழிப்பள்ளி என்ற குக்கிராமத்து மக்களை அழைத்துச் சென்று பணம் பறித்திருக்கின்றனர். கிராமத்தில் பாதிக்கப்பட்ட மக்கள் ஆசிரமம் வந்து ராஜாஜியிடம் முறையிட்டனர். ராஜாஜி, பெண்களிடம் "போலிசார் உங்களிடம் கோபத்துடன் நடந்துகொண்டாலும் பணம் கொடுத்ததைத் தைரியமாகச் சொல்வீர்களா?" என்று கேட்டார். பாதிக்கப்பட்ட மக்கள் "சத்தியமாகக் கூறுவோம்" என்றனர். அவர்கள் கூறியதைக் கைநாட்டுடன் பதிவு செய்து வாங்கிக்கொண்டார். பின்னர் திருச்செங்கோடு காவல் நிலையத்திற்கு ஒரு கடிதம் எழுதி 'இந்த ஏழை தாய்மார்களிடம் பறித்துக்கொண்ட பணத்தை உடனடியாகக் கொடுத்து விடவேண்டும் கொடுக்காவிட்டால் இதை

மேலதிகாரிகளிடம் தெரிவித்து பணம் பறித்தவர்களுக்குத் தண்டனை வாங்கிக் கொடுக்க நேரிடும் என்றும், இப்படிப் பணம் பறித்ததற்கான தண்டனையையும் வாங்கித் தருவேன்' என்று ராஜாஜி தெரிவித்திருந்தார். திருச்செங்கோடு காவல் நிலையத்தைச் சேர்ந்த காவலர்கள் கொள்ளையடித்த பணத்தைக் கொண்டுவந்து ராஜாஜியிடம் கொடுத்தனர். ராஜாஜி யார் யார் எவ்வளவு பணம் கொடுத்திருந்தார்களோ அப்பணத்தை அவர்களிடம் திருப்பிக்கொடுத்தார். கிராம மக்களிடையே காந்தி ஆசிரமத்தின் மதிப்பும் ராஜாஜியின் மதிப்பும் உயர்ந்தது.

ராஜாஜி ஒருநாள் ஓர் ஏணியைச் சாய்த்து வைத்து ஏறி தம் குடிலின் புகைபோக்கியைச் சரி செய்து கொண்டிருந்தார் அதைப் பார்த்த 13 வயதான லட்சுமி "அப்பா நீங்கள்தான் ஏணி மீது ஏறி இந்த வேலையைச் செய்யவேண்டுமா? ஏணியில் ஏறியபடி வேலை செய்து உங்களுக்குப் பழக்கம் உண்டா? ஏணி வழுக்கிவிட்டால் நீங்கள் கீழே விழுந்து காயமல்லவா படவேண்டியதிருக்கும்? இவ்வேலையை சின்னானை கொண்டு செய்யலாம் அல்லவா?" என்று பாசத்துடன் கேட்டாள்.

"மனிதர்களிடையே ஏற்றத்தாழ்வு பாராட்டக்கூடாது. ஏணி வழுக்கி சின்னான் விழுந்து அவனுக்கு அடிபட்டால் பாதகம் இல்லையா?" என்றார். வண்ணான் வகுப்பைச் சேர்ந்த சின்னானை ராஜாஜி சமையல் வேலை செய்ய ஆசிரமத்தில் நியமித்திருந்தார். வண்ணான் சமூகத்தைச் சேர்ந்த ஒருவனை 1924 வாக்கில் ஆசிரமத்தின் சமையல் வேலைகளைச் செய்ய ராஜாஜி நியமித்திருந்தார் என்பது குறிப்பிடத்தக்கது மட்டுமன்று, புரட்சிகரமானது.

மாண்டேகு செம்ஸ்போர்டு இரட்டை ஆட்சியை ஏற்று மாகாணங்களில் நடைபெற்ற தேர்தல்களில் காங்கிரஸ் கலந்துகொள்ளவில்லை. லோகமான்ய திலகர் கலந்துகொள்ளலாம் என்று சொன்னார். பல தலைவர்கள் தேர்தலில் போட்டியிடவேண்டும் என்று அகில இந்தியாவிலிருந்தும் கருத்து தெரிவித்திருந்தனர். தீரர் சத்தியமூர்த்தி, ஹிந்து கஸ்தூரிரங்க ஐயங்கார், சுதேசமித்திரன் ஆசிரியர் ரெங்கசாமி ஐயங்கார், எஸ்.சீனுவாசய்யங்கார் ஆகியோர் தேர்தலில் போட்டியிடவேண்டும் என்றும் கூறினர். ஆனால் காந்திஜி தேர்தலைப் புறக்கணிக்கவேண்டும் என்று கூறியதை ஏற்று காங்கிரஸ் போட்டியிடவில்லை. காங்கிரஸ்

போட்டியிடாததால் சென்னை மாகாணத்தில் 1920 முதல் 1937 வரை நடைபெற்ற தேர்தல்களில் நீதிக்கட்சியே வெற்றி பெற்றது.

நீதிக்கட்சியை ஈ.வெ.ராவின் சுயமரியாதைக் கட்சி, திராவிடர் கழகம் ஆகியவை ஆதரித்தன. 1949ல் திராவிடர் கழகத்திலிருந்து பிரிந்து வந்த திராவிட முன்னேற்றக் கழகம் தங்கள் கட்சியே 1920 முதல் 1937 வரை 17 ஆண்டுகளும் 1967 முதல் 56 ஆண்டுகளும் ஆட்சிபுரிந்து வருவதாக மக்கள் மத்தியில் மார்தட்டி வருகிறது. இப்படி அவர்கள் பேசுவதற்குக் காங்கிரஸ் இடம் கொடுத்துவிட்டது என்பது வேதனைக்குரியது. ராஜாஜி காந்தியிடம் வைத்திருந்த மரியாதை காரணமாக சென்னை மாகாணத்தில் காங்கிரசை போட்டியிடவிடாமல் செய்துவிட்டார்.

காரைக்குடி பகுதிக்கு காந்திஜி விஜயம் செய்தபொழுது, நகரத்தாரில் ஒரு சிலர் காந்திஜியிடம் ராஜாஜியை அவர் தன் அருகில் வைத்துக்கொள்வதை விரும்பாமல் எதிர்த்தனர். செட்டியார்கள் காந்திஜியை அணுகி பிராமணரான ராஜாஜியை தங்களுக்கு அணுக்கமாக வைத்துக்கொள்ளக் கூடாது என்றும், பிராமணனை நம்பக்கூடாது என்றும் சொன்னார்கள். ஆனால் காந்திஜி “எனக்கு வாரிசாக விளங்கக்கூடிய ஒரே மனிதர் ராஜாஜிதான்” என்று அப்பொழுது உறுதியுடன் கூறினார்.

பின்னாளில் இதே காந்திஜி ‘என்னுடைய வாரிசு ஜவாஹர்லால் நேருதான். ராஜாஜி அல்ல’ என்று கூறிவிட்டார். ஜவாஹர்லால் நேருவைப் பல எதிர்ப்புகளுக்கு மத்தியில் உயர்ந்த இடத்தில் உட்கார்த்தி அழகு பார்த்தார். அவர்கள் வாரிசுகள் ‘காந்தி’ என்ற சொல்லை எடுத்துப் போட்டுக்கொண்டு தங்கள் குடும்ப ஆட்சியை இன்றுவரை பாதுகாத்து வருகின்றனர். இன்று இந்தியாவில் அவர்கள் குடும்ப ஆட்சியில்லை. ஆனால் காங்கிரஸ் கட்சியில் இன்றும் அவர்கள் குடும்ப ஆட்சியே நிலவுகிறது. காரணம் காந்தி என்ற ஒட்டுதான். இந்தத் தவற்றை காந்தி செய்திருக்கக்கூடாது.

8

வைக்கம் போராட்டம்

*1924-1925*ல் கேரளா காங்கிரஸ் அகில இந்தியக் காங்கிரஸுடன் இணைந்து நடத்திய வைக்கம் போராட்டம் நடைபெற்றுக் கொண்டிருந்தது. கேரள மாநிலத்தில் வைக்கம் என்ற ஊரில் உள்ள சிவன் கோவில் மாட வீதியில் ஈழவர் முதலிய சாதியினர் செல்லக்கூடாது என்று ஒரு தடை இருந்தது. ஈழவர்களும் அவர்களைப் போன்ற சாதியினரும் அந்த வீதிகளில் செல்வதற்கு உரிமை கோரும் போராட்டமே வைக்கம் போராட்டம் ஆகும்.

கேரளக் காங்கிரஸ் தலைவர் டி.கே.மாதவன் காந்திஜியிடம் போராட்டம் நடத்த அனுமதி கோருகிறார். காந்தி கேரளக் காங்கிரஸ் தலைவர் டி.கே. மாதவனுக்கு ஒரு தந்தி மூலம் போராட்டத்திற்குப் பச்சைக்கொடி காட்டுகிறார். வைக்கத்தில் முற்போக்கு எண்ணம் கொண்டவர்களும் இப்போராட்டத்தில் கலந்துகொண்டனர். இப்போராட்டம் சிறிது தொய்வுற்றபொழுது ஜார்ஜ் ஜோசப்பும், குரூர் நீலகண்ட நம்பூதிரியும் கேரளக் காங்கிரஸ் தலைவர்களும், அண்டை மாநிலமான தமிழகத்தின் காங்கிரஸ் தலைவர்களுள் ஒருவராகிய

ஈ.வெ.ரா.வை இப்போராட்டத்தில் கலந்துகொள்ள வருமாறு அழைக்கின்றனர். இவ்வழைப்பை ஏற்று ஈ.வெ.ரா கேரளா சென்று போராட்டத்தில் கலந்துகொண்டார். தமிழ்நாடு காங்கிரஸ் பிரமுகர் டி.ஆர்.கிருஷ்ணசாமி ஐயரும், கோவை அய்யாமுத்துவும் இப்போராட்டத்தில் கலந்துகொண்டு சிறை சென்றனர். ஈ.வெ.ரா இப்போராட்டத்தில் மகாகவி பாரதி பாடல்களைப் பாடிக்கொண்டு களத்தில் நின்றார். இவர்கள் அனைவரும் போராட்டத்தில் கலந்துகொண்டு சிறை சென்றனர்.

கைதான போராட்ட வீரர்களைக் குற்றவழக்கில் கைதான கிரிமினல் கைதிகளுடன் சிறையில் அடைத்தனர். இச்செய்தியை அறிந்த ராஜாஜி, கேரளா மன்னருக்குக் கடிதம் எழுதி போராட்டத்தில் கைதானவர்களை அரசியல் கைதிகளாக நடத்தவேண்டும் என்று கேட்டுக்கொண்டார். ராஜாஜியின் கடிதம் கண்டவுடன் மன்னர் அவர்களை அரசியல் கைதிகளாக நடத்த உத்தரவிட்டார்.

கோவை அய்யாமுத்து, ஈ.வெ.ரா.வுக்கு முன்பே இப்போராட்டத்தில் கைதாகி சிறைக்குச் சென்றுவிட்டார். இந்தப் போராட்ட நிலை பற்றித் தெரிந்துகொள்ள ராஜாஜியை காந்தியடிகள் அனுப்பி வைத்தார். காங்கிரஸ் சார்பாக இப்போராட்டம் நடத்தும் கேரளா காங்கிரஸுக்கு ரூபாய் 1,000 தமிழ்நாடு காங்கிரஸ் நிதியிலிருந்து கொடுக்குமாறு காந்தி கேட்டுக்கொண்டார். மேற்படி பணத்தை உறுப்பினர் சந்தா தொகை வந்தவுடன் தமிழ்நாடு காங்கிரசுக்குத் தந்து விடுவதாக காந்திஜி தெரிவித்தார். கேரளா காங்கிரஸ் நடத்தும் போராட்டத்தின் நிலைமை பற்றி அறிந்து வரத்தான் ராஜாஜியை காந்திஜி அனுப்பினார். அவர் போராட்டத்தில் கலந்துகொண்டு சிறைக்குச் செல்லுமாறு வேண்டவில்லை. வைக்கத்தில் யதார்த்த நிலையைத் தெரிந்துகொள்ள காந்திஜி தம் தூதராக ராஜாஜியை அனுப்பினார்.

முதலில் கைதான கோவை அய்யாமுத்து விடுதலையானார். அவர் விடுதலை ஆன நாளில் தமிழ்நாடு காங்கிரஸ் சார்பாக ராஜாஜியும், எஸ்.சீனுவாசையங்காரும் கேரளாவிற்கு இப்போராட்டத்தை ஊக்குவிக்க வந்தனர்.

ராஜாஜியை கோவை அய்யாமுத்து, திருவனந்தபுரம் வழக்கறிஞர் குஞ்சு கிருஷ்ணபிள்ளை இல்லத்தில் சந்தித்தார். ராஜாஜி அய்யா முத்துவை தமிழ்நாட்டிற்குப் போய் நிதி வசூல்

செய்து இந்தப் போராட்டத்திற்குக் கொடுக்கச் சொல்கிறார். ராஜாஜி திருவனந்தபுரத்தில் இப்போராட்டத்திற்கு ஆதரவு திரட்டுகிறார். ராஜாஜி காந்திஜி சொன்னபடி ஆயிரம் ரூபாயைக் கேரளா காங். தலைவர்களிடம் வழங்குகிறார். காந்திஜி திருவனந்தபுரம் வந்து, கேரளா அரசியாருடனும், திவான் முதலிய அரச பிரதிநிதிகளுடன், இந்து மதப் பிரதிநிதிகளுடனும் பேசி, எல்லோருடைய ஒப்புதலுடனும், வைக்கம் மாட வீதிகளில் ஈழவர்கள் மற்றும் தீண்டத்தகாதவர்கள், மற்ற எல்லாச் சாதியினரும் நடமாடலாம் என்று சட்டப்படியாக உரிமையை வாங்கினார். கேரளா அரசும் எல்லோரும் நடந்துசெல்ல உரிமை வழங்கிப் போராட்டத்தை நிறைவு செய்தது.

1930ல் சி.பி.ராமசாமி ஐயர் கேரளா திவானாக இருந்தபோது, தாழ்த்தப்பட்ட தீண்டத்தகாதவர்கள் என்று கருதப்பட்ட அனைவரும் இந்து கோயில்களுக்குச் சென்று வழிபாடு செய்யலாம் என்ற உரிமையை வழங்கினார்.

இவ்வைக்கம் போராட்டம் பற்றி கி.வீரமணி, சின்னக் குத்தூசி முதலியவர்கள் தவறான தகவல்களை மக்களுக்கு வழங்கிப் போராட்டத்தைப் பெரியார் ஈ.வெ.ரா.வே தன்னிச்சையாக நடத்தினார் என்ற உண்மைக்கு மாறான செய்திகளை எழுதினார்கள்.

வைக்கம் போராட்டம் பற்றிய உண்மை செய்திகளை, சில கட்டுரைகள் மூலம், 'துக்ளக்' இதழில் வெளியிட்டு ஜெபமணி (குரங்கணி) உண்மைகளை வெளிக்கொணர்ந்து, வீரமணி, சின்னக் குத்தூசியின் தவறான தகவல்களைத் தவிடு பொடியாக்கியிருக்கிறார்.

சிறையிலிருந்து மீண்ட பெரியார் ஈ.வெ.ரா ஈரோடு சென்றுவிட்டு சென்னைக்குப் போயிருக்கிறார். சென்னை வந்த ஈ.வெ.ரா.வை தமிழ்த் தென்றல் திரு.வி.க. அவர்கள் வரவேற்று, தமது நவசக்தி இதழில் 'வைக்கம் வீரர்' ராமசாமி நாயக்கர் என்று அவருக்கு வைக்கம் வீரர் என்ற அடைமொழி கொடுத்துப் பாராட்டியிருக்கிறார்.

1925ல் காஞ்சியில் நடைபெற்ற மாகாண காங்கிரஸ் மாநாடு ஈ.வெ.ரா அவர்கள் வைக்கம் போராட்டத்தில் கலந்துகொண்டதற்குப் பாராட்டுத் தீர்மானம் நிறைவேற்றி இருக்கிறது.

தேவதாசி முறையை காந்திஜி நீக்கவேண்டும் என்றார். தேவதாசி முறைக்குச் சமயச்சார்பு படுத்தியிருப்பதையும் அவர் எதிர்த்தார். தேவதாசி முறை ஒழிக்கப்படவேண்டும் என்பதில் காந்திஜியும் ராஜாஜியும் ஒத்த கருத்துடையவர்களாகவே இருந்தனர்.

அக்காலகட்டத்தில் தஞ்சை மாவட்டம் மூவலூர் இராமாமிர்தம் அம்மையார் தேவதாசி ஒழிப்பு மாநாடு ஒன்றை நடத்தினார்கள். அம்மாநாட்டுப் பகுதிகளில் உள்ள தேவதாசி தொழிலில் ஈடுபட்டிருப்பவர்களையும் கலந்துகொள்ள வருமாறு அழைப்பு விடுத்திருந்தனர். அன்றைய காங்கிரஸ் தலைவர்களான தமிழ்த்தென்றல் திரு.வி.க.வும் பெரியார் ஈ.வெ. ரா.வும் சிறப்பு அழைப்பாளர்களாக அழைக்கப்பட்டிருந்தனர். திரு.வி.க. தேவதாசி முறை நீக்கப்படவேண்டும் என்பதை வலியுறுத்திப் பேசினார். அவரைத் தொடர்ந்து ஈ.வெ.ரா. பேசினார். அன்றைய அவர் பேச்சில் தாசி ஒழிப்பை விட, கதர் பற்றிய பேச்சு அதிகம் இருந்தது. இங்கு இதைக் குறிப்பிடுவதன் நோக்கமே, தாசி ஒழிப்பு இயக்கத்திலும் காங்கிரஸே முதலில் களத்தில் இறங்கியது என்பதைக் குறிப்பிடத்தான்.

காந்திஜியோ ராஜாஜியோ எதிர்பாராத ஒரு பிரச்சினை தோன்றியது. காந்தியின் மகன் தேவதாஸ் காந்தியும் ராஜாஜியின் மகள் லட்சுமியும் காதல் வயப்பட்டனர். இருவரும் திருமணம் செய்துகொள்ள விரும்பினர். பெங்களூரில் தேவதாஸ்காந்தி, ராஜாஜி அவர்களிடம் ஒரு கடிதத்தைக் கொடுத்தார். அக்கடிதத்தில் ராஜாஜி, தம் மகள் லட்சுமியைத் தனக்குத் திருமணம் செய்துதர வேண்டும் என்று கோரிக்கை விடுத்திருந்தார். இக்கடிதம் பற்றி காந்திஜியும் ராஜாஜியும் பேசினார்கள். இருவரும் தேவதாஸிடமும் லட்சுமியிடமும் மனம்விட்டுப் பேசினர். இருவரையும் தனித்தனியாக அழைத்துப் பேசினர். காதலின் உண்மைத் தன்மையை அறிய ஒரு சோதனை வைத்தனர். இருவரும் நான்கு ஆண்டுகள் ஒருவரை ஒருவர் பார்க்கவோ, பேசவோ, கடிதம் மூலம் தொடர்போ இருக்கக்கூடாது. நான்கு ஆண்டுகளுக்குப் பின்னும் இருவருக்கும் இதே மனநிலை இருக்குமானால் இருவரும் திருமணம் செய்துகொள்ளப் பெற்றோர்களாகிய நாங்களே ஏற்பாடு செய்வோம் என்ற கடுமையான நிபந்தனைகளுடன் அவர்கள் காதலுக்கு நியாயமான முடிவைத் தெரிவித்தனர்.

இப்பொழுது லட்சுமிக்கு வயது பதினைந்து ஆகிறது நான்கு ஆண்டுகள் பொறுத்திருங்கள் பார்ப்போம் என்றனர்

ராஜாஜியும் காந்திஜியும். ஆனால் மேலும் இரண்டு ஆண்டுகள் அவர்கள் காத்திருக்க வேண்டியது வந்தது. இந்திய நாட்டு அரசியல் போராட்டங்கள், ராஜாஜி காந்திஜி இருவரும் சிறையில் இருந்த நிலைமை இவற்றால் இத்திருமணம் இரண்டு ஆண்டுகள் தள்ளிப்போயிற்று.

9

உப்பு அறப்போராட்டம்

மத்திய அரசாங்கம் உப்புக்கு வரி விதித்தனர். அகில இந்தியக் காங்கிரஸ் கமிட்டி கூடி உப்புக்கு வரி போட்டது பற்றி விவாதித்தனர். உப்புக்கு வரி ஆங்கில அரசால் மக்களுக்குச் சுமையாக வரி போட்டிருப்பதாக உணர்ந்தது. இவ்வரியை நீக்கவேண்டும் என்ற கோரிக்கையை மத்திய அரசின் பார்வைக்குக் கொண்டு சென்றது.

காந்திஜி இந்திய வைஸ்ராய்க்கு ஒரு கடிதம் எழுதினார். 'பூரண விடுதலையையோ, அல்லது பிரிட்டனின் மேலாதிக்கத்தோடு கூடிய சுதந்திரத்தையோ இப்பொழுது கோரவில்லை. உப்பு வரியை ரத்து செய்யுங்கள் என்றுதான் கேட்கிறோம்' என்று கோரிக்கை வைத்தார். இச்சட்டம் பற்றி அரசு மறு ஆலோசனை செய்யவில்லை என்றால் நாங்கள் இந்தச் சட்டத்தைத் தகர்க்கவேண்டிய சூழ்நிலைக்கு எங்களைத் தள்ளி விட்டீர்கள் என்றே ஆகும் என்று சற்று காட்டமாகவே அக்கோரிக்கை இருந்தது. 'சபர்மதி ஆசிரமத்திலிருந்து புறப்பட்டு நடந்தே தண்டிவரை சென்று கடலில் உப்பைக் காய்ச்சி எடுத்து வருவோம்' என்றார் காந்திஜி.

மார்சு 12ம் தேதி சபர்மதி ஆசிரமத்திலிருந்து ஆசிரம ஊழியர்கள் எழுபத்தெட்டு பேர்களுடன் அறுபத்தொரு வயதான காந்திஜி, பாதயாத்திரையைத் தொடர்ந்தார். காந்திஜி நடத்திய முதல் சுதந்திரப் போராட்டம் உப்பு சத்தியாகிரகம்தான். இதைப் பார்த்து ஆங்கிலேயர்கள் எள்ளி நகையாடினர். போயும் போயும் உப்புக்கு ஒரு போராட்டமா என்று கிண்டலடித்தனர். தமிழ்நாட்டில் ராஜாஜி அவர்கள் தலைமையில் உப்பு சத்தியாகிரகம் தொடங்க முடிவு எடுக்கப்பட்டது. திருச்சியிலிருந்து புறப்பட்டு வேதாரண்யம் கீழகடற்கரையிலே உப்பு காய்ச்சி எடுத்து வர முடிவெடுக்கப்பட்டது.

காந்திஜி, ராஜாஜி இருவரும் ஒருவர் வடபுலத்திலும் மற்றவர் தென்புலத்திலும் உப்பு ஆறப்போரை நடத்தத் தலைமை பொறுப்பேற்கின்றனர். 1930ம் ஆண்டு மார்சு 12ம் தேதி காந்திஜியும் அவருடைய 78 சகாக்களும் சபர்மதி ஆஸ்ரமத்திலிருந்து பிரார்த்தனை முடித்து பாதயாத்திரையாகப் புறப்பட்டார்கள். கைகளில் தடிதாங்கி குஜராத்தின் புழுதி மேனியெல்லாம் பரவத் தெளிந்த உறுதியான பார்வையுடன் காந்திஜி பாதயாத்திரை தொடங்கினர். 61 வயதான காந்திக்கு நடந்து பழக்கம். தினமும் நடைப்பயிற்சி மேற்கொள்பவர். அவர் விரைவாக நடந்தார். அவர் குழுவினரும் தொடர்ந்தனர். அப்பகுதியில் உள்ள கிராமங்கள் அலங்கரிக்கப்பட்டிருந்தன. கொடிகள் பட்டொளி வீசிப் பறந்தன. காந்திஜிக்காக காத்திருந்த குடியானவர்கள் அவருடன் சேர்ந்து நடக்க ஆரம்பித்தனர். காந்தி சென்ற பாதையில் இருந்த ஊர்களின் கிராம அதிகாரிகள் சுமார் நானூறு பேர்கள் தங்கள் உத்தியோகத்தைத் துறந்து ராஜினாமா செய்தனர்.

தஞ்சைத் தரணியில் உப்பு எடுக்கப் புறப்பட்டிருக்கும் மாவீரர்கள் ராஜாஜி தலைமையில் திருச்சியிலிருந்து பாதயாத்திரை தொடங்கினர். முதல் அடியை எடுத்து வைத்தபோது அமைதி நிலவியது. சில வினாடிக்குப் பிறகு நாமக்கல் கவிஞரின் பாடல் இசையோடு முழங்கியதைக் கேட்க முடிந்தது.

கத்தியின்றி ரத்தமின்றி
யுத்தம் ஒன்று வருது
சத்தியத்தின் நித்தியத்தை
நம்பும் யாரும் சேருவீர்!....(கத்தி)
ஒண்டி அண்டி குண்டு விட்டிங்

குயிர் பறித்தலின்றியே
மண்டலத்தில் கண்டிராத
சண்டை ஒன்று புதுமையே..... (கத்தி)
குதிரை இல்லை; யானை இல்லை;
கொல்லும் ஆசையில்லையே!
எதிரி என்றும் யாருமில்லை
என்றும் ஆசை இல்லதாய்?.... (கத்தி)
கோபமில்லை தாபமில்லை
சாபம் கூறவில்லையே
பாவமான செய்கையொன்றும்
பண்ணுமாசை இன்றியே!..... (கத்தி)
கண்டதில்லை; கேட்டதில்லை;
சண்டை இந்த மாதிரி;
பண்டு செய்த புண்ணியந்தான்
பலித்ததோ நாம் பார்த்திட!..... (கத்தி)
காந்தி என்ற சாந்தமூர்த்தி
தேர்ந்து காட்டும் செந்நெறி,
மாந்தருக்குள் தீமை குன்ற
வாய்த்த தெய்வம் மார்க்கமாம்!..... (கத்தி)

உப்பு சத்தியாகிரக வீரர்கள் திருச்சியிலிருந்து வேதாரண்யம் செல்லும்வரை இப்பாடலை இசையோடு பாடி வந்தனர். மகாகவி பாரதியின் ‘அச்சமில்லை’ என்ற பாடலையும் பாடி வந்தனர். ‘திலகரின் காலத்தில் அவர் கொள்கைகள் பாரதி வாயிலாக வெளிவந்தன. காந்தி காலத்தில் நாமக்கல் கவிஞர் வாயிலாகக் கொள்கைகள் வெளிவந்தன’ என்று உப்பு அறப்போர் தளபதி ராஜாஜி அப்போது சொன்னார். ஆங்காங்கே உள்ள ஊர்களில் இப்போராட்ட வீரர்களை வரவேற்கவும் சிறு கூட்டங்கள் நடத்தவும் உணவு வழங்கவும் ஆங்காங்குள்ள மக்கள் ஆர்வமாக இருந்தனர். வேதாரண்யம் சென்றடைந்த வீரர்கள் இரவு தூங்கி அதிகாலை எழுந்து வேதாரண்ய முகாமில் நீராடி பிரார்த்தனை முடித்து முகாமிலிருந்து இரண்டு மைல் தொலைவில் உள்ள எடந்தேவர் உப்புக்களம் நோக்கி நடக்கத் தயாராயினர். ராஜாஜி பதினாறு சத்தியாக்கிரக வீரர்களுடன் எடந்தேவர் உப்பளம் சென்றார்.

அனைவரும் குனிந்து தங்கள் கைகளால் உப்பை அள்ளினார்கள். உப்பைப் போராட்ட வீரர்கள் அள்ளியதுதான் தாமதம் போலீஸ் சூப்பரின்டெண்ட் கோவிந்த நாயர் அவர்களும் ஐம்பது போலீஸ்காரர்களும் ராஜாஜி உட்படப் போராட்ட வீரர்களை எடுத்த உப்பைக் கீழே போடுமாறு கூறினர். போராட்ட வீரர்கள் மறுத்ததால் நாயர் ராஜாஜியைக் கைது செய்தார். மற்றவர்களை மற்ற காவலர்கள் கைது செய்தனர்.

விவகாரம் பெரிதாக விளம்பரம் ஆகி விடக்கூடாது என்பதற்காக உப்பு சேமித்து வைக்கும் ஒரு கிட்டங்கியில் விசாரணை கோர்ட் ஆங்கிலேய அரசின் சார்பாக அமைக்கப்பட்டிருந்தது. அந்த நீதிமன்றத்தின் நீதிபதி பொன்னுசாமி பிள்ளை ராஜாஜிக்கு ஆறு மாதக் கடுங்காவலுடன் ரூ.200/- அபராதம் அல்லது மூன்று மாதம் சிறை என்று தீர்ப்பு அளித்தார். அந்தத் தீர்ப்பை நீதிபதி அமைதியாக வாசித்தார். சிறை வாரண்ட்டில் கையெழுத்து இடவேண்டிய நிலை வந்தபோது நீதிபதி பொன்னுசாமி பிள்ளை நிலைகுலைந்து அழுதுவிட்டார்.

ராஜாஜி கைது செய்யப்பட்டதைத் தொடர்ந்து தமிழ்நாடு முழுவதும் மறுநாள் கதவடைப்பு நடைபெற்றது. வேதாரண்யத்தில் சந்தானத்தின் தலைமையில் உப்பு அள்ளப்பட்டு போராட்டம் தொடர்ந்தது. போராளிகள் 375 பேர்கள் தஞ்சை மாவட்டத்தில் புரட்சி செய்ததாகக் கருதப்பட்டு கைதானார்கள். ராஜாஜியை திருச்சிக்கு அழைத்துப்போனார்கள். அங்கிருந்து பெல்லாரிக்கு அழைத்துக்கொண்டு போனார்கள்.

தொடர்ந்து போராட்டத்தில் ஈடுபட்ட சந்தானம், சர்தார் வேதரத்தினம் பிள்ளை என்று வரிசையாகக் கைதாகினர். ராஜாஜி தம் மகள் லட்சுமிக்கு ‘அன்புள்ள குழந்தாய்! எனக்கு ஒன்பது மாதம் விடுமுறை கிடைத்திருக்கிறது. நமது போராட்டத்தின் வெற்றிக்காகக் கடவுளைப் பிரார்த்திக்கவும்’ என்று கடிதம் எழுதினார்.

வடக்கே தண்டியில் காந்திஜி கைதானதும், மறுநாள் காந்திஜியின் இரண்டாவது குமாரன் மணிலால் காந்தி, கவிக்குயில் சரோஜினி தேவி ஆகியவர்கள் தலைமையில் மே மாதம் 21ம் தேதி தராசனா உப்பளத்தின் மீது 2500 சத்தியாகிரகிகள் படை எடுத்தனர். அவர்களை ஆறு ஆங்கிலேய அதிகாரிகளுக்குக் கீழ் இயங்கிய 400 இந்திய போலீஸ்காரர்கள் ஈவிரக்கம் இன்றி லத்தியால் அடித்து நொறுக்கினர். அந்தத் தாக்குதலில் இரண்டு

சத்தியாகிரகிகள் இறந்துபோனார்கள். 320 பேர் காயமுற்றனர். ஆயினும் உப்பு அறப்போர் அகிம்சாவாதிகளில் யாரும் ஒரு கையைக்கூட உயர்த்தவில்லை. அகிம்சை முனை மழுங்காமல் அங்கே கடைப்பிடிக்கப்பட்டது. நேரில் கண்டு பத்திரிகையில் எழுதிய வெப் மில்லர் என்ற அமெரிக்கப் பத்திரிகை நிருபர் மூலம் இந்த அகிம்சைப் போரின் வெற்றி பற்றி உலகம் தெரிந்துகொண்டது. உலகெங்கும் உள்ள ஆயிரத்திற்கும் மேற்பட்ட நாளிதழ்கள் இதைப் பிரசுரித்தன.

திருச்சி மத்தியச் சிறைச்சாலையில் ராஜாஜி கைதி எண் 5557 ஆக மூன்று வாரங்கள் இருந்தார். பிறகு பெல்லாரி சிறைக்கு மாற்றப்பட்டார். பெல்லாரி சிறையில் ராஜாஜி வகுப்பு நடத்தினார். என்ன பாடங்கள் எடுக்கவேண்டும் என்பதைச் சிறையில் இருந்தவர்களே தெரிவித்தனர். ஓர் இளைஞர் ராஜாஜி நடத்திய பாடத்தை எல்லாம் சுருக்கெழுத்தில் பதிவு செய்துகொண்டார் எழுதிக்கொண்டவை எல்லாம் 'Chats Behind Bars' என்ற தலைப்பில் ஒரு நூலாக வெளிவந்தது. ராஜாஜி பெல்லாரி சிறையிலிருந்து தண்டனைக் காலம் முன்பே விடுதலையானார். அவர் வெளியேறுவதற்கு முதல் நாள் அவருக்குப் பிரியா விடை நல்கினர் சிறைச்சாலையில் உள்ள கைதிகள். அதுவும் அவரிடம் பாடம் கேட்ட சிறைக் கைதிகள்.

உப்பு சத்தியாகிரகம் சென்னையிலும் நடைபெற்றது. சென்னையில் ஆந்திர கேசரி டி.பிரகாசம், ஆந்திர கேசரி நாகேஸ்வரராவ், தேசபந்து நாகேஸ்வரராவ், துர்கா பாய் ஆகியோருக்கு சேலம் சுப்பிரமணியம் தந்தி அடித்து சென்னைக்கு வரச் சொன்னார். தமிழகத்தின் மிகச்சிறந்த தேசியப் பேச்சாளர்களாகத் திகழ்ந்த வேலூர் குப்புசாமி முதலியார் அவர்களையும் உதயத்துல்லா அவர்களையும் தந்தி அடித்து சென்னைக்கு வரச் சொன்னார். சென்னை மாநகரில் தமிழ், தெலுங்கு, ஆங்கிலம் ஆகிய மும்மொழிகளிலும் மேலே சொன்ன சொற்பொழிவாளர்கள் முழங்கினர். சென்னையிலும் உப்பு அறப்போர் நடைபெற்றது. சென்னையிலும் ஆங்கிலக் காவல்துறையின் அடக்குமுறையைப் பொருட்படுத்தாமல் காங்கிரஸ் தொண்டர்கள் காந்தியின் படை வீரர்கள் போலிசாரின் தாக்குதலுக்கு அஞ்சாமல் உப்பை கையில் எடுத்தனர். அறப்போர் வீரர்கள் வேலூர் சிறையில் அடைக்கப்பட்டனர். காந்திஜி எரவாடா சிறையிலும், ராஜாஜி ஆந்திரா பெல்லாரி சிறையிலும், பலர் வேலூர்

சிறையிலும் அடைக்கப்பட்டனர். உப்பு அறப்போர்தான் காந்தி ஆங்கிலேயரை எதிர்த்து நடத்திய முதல் அறப்போர்.

1930ல் வட்டமேஜை மாநாட்டுக்காக காந்தி லண்டன் சென்று திரும்பினார். வட்டமேஜை மாநாட்டில் நாட்டிற்கு விடுதலை அளிப்பது பற்றிய தீர்க்கமான முடிவு எதுவும் எடுக்கப்படவில்லை. டாக்டர் பாபாசாகேப் அம்பேத்கரின் தாழ்த்தப்பட்டோருக்கும் வாக்குரிமை வழங்கும் திட்டத்தை நிறைவேற்ற அன்று ஆங்கிலேய அரசு முயன்று கொண்டிருந்தது அதைத் தடுத்து நிறுத்தவேண்டும் என்று காந்திஜி விரும்பினார். அதே காலகட்டத்தில் தேசியத் தலைவர்கள் நாடு தழுவிய நிலையில் விடுதலைப் போரில் களம் கண்டு வெள்ளைக்காரர்களுக்கு அச்சமூட்டிக் கொண்டிருந்த காலம். சமூகம், சமுதாய விழிப்புணர்வு, சமுதாய விடுதலை என்று பேசிக்கொண்டிருந்தவர்கள் மத்தியில் காங்கிரஸ் சமுதாய விழிப்புணர்வையும் தேச அரசியல் விடுதலையையும் இணைத்தே போராடிக் கொண்டிருந்தது.

'பொருளாதாரச் சுரண்டலோ அரசியல் அடிமைத்தனமோ மட்டும் காங்கிரசின் தோற்றத்திற்குக் காரணம் இல்லை. இந்தியச் சமுதாயத்தை விழிப்புணர்வுகொள்ள வைக்கவும் ஏற்றத்தாழ்வுகள் அற்ற சமுதாய மாற்றமும் காங்கிரஸ் தோன்றுவதற்குக் காரணங்களாக இருந்தன. காங்கிரஸ் தோன்றுவதற்கு 50 ஆண்டுகளுக்கு முன்பே புத்தெழுச்சிக்குரிய சூழல் ஏற்பட்டுவிட்டது' இவ்வாறு பட்டாபி சீதாராமையா எழுதிய காங்கிரஸ் வரலாறு கூறுகிறது.

1930ம் ஆண்டு லண்டனில் நடைபெற்ற வட்டமேஜை மாநாடு தோல்வி கண்டது. காந்திஜியின் பேச்சுக்களை ஆங்கிலேயர் கேட்க மறுத்தனர். மறுபுறத்தில் அம்பேத்கரின் அரிஜனங்களை இந்து சமூகத்திலிருந்து பிரிக்க முனையும் தனித் தொகுதி முறையை ஆங்கில அரசு ஆதரிக்க முயன்றனர். இங்கிலாந்தில் அதற்கான முயற்சிகள் நடப்பதாக அறிந்த காந்திஜி தம் உயிரைக் கொடுத்தாவது அதைத் தடுத்து நிறுத்த முயன்றார். காந்தி லண்டனிலிருந்து திரும்பியதும் உப்பு சத்தியாகிரகத்தில் ஈடுபட்டு எரவாடா சிறையில் அடைக்கப்பட்டிருக்கிறார். அதே காலகட்டத்தில் ராஜாஜியும் சிறையில் இருந்தார். ராஜாஜிக்கு கொடுத்த தண்டனை குறைக்கப்பட்டு அவர் விரைவில் விடுதலை செய்யப்பட்டார்.

10

சாகும்வரை உண்ணா நோன்பு

எரவாடா சிறையில் இருந்த காந்திஜி தனித் தொகுதி திட்டத்தைக் கைவிட ஆங்கில அரசாங்கத்தையும் அம்பேத்கரையும் கேட்டுக்கொண்டு சாகும்வரை உண்ணாவிரதம் என்று உண்ணா நோன்பை மேற்கொண்டார். காந்திஜியின் இந்த அறிவிப்பைக் கேட்டு இந்திய மக்கள் கலங்கிப்போயினர். இந்தியாவின் பல பகுதிகளில் இருந்தும் உண்ணா நோன்பைக் கைவிடுமாறு காந்திஜிக்கு தந்திகள் வந்த வண்ணம் இருந்தன.

ராஜாஜி இந்த உண்ணா நோன்பை நிறுத்திடப் பம்பரமாகச் சுழன்று வேலை செய்தார் எரவாடா சிறையில் இருக்கும் காந்திஜியிடமும் டாக்டர் அம்பேத்கரிடமும் பலமுறை சென்று பேசி அம்பேத்கரின் தனித் தொகுதியைக் கைவிட வேண்டினார். தேசிய நோக்கும் சீரிய சிந்தனைகளும் கொண்ட அம்பேத்கர் காந்தியின் ரிசர்வ் தொகுதி ஏற்பாட்டை ஒப்புக்கொண்டார். ராஜாஜியின் பெரும் முயற்சியே அம்பேத்கரை ஒப்புக்கொள்ள வைத்தது. ஆங்கில அரசும் காந்திஜி சாகும்வரை உண்ணாவிரதம் என்ற நோன்பைக் கைவிட்டதைக்

கண்டு காந்தியை கண்ணியத்துடன் வணங்கி மகிழ்ந்தனர். காந்திஜியின் சாகும்வரை உண்ணாவிரதம் என்னும் நோன்பைக் கைவிட ராஜாஜி ஆற்றிய பணியை இந்தியாவே போற்றி மகிழ்ந்தது. ராஜாஜியின் கூர்ந்த அறிவும் பிறரோடு கலந்துரையாடும் பண்பும் நேர்மையான அணுகுமுறையும் ராஜாஜிக்கு முயற்சியில் வெற்றி வாங்கித் தந்தன என்றால் மிகையாகாது.

தேவதாஸ் காந்தி-லட்சுமி ஆகிய இருவரின் காதலின் ஆழத்தைக் கண்டுகொள்ள இரு பெரும் தலைவர்களாலும் விதிக்கப்பட்ட நான்கு ஆண்டு காலக்கெடு எப்பொழுதோ முடிந்துவிட்டது. ஆனால் இரு பெருந்தலைவர்களும் தொடர்ந்து அரசியல் போராட்டங்களிலும் சிறைச்சாலைகளிலும் இருந்து வந்ததால் விதித்த கெடுவைத் தாண்டி இருவரும் தலைவர்களின் அனுமதிவேண்டி நிற்கின்றனர். ராஜாஜியும் காந்திஜிக்கு இதை நினைவுபடுத்தி கடிதம் எழுதினார்.

1933ம் ஆண்டு ஜூன் 16ம் தேதி திருமணம் நடத்தப் பெருந்தலைவர்கள் இருவரும் முடிவு எடுத்தனர். பூனாவில் லேடி பிரேம் லீலா தாக்கரேயின் வீட்டில் திருமணம் நடத்த முடிவாயிற்று. திருமணம் நடைபெறும் வீட்டில் காதல் மணத்தை, கலப்பு மணத்தை ஏற்றுக்கொள்ள மறுக்கும் ஆசாரக்காரர்கள், பலர் எதிர்ப்பு தெரிவித்து குரல் எழுப்பினர். இப்புரட்சி திருமணத்தை ஏற்றுக்கொண்ட பலர் நல்வாழ்த்துகளை ஓங்கிய குரலில் தெரிவித்தனர். ஆற்றலும் கல்வியறிவும் சீர்திருத்த உணர்வும் கூடிய லக்ஷ்மண சாஸ்திரி ஜோஷி என்ற மகாராஷ்டிரப் புரோகிதர் சடங்குகளை முறைப்படி நடத்தி திருமணத்தை நடத்தி வைத்தார். திருமணம் எளிய முறையில் மிகச் சிக்கனமாக நடந்தேறியது. சிக்கனம் என்றால் ஒரே சிக்கனம். தேவதாஸின் சகோதரன் ராம்தாஸ்கூட இத்திருமணத்திற்கு அழைக்கப்படவில்லை. நண்பர்கள் அன்போடு பரிசளித்த பட்டுப் புடவைகளைத் திருப்பித் தந்துவிடுமாறு காந்திஜி கேட்டுக்கொண்டார். இத்திருமணத்திற்கு ராஜாஜியின் மூத்த மகள் பாப்பா என்ற நாமகிரி மட்டும் அப்பா ராஜாஜியுடன் பூனா வந்திருந்தாள்.

11

காங்கிரஸ் தேர்தலில் குதித்தது

செம்ஸ்போர்டு உருவாக்கிய இரட்டை ஆட்சி முறைத் தேர்தலைப் புறக்கணிப்பது என்ற முடிவை 1920ல் இருந்து தொடர்ந்து பின்பற்றி வந்த காங்கிரஸ், 1937 தேர்தலில் போட்டியிடத் தன் கட்சியினருக்கு அனுமதி வழங்கியது. ஜல்லிக்கட்டுக் காளையை அவிழ்த்துவிட்டால் அது எப்படி வேகமாகப் பாயுமோ அதுபோலத் தேர்தலைச் சந்திக்கவேண்டும் என்ற ஆவலில் இருந்த காங்கிரஸ் இந்தியா முழுவதிலும் உற்சாகத்துடனும் வேகத்துடனும் களம் இறங்கினர்.

1937ல் நடைபெற்ற சட்டமன்றத் தேர்தலில் இந்தியாவில் ஏழு மாகாணங்களில் காங்கிரஸ் வெற்றி பெற்றது. சென்னை மாகாணத்தில் மொத்த உறுப்பினர் எண்ணிக்கை 215. மேல் சபையில் 46 இடங்களில் காங்கிரஸ் வென்றது. தமிழக பிரீமியராக அதாவது பிரதம மந்திரியாக ராஜாஜி தேர்ந்தெடுக்கப்பட்டார். தேர்தலில் சென்னை மாகாணத்தில் காங்கிரஸ் வென்று ஆட்சிப் பொறுப்பை ஏற்றது. 1937ல் ஜூலையில் ராஜாஜி பிரதம மந்திரி (Premier) ஆகத் தேர்வு செய்யப்பட்டார். இவர் பிரதமராக ஏற்றுக்கொண்ட பகுதி பெரும் பகுதியாகும்.

மேற்கே அரபிக் கடல்வரை, மங்களூர், கோழிக்கோடு வரையிலும், கிழக்கே விசாகப்பட்டினம் வரையிலும் பறந்து விரிந்து இருந்தது. மலையாளம் பேசும் மலபார் மாவட்டமும் சென்னை மாகாணத்தில் அடங்கி இருந்தது.

ராஜாஜி சென்னையில் பிரதம மந்திரியாக இருந்த நாள்களில் அவருடன் அவர் மகள் யதுகிரியும் இளைய மகள் லட்சுமியும் உடனிருந்தனர். அப்போது யதுகிரி தன் கணவனை இழந்து தந்தையுடன் இருந்தாள். லட்சுமி சில மாதங்கள் இங்கே இருந்தாள். காலை 7:00 மணி முதல் அலுவலர்களும் கட்சிக்காரர்களும் மற்றவர்களும் வர ஆரம்பித்து விடுவார்கள். ராஜாஜி அவர்களை ஊஞ்சல் அறையில் சந்திப்பார். காலை 9:30 மணி முதல் மாலை 4.30 மணி வரை கோட்டையில் பணியாற்றுவார். இடையே பத்து நிமிட இடைவெளியில் வீட்டிலிருந்து கொண்டுவந்த இட்லியையும் காபியையும் அருந்துவார். மாலையில் அதிகாரிகளைச் சந்திப்பதில்லை. அனேகமாக மாலையில் பொதுக்கூட்டங்களுக்குப் போகவேண்டியது இருக்கும். மகன் நரசிம்மனும் 1933ல் மலபாரிலிருந்து வந்த சங்கரனும் பிரதம மந்திரியின் சொந்தக் காரியங்களுக்கு உதவினர்.

ராஜாஜியின் அமைச்சரவையில் அவரைத் தவிர ஒன்பது பேர் அமைச்சர்களாக இருந்தனர். அவரது அமைச்சரவையில் டி.பிரகாசம், வி.வி.கிரி, கோபால் ரெட்டி, பி.சுப்பராயன், டி.எஸ். எஸ்.ராஜன், எஸ்.ராமநாதன், சி.ஜே.வா.கி, யாகூப் ஹாசன் ஆகியோர் இருந்தனர். ராஜாஜி தமது அமைச்சரவையில் அவருக்காகத் தான் போட்டியிடத் தயார் நிலையில் வைத்திருந்த தொகுதியை வழங்கி தியாகம் செய்த தீரர் சத்தியமூர்த்தி அவர்களை ராஜாஜி அவரைத் தம் அமைச்சரவையில் சேர்த்து இருக்கலாம். அவரை விட்டுவிட்டது பின்னாளில் காமராஜ் அரசியல் பண்ணுவதற்கு ஒரு வாய்ப்பாக இருந்தது. சத்தியமூர்த்தி அவர்களை ராஜாஜி புறக்கணித்தது பின்னாளில் பல இடர்பாடுகளுக்குக் காரணமாயிற்று.

ராஜாஜியின் முதல் மேடைப் பேச்சிலேயே நல்லுறவுக்கான விதைகளை விதைத்தார். அரசு அதிகாரிகளை நிரந்தரப் பொதுத்தொண்டில் ஈடுபட்டுள்ள தன் சகாக்கள் என்று கூறினார். மேலும் அவர் பேசும் பொழுது “கடந்த காலத்தில் தனக்கு ஏற்பட்ட துன்பத்திற்காக எந்த ஒரு குழுவிடமோ, வர்க்கத்திடமோ கோபமும் வெறுப்புணர்வும் கொண்டால் இந்த நாட்டின் உயரிய பண்பாட்டை மறந்தவனாவேன்.

என் கொள்கையை உண்மையாகக் கடைப்பிடிக்கத் தவறியவனாவேன்” என்று தீர்க்கமாக அறிவித்தார்.

இந்தியா முழுவதிலும் எட்டு மாகாணங்களில் காங்கிரஸ் வெற்றி பெற்றது. சென்னை மாகாணத்தின் பிரதமராக ராஜாஜி ஒளிர்ந்தார். மதுரை வைத்தியநாததையர் அப்போது சட்டமன்ற உறுப்பினர். தியாகி வைத்தியநாததையர் என்றே மக்கள் அவரை அழைத்து வந்தனர். மதுரை மீனாட்சி அம்மன் ஆலயத்திற்கு அரிஜனங்களை அழைத்து வர ஏற்பாடு செய்தார். அதே நேரத்தில் ஒரு சிலர் அரிஜனங்கள் ஆலயத்திற்குள் நுழைவார்களானால் ரத்த ஆறு ஓடும் என்றனர். மதுரை வைத்தியநாததையர் பிரதமர் ராஜாஜியைச் சந்தித்தார். ராஜாஜி முத்துராமலிங்கத் தேவரைச் சந்திக்கச் சொன்னார். வைத்தியநாதையர் அவர்கள் பசும்பொன் சென்று முத்துராமலிங்கத் தேவர் அவர்களைச் சந்தித்தார். தேவர் தம்மீது ராஜாஜி அரசு போட்டிருந்த வழக்குகளை எல்லாம் மறந்து ஆலயப் பிரவேசத்தின்போது தானும் வருகிறேன் என்று கூறினார். இது தேவரின் பெருந்தன்மை

ஒரு துண்டுச் சீட்டில் தேவர் ஓர் அறிக்கை வெளியிட்டார். ‘நம் சகோதரர்களான அரிஜனங்களை மீனாட்சி அம்மன் ஆலயத்திற்கு அழைத்துவர வைத்தியநாததையர் அவர்கள் திட்டமிட்டுள்ளார்கள். அவ்வாறு அரிஜனங்கள் ஆலயத்திற்குள் வந்தால் ரத்த ஆறு ஓடும் என்று ஒரு சிலர் அச்சுறுத்தி வருவதாக அறிகிறேன். ஆலயப் பிரவேச நாளில் நானும் வைத்தியநாததையர் அவர்களுடன் வருவேன். ஏதாவது அசம்பாவிதம் நடத்த முயன்றால் சந்திக்கவேண்டிய முறையில் அவர்களைச் சந்திக்கத் தயாராக இருக்கிறேன்’ என்று அந்தத் துண்டுச் சீட்டில் அச்சிடப்பட்டிருந்தது. தேவரின் அறிவிப்பைக் கண்ட அந்தக் கும்பல் தடம் தெரியாமல் ஒளிந்து கொண்டனர். 1939 ஜூலை 8ம் தேதி காலை 8:45 மணிக்குத் தியாகி வைத்தியநாததையர் தலைமையில் அரிஜன ஆலயப் பிரவேசம் நடந்தேறியது. யாராலும் ஆலயப் பிரவேசத்திற்கு எதிராக ஒரு துரும்பைக்கூட எடுத்துப் போடமுடியவில்லை. தியாகி வைத்தியநாததையர் அவர்கள் மதுரை மீனாட்சியம்மன் ஆலயத்தில் அரிஜன ஆலயப் பிரவேசத்தை இனிதே நடத்தி வைத்தார்.

ஐந்து அரிஜனங்களும், ஆலம்பட்டியைச் சேர்ந்த முருகானந்தம், மதுரை மாவட்ட காங்கிரஸ் கமிட்டியைச் சேர்ந்த பா.கக்கன், (பின்னாளில் இவர் காமராஜ் அமைச்சரவையில்

அமைச்சரானார்) அரிஜன சேவாசங்க ஊழியர் முத்து, மதிச்சியம். வி.எம்.சின்னையா, விராட்டிபத்தைச் சேர்ந்த டி.ஆர்.பூவலிங்கம் ஆகிய அரிஜனங்களும், விருதுநகர் நகராட்சி மன்ற உறுப்பினர் எஸ்.எஸ்.சண்முக நாடார் அவர்களும், மதுரை மீனாட்சி அம்மன் ஆலயத்திற்கு தமிழ்நாடு அரிஜன சேவா சங்கத் தலைவர் அ.வைத்தியநாதையர் அவர்களும், செயலாளர் எல்.என்.கோபாலசாமி அவர்களும் அன்று ஆலயப் பிரவேசத்தில் கலந்துகொண்ட முக்கியமானவர்கள்.

இந்த மகத்தான நிகழ்ச்சி நடந்த ஒன்று இரண்டு நாள்களில் தீரர் சத்தியமூர்த்தி, தன் அருமைச் சீடர் காமராஜ் மற்றும் சக காங்கிரஸ் ஊழியர்களுடன் மதுரை மீனாட்சி அம்மனை வழிபட வந்தார். மதுரை மீனாட்சி அம்மனை வழிபட்டு வெளியே வந்த பொழுது, ஆலய முகப்பில் சத்தியமூர்த்தி ஐயரைப் பார்க்கத் திரண்டு வந்த பொதுமக்களிடம் தீரர் சத்தியமூர்த்தி ஒரு சிற்றுரை நிகழ்த்தினார். “இன்று நான் மீனாட்சி அம்மனைத் தரிசனம் செய்தேன். அரிஜனங்களை அழைத்து வந்ததால் அம்மன் கோபம்கொண்டு ஆலயத்தை விட்டே போய்விட்டாள் என்று கூறினார்களாம். மீனாட்சியம்மன் கோயிலில்தான் இருக்கிறார். அம்மன் அழகாகச் சிரித்த முகத்துடன் காட்சிதந்தாள். எந்நாளும் இல்லாத முகமலர்ச்சியையும் சிரித்த முகத்தையும் கண்டேன். பல ஆண்டுகளாகக் காணாத தன்னுடைய அன்பு குழந்தைகளாகிய அரிஜனங்கள் தம்மைக் கண்டு வணங்கியதைக் கண்டு அம்மன் மகிழ்ச்சி கொண்டிருக்கிறாள். இதுதான் அன்னையின் அந்த மந்தகாசப் புன்னகை” என்று பேசினார்.

அரிஜனங்களின் ஆலய நுழைவை எதிர்த்து வந்த கூட்டம், ஆலயத்தின் நிர்வாகியையும் தியாகி வைத்தியநாதையரையும் வழக்கு மன்றத்திற்கு வம்படியாகக் கொண்டு நிறுத்த நீதிமன்றத்தை அணுகி வழக்குத் தொடர முயற்சிகள் மேற்கொண்டனர். மதுரை மீனாட்சி அம்மன் ஆலயத்திற்குள் சென்று அரிஜனங்கள் வழிபட்டு வந்தார்கள் என்ற செய்தி அறிந்த மற்ற ஊர்களில் உள்ள காங்கிரஸ்காரரர்கள் ஹரிஜனங்களை அழைத்துக்கொண்டு ஆலயம் சென்று வழிபட்டனர். இது தமிழகம் முழுவதும் தொடர்ந்தது. அன்றைய பிரதமர் ராஜாஜி இந்து ஆலயப் பாதுகாப்புச் சட்டத்தை அவசர அவசரமாகச் சட்டமன்றத்தில் நிறைவேற்றி, எதிர்ப்பாளர்களின் முயற்சிகளை ஆரம்பத்திலேயே கிள்ளி எறிந்தார். இப்படி மகத்தான சமூகப் புரட்சிகரமான திட்டங்கள் நடந்துகொண்டிருந்தபோது

சுயமரியாதை கட்சிக்காரர்கள் சென்னை மாகாணத்திலேயே காணாமல் போய்விட்டார்கள்.

1924ல் கேரள மாநிலம் வைக்கம் மகாதேவன் கோயில் மாடவீதிகளில் அனைத்துச் சாதியினரும் நடமாடலாம் என்ற உரிமையை வாங்கித் தந்தது கேரள காங்கிரஸ். கேரள காங்கிரஸ் நடத்திய போராட்டத்தில் தமிழ்நாடு காங்கிரஸில் முக்கியத் தலைவர்களுள் ஒருவராகத் திகழ்ந்த ஈ.வெ..ரா அவர்களும் இணைந்து போராட்டத்தில் ஈடுபட்டார். 1930ல் கேரள சமஸ்தானத்தின் திவானாக இருந்த சர்.சி.பி.ராமசாமி ஐயர் அவர்கள் அனைத்துச் சாதி மக்களும் கேரளாவில் உள்ள ஆலயங்கள் யாவிலும் சென்று வழிபட உரிமையைச் சட்டபூர்வமாக்கித் தந்தார். கேரளாவில் மன்னராட்சிக் காலத்திலேயே அனைத்துச் சாதியினரும் ஆலயம் சென்று வழிபட உரிமை பெற்றனர்.

மாக்ஸ்முல்லர் என்னும் ஜெர்மன் நாட்டு அறிஞர் வேதங்களை ஆராய்ச்சி செய்து ஆங்கிலேயர்களின் விருப்பம்போல் முடிவுகளைக் கொண்டு வந்தார். ஆராய்ச்சி செய்து ஒரு முடிவுக்கு வருவதுதான் சிறந்த நிலை. அதுவே உண்மையான ஆராய்ச்சியும் ஆகும். ஆனால் மாக்ஸ்முல்லருக்கு ஒரு முடிவைச் சொல்லி அதற்கு ஏற்றார் போல் ஆய்வு செய்யுமாறு அவர் வற்புறுத்தப்பட்டார். அவர் வேதத்தில் இருக்கும் ‘ஆரிய’ என்ற கீர்வாண் மொழிச் சொல்லையும் வடமொழியாகிய சமஸ்கிருதத்தில் பொ.யு.5ம் நூற்றாண்டு முதல் கையாளப்பட்ட திராவிடம் (த்ராவிடம்) என்ற சொல்லையும் எடுத்துக்கொண்டு ஆரிய இனம், திராவிட இனமென்று அவ்விரு சொல்லையும் இல்லாத இனங்களின் பெயர்களாக்கி பிரிவினைக்கு வித்திட விரும்பிய ஆங்கிலேயர்களின் ஆசைகிணங்க ஆய்வு செய்தார். ஆரியப் படையெடுப்பு என்ற ஒரு பொய்யையும் கட்டவிழ்த்து விட்டார். பல ஆண்டுகள் இக்கருதுகோள்களை வெளியிட்டு வந்தவர், மனம் மாறி தான் தவறு செய்துவிட்டதாகவும் அவ்விரு சொற்களும் இனங்களைக் குறிக்காது என்று புதிய உண்மையை வெளியிட்டார். முதலில் தெரிவித்த முடிவுகள் வேகமாகப் பரவியது போல் பின்னால் அவர் வெளியிட்ட உண்மைக் கருத்துகள் பரவவில்லை. முதலில் முல்லர் தெரிவித்த இனவாதக் கருத்துகள் ஆட்சி அதிகாரத்தில் ஆங்கிலேயர்கள் இருந்ததால் பள்ளிக்கூடப் பாடநூல்களில் அரங்கேறிவிட்டன. இந்த நிலையில் அவர் பின்னர் வெளியிட்ட உண்மைக் கருத்து மக்கள் மத்தியில் வேகமாகப் பரவவில்லை.

அதனால் உலக அறிஞர்கள் பலரும் முல்லர் தெரிவித்த கருதுகோள்களை மனத்தில் கொண்டு எழுதியும் பேசியும் வந்தனர். சென்னை மாகாணத்தின் பிரதமராக அரியணையில் வீற்றிருந்த ராஜாஜி அவர்களும் அந்தக் கருத்தை உள்வாங்கி வைத்திருந்திருப்பார் போலும். ஆரியர் திராவிடர் என்ற விவகாரத்தில் டாக்டர் அம்பேத்கர் ஒருவர்தான் வெட்டு ஒன்று துண்டு இரண்டு என்று ஆணித்தரமாகப் பேசியவர். அம்பேத்கர் வேதத்தைப் படித்தவர். ஆழ்ந்த ஆராய்ச்சி நோக்குடன் படித்தவர். அவர் ஆரியத் திராவிடக் கருதுகோள் குப்பைக் கூடைக்குத்தான் என்றார். (The Hyoithesis of Arya Dravida should be thrown to waste bin.)

ராஜாஜி இதுபற்றி தம் கருத்துரையில் "சுமார் 400 வருடங்களுக்கு முன் சோப்பும் சீப்பும் கண்ணாடியும் விற்க வந்த ஆங்கிலேயர்களே இங்குள்ள மக்களுடன் கலந்து ஆங்கிலோ இந்தியர்கள் என்ற ஒரு புதிய வகுப்பை உற்பத்தி பண்ணி விட்டிருக்கிறார்கள் என்றால், அக்காலத்தில் வந்த ஆரியர்கள் இங்குள்ள பூர்வ குடி மக்களோடு கலந்து யார் ஆரியர், யார் திராவிடர் என்று தெரியாமல் கலந்து போயிருப்பார்கள்" என்று பேசிவிட்டார்.

அன்றைக்குப் பேசுவதற்கு வரவேண்டிய பேச்சாளர் வராதபடியால் தமிழவேள் பி.டி.ராஜன், அன்று மதுரை வந்திருந்த சுயமரியாதைக் கட்சியின் பேச்சாளரான காஞ்சிபுரம் சி.என்.அண்ணாதுரையை பேச ஏற்பாடு செய்தார். அண்ணாதுரை மேடையில் "இன்றைய பிரதமர் ராஜாஜி அவர்கள் ஆரியரும் திராவிடரும் கலந்து போயிருப்பார்கள் என்று நேற்று பேசியிருக்கிறார். அது அவரைப் பொறுத்தமட்டில் சரியாக இருக்கலாம். எங்களைப் பொறுத்தமட்டில் நாங்கள் எல்லாம் கலப்படமில்லாத திராவிடர்களே" என்று பேசினார். இக்கூட்டத்திற்குப் பார்வையாளராகப் பசும்பொன் முத்துராமலிங்கத் தேவர் அவர்கள் வந்திருந்தார்கள். சி.என். அண்ணாதுரையின் பேச்சு பலரைக் கோபப்படுத்தியது. மறுநாள் காலை நிகழ்ச்சி தொடங்குவதற்கு முன்னரே தமிழ்வேள் P.T.ராஜன் அவர்களைச் சந்தித்து மதுரை மீனாட்சியம்மன் ஆலயத்தில் நாத்திகர்களைப் பேச அனுமதிக்கக்கூடாது என்று நட்பு முறையில் முத்துராமலிங்கத் தேவர் தமிழ்வேளிடம் வேண்டினார்.

அன்று காலை நிகழ்ச்சியின் வரவேற்புரையில் தமிழ்வேள் அண்ணாதுரையின் பேச்சை ஆதரித்து முத்துராமலிங்கத்

தேவருக்குச் சாடை மாடையாகப் பதில் சொல்லும் முகமாக "யாரும் தங்கள் கருத்தைச் சுதந்திரமாக வெளியிடலாம் எல்லோருக்கும் உரிமை உண்டு" என்றார். கூட்டத்தில் சலசலப்பு ஏற்பட்டது. தேவரைப் பற்றி அவர் என்ன பேசலாம் என்று கூட்டம் முணுமுணுக்க ஆரம்பித்தது.

"பேசுவதற்கு உரிமை உண்டு என்றால் அதற்குப் பதில் சொல்லவும் மற்றவர்க்கு இடம் தர வேண்டுமல்லவா? என்னைப் பேச விடுங்கள் நான் பதில் சொல்கிறேன்" என்றார் பசும்பொன் தேவர். பசும்பொன் தேவர் பேசவேண்டும் என்று குரல்கள் பலமாக ஒலித்தன. வேறு வழியின்றி தமிழவேள் P.T.ராஜன் பசும்பொன் தேவரைப் பேச அழைத்தார். பலத்த ஆரவாரங்களுக்கு இடையே தம் வெண்கலக் குரலில் பேசலானார்.

"எனக்கும் ராஜாஜி அவர்களுக்கும் பல கருத்து வேறுபாடுகள் உண்டு. ஆனாலும் நேற்று பேசின நாத்திகரைப் போன்று தரம் தாழ்ந்து அவரைப் பேசமாட்டேன். பிறர் அவரை தரம் தாழ்ந்து பேசுவதையும் என்னால் பொறுத்துக்கொள்ள முடியாது. அன்னை மீனாட்சி முலைப்பால் கொடுக்க திருஞானசம்பந்தர் செந்தமிழ் பாசுரங்கள் பாடிப் பல அதிசயங்கள் நிகழ்த்தி அக்காலத்தில் சனாதன மதமாகிய சைவத்தை நிலைநாட்டி மண்ணில் நல்லபடி வாழலாம் என்று எல்லாரையும் அழைத்த அவருடைய வாழ்வையும் அம்மையையும் கொச்சைப்படுத்திப் பேசியிருக்கிறார். மீனாட்சி அம்மனின் ஆலயத்தில் இத்தகைய நாத்திகர்களைக் கொண்டுதான் தமிழ் விழாவை நடத்தவேண்டும் என்று விரும்பும் தமிழவேள் P.T.ராஜன் அவர்களை அன்போடு கேட்டுக்கொள்கிறேன், நாத்திகவாதிகளைக் கோயிலில் பேச அனுமதிக்காதீர்கள். நாளையும் இம்மாதிரி பேசும் ஆள்கள்தான் பேச வருகிறார்கள் என்றால், அவர்களை அம்மனின் ஆலயத்தில் பேசவிடாதீர்கள். அத்தகையவர்களை அழைத்துத்தான் விழா நடத்தவேண்டும் என்றால் வைகை ஆற்று மணற்பரப்பில் கூட்டம் நடத்துங்கள்" என்று கூறி அமர்ந்தார்.

மதுரை இராமநாதபுரம் மாவட்டங்களில் இருந்த தேவர் சமூகங்களைச்சேர்ந்தவர்கள் தினமும் இரவு காவல் நிலையங்கள் சென்று தங்களைப் பதிவு செய்யும் குற்றப்பரம்பரைச் சட்டம் அன்று அமலில் இருந்தது. ஆட்சிப் பொறுப்பை ஏற்ற பிரதமர் ராஜாஜி குற்றப்பரம்பரைச் சட்டத்தை ரத்து செய்தார். குற்றாலம் அருவியில் வெள்ளைக்காரத் துரைகள்

குளிப்பதற்குச் சில சலுகைகள் வழங்கப்பட்டு நடைமுறையில் இருந்தன. அருவிக்கரை அருகே கோயில் கொண்டிருக்கும் குற்றாலநாதர் சுவாமிக்கே குற்றால அருவியிலிருந்து நீர் எடுக்க முடியாத நிலை ஏற்பட்டது. 1938ம் ஆண்டு ராஜாஜி சென்னை மாகாணப் பிரதமராக வந்த காலத்தில் எல்லோரும் அருவிகளில் குளிக்கலாம் என்று சட்டம் கொண்டுவந்தார். அரிஜனங்கள் நீராடக்கூடாது என்ற தடையை நீக்கினார். தினமணி ஆசிரியர் T.S.சொக்கலிங்கம் குற்றாலம் அருவியில் எல்லோரும் குளிக்கவேண்டி சத்தியாகிரகம் செய்தார். பல ஆண்டுகளாக குற்றாலம் அருவி நீரில் குளிப்பதற்கான போராட்டம் நடந்திருக்கிறது. லண்டன் பிரிவியு கவுன்சில் வரை வழக்கு சென்றிருக்கிறது. ஆனாலும் பலன் ஒன்றும் இல்லை. ராஜாஜி பிரிமியர் ஆன பிறகே குற்றாலம் அருவியில் அரிஜனங்கள் உட்பட யாவரும் குளிக்க சட்டம் இயற்றினார். T.S.சொக்கலிங்கம் இதற்காகக் காந்திய வழியில் போராடி சிறை சென்றார். இந்தச் சந்தர்ப்பத்திலும் சுயமரியாதை கட்சிக்காரர்கள் காணாமல் போய்விட்டனர்.

நீல் சிலை அகற்றும் போராட்டம்

1857ல் நடைபெற்ற சிப்பாய்க் கலகம் வரலாற்றின்படி முதல் சுதந்திரப் போர். இந்தப் போர் நடந்த காலத்திலும் நடந்து முடிந்த காலத்திலும் ஏராளமான இந்தியர்களைக் கொன்று குவித்தவன் இந்த நீல் துரை (James George Smith Neill). இந்த ஜெனரல் நீல் பலரை ஈவிரக்கமின்றிக் கொன்று குவித்தவன். ஆனால் இவனைப் பெரிய சாதனையாளனாகக் கருதிய ஆங்கிலேய அரசாங்கம் சென்னை மௌண்ட்ரோடில் நீலுக்கு சிலையை நிறுவியது. தேசிய வீரர்கள் அந்தச் சிலை நமக்கு அவமானம். அதை அவ்விடத்திலிருந்து அப்புறப்படுத்தவேண்டும் என்று தொடர்ந்து போராட்டங்கள் நடத்திவந்தனர்.

அந்தச் சிலையை அகற்ற திருநெல்வேலி சுதந்திரப் போராட்ட வீரர் S.N.சோமையாஜுலு, மதுரை சிதம்பர பாரதி மற்றும் பல காங்கிரஸ்காரர்கள் ஒரு குழு அமைத்து நீலின் சிலை ஒழிப்புப் போராட்டத்தில் இறங்கினர். இச்சிலையை அகற்றும் போராட்டம் 1927 ஆகஸ்ட் 15ல் தொடங்கியது. பெரிய சிலை ஆதலால் இச்சிலையை உடைக்க மிகப்பெரிய சம்மட்டிகள் கொண்டு வந்து உடைத்துப் பார்த்தனர். ஆனால் முடியவில்லை. 1937ல் ராஜாஜி சென்னை மாகாணத்தின் பிரதமரானபொழுது இரவோடு இரவாக அச்சிலையை அகற்றி

சென்னை அருங்காட்சியகத்தில் பத்திரமாக வைக்க ஏற்பாடு செய்தார். நீல் சிலை பற்றி லண்டன் பாராளுமன்றத்தில் கேள்விகள் எழுந்தன. ராஜாஜி “அது இருக்க வேண்டிய இடத்தில் பத்திரமாக இருக்கிறது” என்றார். இத்துடன் நீல் சிலை விவகாரம் முற்றுப்பெற்றது.

விற்பனை வரி

நிதித்துறை பலமாக, வளமாக இல்லாவிட்டால் அந்த மாநிலம் எதிலும் முன்னேற முடியாது. எந்தத் திட்டத்தையும் நடத்தமுடியாது. 1937ல் ராஜாஜி பதவியேற்ற பொழுது எல்லா மாகாணங்களும் நிதிப் பற்றாக்குறை உள்ள மாநிலங்களாகவே இருந்தன. ராஜாஜி மாநிலத்தின் நிதி நிலையை மேம்படுத்த விற்பனை வரி (Sales Tax) திட்டத்தைப் புகுத்தினார். 1939ல் சென்னை மாகாணத்தில் இவ்வரியைப் புகுத்துவதற்கு முன்பாக ஆசியாவிலேயே வேறெங்கும் விதிக்கப்படவில்லை. முதலில் சென்னை மாகாணத்தில் பெட்ரோலுக்கும் புகையிலைக்கும் இவ்வரியை விதித்தார். இந்த வரி விதிப்பைக் கொண்டு வந்த பிரதம மந்திரி ராஜாஜியைப் பலரும் பாராட்டினர். சட்டமன்றத்தில் கே.வி.ரெட்டி ராஜாஜியின் கூர்ந்த அறிவைப் பாராட்டினார். இந்த விற்பனை வரிக்கு எதிர்ப்பும் இருந்தது. ஐரோப்பிய இந்திய வர்த்தகர்கள், ஜஸ்டிஸ் கட்சியினர், டி.டி. கிருஷ்ணமாச்சாரி ஆகியோர் எதிர்த்தனர்.

12

இந்தி மொழிப் பிரச்சினை

இந்தியாவில் தீர்க்கப்படாத ஒரு பிரச்சினையாக இன்றும் இந்தி மொழிப் பிரச்சினை இருக்கிறது. 1938ல் இந்தியை சென்னை மாகாணத்தில் ராஜாஜி பள்ளிகளில் படிக்கும் மொழியாகக் கொண்டுவந்தார். அவர் மிகவும் தீர்க்கதரிசனத்துடனே இந்தத் திட்டத்தைக் கொண்டுவந்தார்.

முதலில் இந்தி பிரச்சினைக்கு மிகப்பெரிய எதிர்ப்பு ஒன்றும் இல்லை. தமிழ் அறிஞர்கள் கி.ஆ.பெ. விஸ்வநாதன், மறைமலை அடிகள் முதலிய தமிழ் அறிஞர்கள் இந்தியை எதிர்த்தனர். இந்தியை ராஜாஜி மிகுந்த ஆராய்ச்சிக்குப் பிறகே கொண்டு வந்தார். இந்தியா விடுதலை பெற்றால் இந்திதான் நாட்டின் ஆட்சி மொழியாகும். அதுவே இன்றைய இந்தியாவில் பெரும்பான்மை மக்களால் பேசப்படுகிறது. இன்னும் சில ஆண்டுகளில் இந்தியா விடுதலை பெறும்பொழுது இந்தி ஆட்சி மொழியாகும். இந்தி ஆட்சி மொழியாகும் பொழுது தமிழர்கள் இந்தி தெரியாமல் இந்தியாவில் புறக்கணிக்கப்படும் நிலைக்குத் தள்ளப்பட்டு விடக்கூடாது. ஆகவே இந்தியை நம் தமிழர்களுக்குக் கற்றுக்கொடுக்க வேண்டும் என்று

ராஜாஜி நினைத்தார். அதே எண்ணம் அக்காலத்தில் ஈ.வெ.ரா.பெரியாருக்கும் ஏற்பட்டிருந்தது. அதனால்தான் ஈ.வெ.ரா தம் சொந்த ஊரில் தம் சொந்தக் கட்டடத்தில் இந்தியைக் கற்றுக் கொடுக்கும் ஒரு பள்ளியை நிறுவினார். இதைக் கண்ட திரு.வி.க. அவர்கள் இந்தி மொழியைத் தமிழகத்தில் முதலில் புகுத்தியவர்கள் ஈ.வெ.ரா.வே என்றார். இதற்கு முன்பாகவே, சேலத்தில் வழக்கறிஞர்கள் சிலருடன் சேர்ந்து இந்தி கற்பிக்க ஒரு பள்ளியை ராஜாஜி நிறுவினார்.

ராஜாஜி நல்ல நோக்கத்துடன் தமிழக மக்களுக்கு நலம் தரும் நோக்கத்துடன் தொலைநோக்குப் பார்வையுடன் இந்தியைத் தமிழ் கூறும் பள்ளிகளில் பாடமாக்கினார். முதலில் அங்கொன்றும் இங்கொன்றுமாக எதிர்ப்பு கிளம்பியது. நாளடைவில் இந்த எதிர்ப்பு கொஞ்சம் கொஞ்சமாக அதிகமாயிற்று. இந்தி எதிர்ப்புக்குக் கூட்டம் சேர்வதைக் கண்ட ஈ.வெ.ரா அரசியல் ஆதாயம் கருதி இவ்வெதிர்ப்பில் கலந்துகொண்டார். அவர் பேசப்போன கட்சி நீதிக்கட்சி மேடையில் இந்தி எதிர்ப்பு விவகாரங்களை வெளியிடும் மேடையாக்கினார். முதலில் மொழிப் போராட்டமாக ஆரம்பித்தது, சாதி விவகாரங்களைக் கிளப்பி, பிராமண எதிர்ப்பை மையமாகக்கொண்டு, மேடையை அசிங்கப்படுத்தி, நரகல் நடைப் பேச்சுக்களைக் கொண்டு ஆட்சியில் இருக்கிற பிரதம மந்திரியையும் அவருடைய சாதியையும் ஏச ஆரம்பித்தது. இவற்றையெல்லாம் முன்னின்று நடத்தியவர் ஈ.வெ.ரா.

அவர் ராஜாஜியின் பிறந்த சாதியாகிய பிராமணச் சாதியைத் தாறுமாறாகப் பேச ஆரம்பித்தார். கீழ்த்தரமான வசவுகள் எல்லாம் நீதிக்கட்சி மேடையில் பேசப்பட்டன. அக்காலகட்டத்தில் ராஜாஜி சார்ந்து இருந்த காங்கிரஸ் கட்சி பெரும்பான்மையுடன் இருந்தாலும் அந்தக் காங்கிரஸ்காரர்கள் இந்திப் பிரச்சினையில் வாய்மூடி யாருக்கோ வந்த பிரச்சினையாகக் கருதி இருந்தனர். அன்று தொட்டு அதாவது 1938 முதல் இந்திப் பிரச்சினையில் திராவிடக் கட்சிகள் இந்தி ஒழிக, லம்பாடி இந்தி ஒழிக என்று தெருவீதிகளில் கூப்பாடு போட்டு வரும்பொழுது, காங்கிரஸ் கட்சியினர் வாயைப் பொத்திக்கொண்டு வேடிக்கை பார்த்துக்கொண்டிருந்தனர். இதுபற்றி காங்கிரசார் ஏதும் பேசமாட்டார்கள். இதுதான் இன்றுவரை தமிழகத்தில் உள்ள காங்கிரசின் நிலைமை. திராவிடக் கட்சிகள் ஆண்டிற்கு ஒருமுறை இந்தி எதிர்ப்புக்

கூட்டம் நடத்தித் தம் கட்சிக்குப் புது ரத்தம் பாய்ச்சிக் கொள்வார்கள்.

இந்தி எதிர்ப்பைத் திராவிடக் கட்சிகள், திராவிடர் கழகம், தி.மு கழகம், அ.இ.அ.தி.மு.க கழகம் மற்றும் திராவிட என்ற பெயரைக் கொண்ட இதரக் கட்சிகள் இந்தி மொழியை எதிர்க்கும்பொழுது தமிழ்நாட்டில் உள்ள காங்கிரஸ்காரர்கள் வேடிக்கை பார்த்துக்கொண்டுதான் இருந்திருக்கிறார்கள். 1938 முதல் 1965 வரை திராவிடக் கட்சிகள் பலமுறை இந்தி எதிர்ப்புக் கிளர்ச்சிகளை நடத்தி வந்த காலங்களில் எல்லாம் காங்கிரஸ்காரர்கள் காங். தலைவர் காமராஜ் முதல் கடை நிலை ஊழியன் வரையிலும் பிரச்சினையில் தலையிட்டதே இல்லை. மும்மொழித் திட்டமா? நவோதயா திட்டமா? எதுவும் தமிழ்நாட்டு காங்கிரஸ்காரர்கள் யாருக்கோ வந்ததாகத்தான் கருதி வந்தனர். இந்தி மொழி பயிலவேண்டும், பயிற்றுவிக்கவேண்டும் என்ற திட்டமே காங்கிரசின் வேலைத் திட்டத்தில் இருந்தாலும், அதுபற்றி யாரும் கவலைப்பட்டதாகத் தெரியவில்லை. தமிழகத்தின் மேற்கே இருக்கிற மலையாளிகளும், வடக்கே இருக்கிற கன்னட, தெலுங்கர்களும் இந்தி மொழிப் பயின்று ஒரு வடநாட்டுக்காரன் மாதிரி இந்தி பேசிவர தமிழ்நாட்டில் இந்தி மீது வெறுப்பையே உமிழ்ந்து கொண்டிருக்கிறார்கள்.

1968ல் இந்தி எதிர்ப்புப் போர் திமுக தலைவர்களின் கையைத் தாண்டிப் போய்க் கொண்டிருந்தபொழுது இந்தியை ஒழித்துவிட்டேன் என்று அண்ணாதுரை சொல்லி பள்ளிகளில் இருந்து இந்தியைப் பாட மொழியாகச் சொல்லிக்கொடுப்பதைத் தூக்கினார். இந்தி நம் பள்ளிகளில் சொல்லிக்கொடுக்க வேண்டாம் என்றார் அத்தோடு இந்தி பிரச்சினை முடிந்துவிட்டது என்றார் பேரறிஞர் அண்ணாதுரை. இங்கே பாடமாக உயர்நிலைப் பள்ளியிலிருந்து இந்தியை எடுத்துவிட்டு ஒரு கண்துடைப்பு நாடகம் நடத்தி வழக்கம்போல் நம் தமிழ் மாணவர்களையும் தமிழர்களையும் திமுக ஏமாற்றிவிட்டது. மலையாளிகளும், தெலுங்கர்களும், கன்னடர்களும் இந்தி படித்து முன்னேறிக் கொண்டிருக்கிறார்கள். தமிழ்நாட்டில் அரசுப் பள்ளிகளில் இந்தி கிடையாது. தி.மு.ககாரர்கள் நடத்தும் பள்ளிகளில் இந்தி கற்றுக்கொடுக்கப்படுகிறது. திமுக தலைவர்களின் பெண்களும், பிள்ளைகளும், பேரன்களும் இந்தி படித்திருக்கின்றனர். அவர்களுக்கு இந்தி தெரியும், ஆதலால் அவர்களை கேபினட் அமைச்சர்கள் ஆக்கவேண்டும் என்றும் தமிழக இந்தி எதிர்ப்பு

முதலமைச்சர்கள் கோரிக்கை வைக்கின்றனர். ஆனால் தமிழகத்தின் சாமானியனின் பிள்ளைகள் இந்தி கற்காமல் போகிறார்கள்.

தமிழ்நாட்டில் கும்மிடிப்பூண்டிக்கு வடக்கே போனால் இந்தி வேண்டியிருக்கிறது. டில்லிக்கு தமிழ்நாட்டிலிருந்து நாற்பது நாடாளுமன்ற உறுப்பினர்கள். இவர்களுக்கு இந்தி தெரியாது. நாடாளுமன்ற நிகழ்ச்சிகளில் அவர்களால் இந்தி மொழி அறியாததால் சிறப்பாகச் செயல்பட முடியவில்லை. இவர்களால் தமிழ்நாட்டிற்கு எந்தப் பலனும் இல்லை என்பதே உண்மை.

1939 ஜனவரி இறுதிக்குள் இந்தி எதிர்ப்புப் போராட்டத்தில் ஈடுபட்ட *683* பேர்கள் கைது செய்யப்பட்டு சிறையில் அடைக்கப்பட்டனர். ஈ.வெ.ரா ராஜாஜியால் அரசியலுக்கு அழைத்துவரப்பட்டவர். *1920-1925* வரை அவர் காங்கிரஸில் இருந்தார். அவரை முன்னணித் தலைவராக ராஜாஜியே கொண்டு வந்தார். இன்னும் சரியாகச் சொல்ல வேண்டுமென்றால் ராஜாஜியின் சீடராகவே பெரியார் அரசியலில் நுழைந்தார். நாலாம் வகுப்புவரை படித்த அவரை, ஆங்கிலத்தில் பேசவும் எழுதவும் ஆற்றல் கொண்டவராக உருவாக்கியவர் ஈரோடு முன்னணி வழக்கறிஞர் நரசிம்மாச்சாரியார். அவரை, காங்கிரஸில் முன்னணித் தலைவராக, இந்தியக் காங்கிரஸ் கட்சியின் மூத்த தலைவர்களுடன் கலந்து பேசும் நிலைக்குக் கொண்டுவந்தவர் ராஜாஜி. ஆனால் பிரதமர் ராஜாஜியைத் தரம் தாழ்த்தி அவரும் அவருடைய கட்சியினரும் வசைபாடி தமிழ்நாட்டில் அநாகரிகத்தைப் பரப்பிவிட்டிருந்தனர்.

பிராமணர்களைக் கொசுக்கள், மூட்டைப் பூச்சிகள், யூதர்கள் என்று ஈ.வெ.ரா குறிப்பிட்டார். மேலும் ராஜாஜி ஆட்சி புரோகிதர் ஆட்சி தமிழ்நாட்டில் புரோகிதர் ஆட்சியை ஒழிப்பேன் என்று கூப்பாடு போட்டார். ஈ.வெ. ரா இந்தி எதிர்ப்புப் போராட்டத்தில் பெல்லாரி சிறையில் அடைக்கப்பட்டார். "பெல்லாரி சிறையில் ஈ.வெ..ராவை அடைக்கலாமா?" என்று கேட்ட பொழுது, ராஜாஜி "நீங்கள் போய் பெல்லாரி சிறைச்சாலையில் ஈ.வெ.ரா எப்படி இருக்கிறார் என்பதைக் கேட்டு வாருங்கள். ஈ.வெ.ரா என் நண்பர். என்னால் இயன்றவரை அக்கறை காட்டி அன்புடன் நடந்துகொள்கிறேன். இது அவருக்கே தெரியும். பெல்லாரி ஜெயிலுக்குப் போய் ராமசாமி நாயக்கரை நேரில் சந்தித்து

அவருடைய சிறை வாழ்க்கை பற்றி நேரிலேயே கேட்டு வருமாறு பன்னீர்செல்வத்தை கேட்டுக்கொள்கிறேன்" என்றார்.

1939ல் பிரதமர் பொறுப்பிலிருந்து விலகினார் ராஜாஜி. இந்தியாவில் காங்கிரஸ் மந்திரிசபை அமைத்த பிரதம மந்திரிகளும் பதவி விலகினர். ராஜாஜி பதவி விலகும் முன்னர் பிரதம மந்திரி என்ற நிலையில் அவருடைய பார்வைக்கு வந்த கோப்புகளையும் மற்ற அமைச்சர்களின் கோப்புகளையும் இரண்டு நாள்களாகப் பார்வையிட்டு அனைத்துக் கோப்புகளையும் கோட்டைக்குச் சேவகன் மூலம் அனுப்பி வைத்தார். பிரதமர் பொறுப்புக்கான வேலை முடிந்ததும் அறிவியல், சமூகம், வரலாறு மற்றும் பல துறைகளிலும் ஆங்கிலக் கலைச்சொற்களுக்கு ஈடான தமிழ்ச் சொற்களைக் காணும் முயற்சியில் இறங்கினார். கலைச்செல்வங்கள் யாவையும் கொண்டுவந்து தமிழ் மொழியினை அறிவியல் முதலிய கலைகளை கற்றுக் கொடுக்கும் தகுதி வாய்ந்த மொழியாக மாற்றிடும் பணியில், தமிழால் எல்லாவற்றையும் கற்பித்துத் தரமுடியும் என்ற கோட்பாட்டை நிலை நிறுத்தும் பணியில் இறங்கினார். 'தமிழ் வாழ்க!' என்று குரல் எழுப்புவதாலோ அல்லது கூக்குரல் எழுப்புவதாலோ தமிழுக்கு யாதொரு நன்மையும் கிடையாது. தமிழை உயரிய கலைச்சொற்களின் கிட்டங்கியாக மாற்றிடும் பணியை அவர் ஏற்கெனவே செய்து வந்தார். அதையே கையில் எடுத்து மீண்டும் பணியாற்றத் தொடங்கினார்.

1939ல் அரசுத் தலைமைச் செயலகத்தில் ராஜாஜியிடம் பணியாற்றிய டேவிட் மியூர் "அவருக்குப் பணியாற்றுவதைக் கௌரவமாகக் கருதாத பிரிட்டன் ஐ.சி.எஸ் அதிகாரிகளே இல்லை" என்று கூறுகிறார்.

எதிர்க்கட்சித் தலைவர் முத்தையா செட்டியார் "அடிக்கடி அவையில் அவருக்கும் எனக்கும் இடையே வாக்குவாதம் நிகழ்ந்தது வாள்வீச்சு போன்ற அவருடைய பதில்கள் எப்போதும் ஏற்புடையதாய் இல்லாவிட்டாலும் பிரமிப்பூட்டவே செய்தன சட்டசபையில் பெரும்பான்மை பலம் பெற்றிருந்தாலும் உண்மையான ஜனநாயகவாதியாக இருந்தவர். எதிர்க்கட்சியினரின் விமர்சனங்களை வரவேற்று பொறுமையுடன் கேட்டுக் கொண்டார்" என்று கூறினார்.

காமராஜ் அவர்கள் எல்லோரையும் எல்லாவற்றையும் பார்த்து உணர்ந்து அறிந்தபின் "தென்னக மாகாணங்களில்

தலைசிறந்த முதல் மந்திரி சி.ஆர்.தான்" என்று பிற்காலத்தில் பாராட்டினார்.

மேதகு ஆளுநர் எர்ஸ்கைனின் கருத்து 'பிரதமர் ராஜாஜியை பொறுத்தவரை நான் அவருடன் ஒத்துப்போக முடிகிறது. அவர் ஓர் அபூர்வக் கலவை. அவர் காந்தியின் உறவினர். அவர் மகள் காந்தியின் மகனை மணந்துள்ளார். அணிகின்ற ஆடையில் காந்திக்கும் இவருக்கும் அதிக வித்தியாசம் இல்லை. சி.ஆர் ஓர் இலட்சியவாதி வாழ்க்கையில் அவருடைய பிரதம குறிக்கோள் இந்தியாவை அசோகச் சக்கரவர்த்தி காலத்து நிலைமைக்குக் கொண்டு செல்லவேண்டும் என்பதே. அவர்தான் இங்கே எல்லாவற்றையும் நடத்திச் செல்கிறார். அவருக்கு ஏதேனும் நடந்துவிட்டால் எல்லாமே சிதறிப்போகும். மந்திரி சபையை ஒருங்கிணைத்து நடத்திப்போகும் சூத்திரதாரி இவர்தான்.' *(29.12.1937)*

13

திரிபுரா காங்கிரசும் பார்வேர்ட் பிளாக் கட்சி தோன்றலும்

திரிபுரா காங்கிரஸ் ஒரு திருப்புமுனையை ஏற்படுத்தியது. அகில இந்தியக் காங்கிரஸ் தலைவர் பதவிக்கு நடந்த தேர்தலில் பட்டாபி சீதாராமையாவும் வங்கம் தந்த சிங்கம் சுபாஷ் சந்திரபோஸுும் போட்டியிட்டனர். போஸ் 1580 வாக்குகள் பெற்றார். பட்டாபி சீதாராம் ஐயா 1057 வாக்குகள் பெற்று தோல்வியைத் தழுவினார். 'சீதாராமையாவின் தோல்வி என் தோல்வி' என்றார் காந்திஜி. நேதாஜி சுபாஷ் உடல் நலக்குறைவோடு காங்கிரஸ் மகாநாட்டிற்கு வந்திருந்தார். மாபெரும் தலைவராகிய காந்திஜி இவ்வாறு சொல்லியது ஜனநாயகவாதிகளை அதிர்ச்சிக்குள்ளாக்கியது. காங்கிரஸ் காரியக் கமிட்டி உறுப்பினர்கள் ஒத்துழைக்காததால் அவர்கள் பதவி விலகியதால் போஸுும் ராஜினாமா செய்தார். கல்கத்தா பயணமானார்.

'பார்வர்ட் பிளாக்' என்ற புதிய கட்சி இந்தியாவில் உதயமாயிற்று. தமிழ்நாட்டில் எஸ்.சீனுவாசய்யங்கார், பசும்பொன் முத்துராமலிங்கத் தேவர் ஆகியவர்கள் போஸ் பின்னால் நின்றார்கள். தமிழ்நாடு பார்வேர்ட்

பிளாக்கின் தலைவராகப் பசும்பொன் முத்துராமலிங்கத் தேவர் தேர்ந்தெடுக்கப்பட்டார். அகில இந்தியக் காங்கிரஸ் கமிட்டியின் தலைவராக ராஜேந்திர பிரசாத் தேர்ந்தெடுக்கப்பட்டார். ராஜாஜி காந்திஜி பக்கம் இருந்தார். ஜனநாயக முறையில் தேர்ந்தெடுக்கப்பட்ட சுபாஷ் சந்திரபோஸின் வெற்றியை முடமாக்கிவிட்டனர் காங்கிரஸ்காரர்கள்.

1940 டிசம்பர் 3ம் தேதி பஸ்ஸுல்லா சாலைக்கு போலீஸ் படையுடன் போலீஸ் கமிஷனர் யூசுப் அலி ராஜாஜியை கைது செய்ய வந்தார். ராஜாஜி கைது செய்யப்பட்டு திருச்சி சிறைச்சாலைக்கு அனுப்பி வைக்கப்பட்டார். 1941 அக்டோபர் 6ம் தேதி சிறைவாசம் முடிந்து ராஜாஜி விடுதலை ஆனார். பத்து மாதச் சிறைவாசத்திற்குப் பிறகு அவர் விடுதலை ஆனார்.

காந்திஜியின் தடுமாற்றம்

'நான் சில ஆண்டுகளாகச் சொல்லிக் கொண்டிருக்கிறேன். இப்போதும் சொல்கிறேன். ஜவாஹர்லால்தான் என் வாரிசு. ராஜாஜி அல்ல' என்றார் காந்தி. 1927ல் அவரே சி.ஆர்.தான் தன் வாரிசு என்று குறிப்பிட்டுப் பேசியுள்ளார். 1927ல் இருந்த காந்தி வேறு 1941ல் இருக்கும் காந்தி வேறா என்று கேட்கத் தோன்றுகிறது அல்லவா? ஏன் இந்த மாற்றம் வரலாற்றில் இது ஒரு தடுமாற்றம். தனக்குப் பிறகு இவர்தான் வாரிசு என்று கூறுவது சரிதானா? இது ஏற்புடையதா?

1919ல் ரௌலட் சட்டம் வந்த காலத்திலிருந்து பல சந்தர்ப்பங்களில் ராஜாஜியே காந்தியை வழிநடத்தியிருக்கிறார். எதிர் அணியில் போய் விட்ட ஈ.வெ.ரா அவர்கள் காந்திக்கு வழிகாட்டியவர் ராஜாஜி என்பதைச் சில சந்தர்ப்பங்களில் நுட்பமாகத் தெரிவித்திருக்கிறார். ராஜாஜியின் தொடர்பு காரணமாகவே காந்தி சில முற்போக்கு கொள்கைகளைக் கடைப்பிடித்தார் என்றும் கூறியுள்ளார். இந்திய அரசியலில் ராஜாஜியைத்தான் மிகச்சிறந்த அரசியல் அறிவாளியாக, ராஜதந்திரியாக இங்கிலாந்தும் அதன் அரசியல் மேதைகளும் கருதினார்கள். இப்படிக் காந்திஜி தம்மைக் காலை வாரிவிட்ட பின்னரும் நடந்த பல அரசியல் நடவடிக்கைகளில் ராஜாஜி தம் அறிவாற்றலை எள்ளளவும் குறைக்காமல் இந்தியச் சேவைக்கே அர்ப்பணித்திருப்பது அவருடைய பெருந்தன்மையைக் காட்டுகிறது.

இது ஒரு முக்கியமான காலகட்டம் இவ்விடத்தில் நல்ல தீர்க்கமான முடிவை எடுத்து அதை இன்னார் ஏற்றுக் கொள்வாரா, இன்னார் மறுப்பாரா என்பதையெல்லாம் பாராமல் இதைச் சொல்வதால் தனக்குப் பாதிப்பு வரும் என்பதையும் கிஞ்சித்தும் கவலைப்படாமல் உள்ளதைச் சொல்லுபவனே நல்ல அமைச்சராக இருக்கமுடியும். நாடு ஓர் இக்கட்டான தருணத்தில் தன்னை பற்றி ஒரு சிறிதும் எண்ணாமல் தன் பெருமை கௌரவம் குன்றினும் எது நடைமுறை சாத்தியமோ அதை எடுத்துச் சொல்வதற்கு மகா துணிச்சல்வேண்டும். நம்முடைய முன்னோர்கள் துணிவைப் பதினாறு பேறுகளில் ஒன்றாகக் கொண்டிருப்பது போற்றுதலுக்குரியது. ராஜாஜியின் பாகிஸ்தான் தீர்மானம் 120-15 என்ற வாக்குகள் வித்தியாசத்தில் தோற்கடிக்கப்பட்டது. தமக்கிருந்த பெரும் புகழும் குறைந்து தமது பெருமை குன்றும் என்றாலும் தமக்குச் சரி என்று நிச்சயமாகத் தோன்றிய ஒன்றில் மனஉறுதியோடு இயங்கும் ராஜாஜி எல்லோரைக் காட்டிலும் பெரியவர். அவர் தனிமைப்படுத்தப் பட்டுப்போவார் என்பது அவருக்குத் தெரிந்திருந்தாலும் தாம் கண்ட கொள்கையில் உறுதி குன்றாமல் இருந்தார் ராஜாஜி.

14

வெள்ளையனே வெளியேறு

1942ம் ஆண்டு 'வெள்ளையனே வெளியேறு' என்ற போராட்டம் பம்பாயில் அறிவிக்கப்பட்டது. இப்போராட்டமும் அகிம்சைவழியான சத்தியாகிரகமாகத்தான் தோற்றுவிக்கப்பட்டது. ஆனால் போராட்டம் வேகமெடுத்து உச்சக்கட்டத்தை அடைந்த பொழுது அது சாத்வீகப் போராட்டமாக இல்லாமல் வன்முறை கிளர்ச்சியாக உருவெடுத்தது.

இக்காலகட்டத்தில்தான் ஜப்பானில் ஹிரோஷிமா, நாகசாகி மீது அணுகுண்டு வீசப்பட்டது. இரண்டாவது உலக மகா யுத்தம் முடிவுக்கு வந்தது. யுத்தம் முடிவுற்றது என்றாலும் ஜப்பானில் வீசப்பட்ட அணுகுண்டு ஏற்படுத்திய பேரழிவு ராஜாஜியை பெரிதும் பாதித்தது. அன்று தொட்டு அவர் காலமாகும்வரை அணு ஆயுதங்களுக்கு எதிராக தம் கருத்துகளைக் கூறிவந்தார். ராஜாஜி வேறு காங்கிரஸ் வேறு என்று எவராலும் பிரித்துப் பார்க்க முடியாது. ராஜாஜிதான் காங்கிரஸ். காங்கிரஸ்தான் ராஜாஜி. ஆனால் பாகிஸ்தான் ஆதரவு நிலையை அவர் எடுத்ததால் அவர் தனிமைப்படுத்தப்பட்டார். வெள்ளையனே வெளியேறு போராட்டத்தில்

கைதாகி வெளியே வந்த காங்கிரஸ்காரர்கள் அரியலூரில் ஒரு மாநாடு நடத்தினர். அம்மாநாட்டில் வெள்ளையனே வெளியேறு இயக்கத்தில் பங்கு பெறாத காங்கிரஸ்காரர்களை காங்கிரஸில் சேர அனுமதிக்கக்கூடாது என்ற தீர்மானம் 670க்கு 4 என்ற ஓட்டு எண்ணிக்கையில் நிறைவேறியது.

காந்திஜி, ஆசாத், படேல், நேரு முதலியவர்கள் காங்கிரஸில் ராஜாஜி மீண்டும் சேர்வதை விரும்பினர். ஆனால் தமிழ் பேசும் தமிழர்கள் பகுதியில் உள்ள காங்கிரஸார் ராஜாஜிக்கு எதிராக இருந்தனர். இக்கொடுமையையும் மூதறிஞர் ராஜாஜி தாங்கிக்கொண்டார். ராஜாஜி 1942 இயக்கத்தில் பங்கேற்று மரண தண்டனை விதிக்கப்பட்ட இளைஞர்களின் சார்பாக மரண தண்டனையிலிருந்து விடுதலை பெற மனுக்கள் தயாரித்து அவர்களைத் தண்டனையிலிருந்து விடுவிக்கும் முயற்சியில் ஈடுபட்டிருந்தார். ஆசாத்தின் தலைமை பதவிக்காலம் முடிந்ததும் மாகாண காங்கிரஸ் கமிட்டி படேல் தலைவராகவேண்டும் என்று விரும்பின. இது காந்திஜியின் பார்வைக்கு வந்தபோது அவர் நேருவையே விரும்பினார். மகாத்மாவின் சொற்படி படேல் தம் பெயரைத் திரும்பப் பெற்றுக்கொண்டார். நேரு காந்தியின் ஆதரவால் மீண்டும் தலைவரானார். அன்று காங்கிரஸ் தலைமை நேரு குடும்பத்திற்குப் போனது இன்றுவரை திரும்பவே இல்லை. காங்கிரஸில் குடும்ப ஆட்சிக்கு வித்திட்டவர் காந்திஜியே. படேல் தலைவராகியிருந்தால் நேரு குடும்ப ஆட்சி உருவாகி இருக்காது. காந்திக்குப்பின் காமராஜ் அகில இந்தியத் தலைவரான பொழுது மீண்டும் இந்திராவுக்குப் பிரதமர் பதவி கொடுத்து நேரு குடும்பத்திற்குப் போனது. இந்திராகாந்தி மறைவிற்குப் பிறகு அப்போதைய குடியரசுத் தலைவர் ஆர். வெங்கட்ராமன் ராஜீவ் காந்தியை பிரதமராக்கி மீண்டும் காங்கிரசை நேரு குடும்பத்திடம் போக வழிசெய்தார். இன்றும் காங்கிரஸ் நேரு குடும்பத்தின் கையில்தான் இருக்கிறது.

1942ல் ராஜாஜி காங்கிரஸை விட்டு வெளியேறினார். வெள்ளையனே வெளியேறு போராட்டத்திற்குப்பின் நாட்டின் நிலைமை மாறிவிட்டது. இந்தியாவை இரண்டு நாடுகளாகப் பிரித்து சுதந்திரத்தைக் கொடுத்துவிட்டு ஆங்கிலேயர் வெளியேறச் சித்தமாயிருந்தனர். இந்தியாவில் அதிலும் குறிப்பாக டில்லியில் பெரிய அதிகாரிகளாக இருந்த ஆங்கிலேயர்கள் விடுப்பில் அடிக்கடி லண்டன் போனார்கள். சிலருக்கு வருவதற்கு விருப்பம் இல்லாமல் போயிருந்தது. நிச்சயமாக இந்தியாவிற்கு விடுதலை கொடுத்துவிட்டு

வெளியேறவேண்டும் என்ற முடிவிற்கு ஆங்கிலேயர்கள் வந்துவிட்டனர்.

விடுதலை கொடுப்பது பற்றியும் பாகிஸ்தான் இந்தியா என்று இரு நாடுகளாகப் பிரித்துக்கொடுப்பது பற்றியும் ஆங்கிலேயர்கள் நம் இந்தியர்களுடன் பேசி முடிவெடுக்கவேண்டிய நிலைக்கு வந்தனர். நாட்டைக் கொடுப்பது என்றால் யாரிடம் கொடுக்கவேண்டும், நாட்டை கொடுக்கும் பொழுதும் யாரிடம் பேசி முடிவு எடுத்தால் நலமாக இருக்கும் என்பது பற்றியும் இங்கிலாந்து அரசு சரியான முடிவெடுத்து விட்டது. காந்திஜி மற்றும் அவரோடு அரசியல் நடத்தும் நேரு, அபுல் கலாம் ஆசாத், வல்லபபாய் படேல், ராஜேந்திர பிரசாத், ராஜாஜி ஆகிய ஐவரையும்தான் இந்தியாவாக ஆங்கிலேயர்கள் கருதினர். காலமெல்லாம் வெள்ளைக்காரர்களுக்குத் துதிபாடி அவர்களது அடிவருடிகளாக இருந்த, விடுதலை முயற்சிகளுக்கு முட்டுக்கட்டை போட்டு வந்தவர்களிடம் கலந்து பேசி அவர்களிடம் நாட்டை ஒப்படைக்க ஆங்கிலேயர்கள் விரும்பவில்லை.

'மாட்சிமை தாங்கிய ஆங்கிலப் பேரரசே, நீ இந்தியாவிற்குச் சுதந்திரம் கொடுக்காதே! அப்படிச் சுதந்திரம் கொடுத்தாலும் தென்பகுதியாகிய சென்னை மாகாணத்தை உன் நேரடிப் பார்வையில் வைத்துக்கொண்டு ஆட்சி நடத்து' என்று தீர்மானம் போட்டு வெள்ளைக்காரர்களுக்கு மனுப் போட்டுக்கொண்டு அலைந்த ஐந்தாம் படையாக வேலை பார்த்து வந்த, தேச விரோதச் செயல்கள் எத்தனை உண்டோ அத்தனையும் செய்து வெள்ளையர்களுக்குத் துதி பாடி வந்த ஈ.வெ.ரா, சி.என்.அண்ணாதுரை முதலியவர்களில் யாரையும் அழைத்துப் பேச ஆங்கில ஏகாதிபத்தியம் விரும்பவில்லை.

காந்திஜி அரசியலுக்கு வந்த காலத்திலிருந்து ராஜாஜி, படேல், நேரு, ஆஸாத், பிரசாத் ஆகிய ஐவர்தான் பஞ்சபாண்டவர்களாக இருந்து விடுதலை கோரி வந்தனர். இவர்களுள் ராஜாஜி மிகப்பெரிய ராஜதந்திரி என்பதை டில்லிக்கு வந்துபோகும் ஆங்கிலேயர்கள் அறிந்திருந்தனர். இந்தியாவின் மிகச்சிறந்த ராஜதந்திரியாக, இந்தியாவின் சாணக்கியராக, ராஜாஜியை அவர்கள் பார்த்தனர். இத்தகைய சூழ்நிலை இந்தியாவில் இருந்த காலத்தில் ராஜாஜி மீண்டும் காங்கிரசுக்கு வர விரும்பினார். அவர் பாகிஸ்தான் கோரிக்கையை ஆதரித்தபோது முறைப்படி கட்சியைவிட்டு விலகிவிட்டார் என்றாலும், அவர் காங்கிரஸ்காரராகத்தான் இருந்தார்.

அவருடைய அரசியல் நடவடிக்கைகள் தொடரவேண்டும் என்று இந்த ஐவர் குழு விரும்பியது. இப்போது ஐவர் குழு என்பது காந்திஜியையும் உள்ளடக்கியது.

ராஜாஜியை காங்கிரஸ் ஏற்றுக்கொண்டது. ராஜாஜி காங்கிரஸ் மாநிலக்குழு உறுப்பினரானார். திருப்பரங்குன்றம் காங்கிரஸ் மாநாட்டில் 'ராஜாஜியை சேர்த்துக்கொள்ள வேண்டுமா, வேண்டாமா' என்ற கோரிக்கை விவாதிக்கப்பட்டு ராஜாஜி வேண்டாம் என்று அங்கே தீர்ப்பு வழங்கப்பட்டது. இந்திய அரசியல் நன்கு அறியாதவர்கள் எடுத்த முடிவு அது. ஐவர் குழு ராஜாஜியின் வருகையை விரும்பி வரவேற்றது. ராஜாஜியை ஒதுக்கி வைத்துவிட்டு அவருக்கு இணையான ஒரு தலைவரை தென்னிந்தியாவில் கண்டுபிடிப்பது அரியதாக இருந்தது. பிரகாசம் தெலுங்கு மாவட்டங்களில் புகழ்மிக்கவராகக் காணப்பட்டார். காமராஜ் தமிழ் பேசும் மாவட்டங்களில் ஈடு இணையற்ற தலைவர் என்றாலும், இப்போது இருக்கிற அரசியல் பிரச்சினைகளை அறிந்து அரசியலில் முடிவுகளை எடுக்கும் நிலையில் இருவரும் இல்லை.

ராஜாஜிக்கு இணையான வேறு ஒருவரைக் காணமுடியாத சூழ்நிலையில் ஆங்கில அரசியல் ராஜதந்திரிகளுக்கும் முஸ்லிம் லீக் தலைவர்களுக்கும் இடையே தன்நிகர் இல்லாத திறமையுடன் பிரகாசிக்க ராஜாஜி ஒருவரே தகுதியானவர் என்ற முடிவுக்கு காந்திஜியும் மற்ற நால்வரும் முடிவு கண்டனர். இடைக்கால மந்திரி சபையில் பங்கேற்க எவ்வளவு சீக்கிரமாக வர முடியுமோ அவ்வளவு சீக்கிரம் வாருங்கள் என்றார் படேல். இங்கே அவ்வப்பொழுது எழுகின்ற பிரச்சினைகளை நீங்கள் இல்லாமல் தீர்த்து ஒரு முடிவு எடுக்க எங்களுக்கு மிகவும் சிரமமாக இருக்கிறது விரைந்து வாருங்கள் என்று அழைத்தார் படேல். இந்த விவரமெல்லாம் தமிழகத்தில் ராஜாஜி வேண்டாம் என்பவர்களுக்குத் தெரிய நியாயமில்லை. ராஜாஜியை வேண்டாம் என்றவர்கள், ராஜாஜி பாகிஸ்தானை ஆதரித்ததையே காரணமாகக் கொண்டு எதிர்த்தனர். காமராஜ் முதலியவர்கள் தாங்கள் பதவிக்கு வரத் தமிழக முதல்வராக இவர் இடையூறாக இருப்பார் என்று எதிர்த்தனர். ஆனால் மத்தியில் அதாவது டில்லியில் ஆட்சி அதிகாரம் மாறுவதற்கும், பாகிஸ்தான் விவகாரம், ஜின்னாவின் வேண்டுகோள் இவற்றையெல்லாம் சமாளிக்கும் வல்லமை காந்திஜி ராஜாஜியிடம்தான் உண்டு என்பதை அவர்கள் நம்பினர்.

முதலில், நிதி அமைச்சர் பதவி ராஜாஜிக்கு வழங்கப்பட்டது. ஆனால் ராஜாஜி தம் உடல் நிலையைக் காட்டி அதை ஏற்க மறுத்துவிட்டார். தில்லியில் ஏற்கெனவே அவருடைய சகாக்கள் பதவியேற்று விட்டனர். அது சமயம் ராஜாஜி எக்ஸிமா காரணமாக சென்னையில் சிகிச்சைக்காக மருத்துவமனையில் அனுமதிக்கப்பட்டிருந்தார். புதுடெல்லிக்குப் புறப்படும்பொழுது "நமது இஸ்லாமியச் சகோதரர்களின் ஐயங்களையும் அச்சங்களையும் நீக்க நான் தில்லி செல்கிறேனே ஒழிய என் இதயம் சென்னையில்தான் இருக்கும்" என்றார்.

1946 செப்டம்பர் 11ம் தேதி ராஜாஜிக்கு வைஸ்ராய் வேவல் பிரபு பதவிப்பிரமாணம் செய்து வைத்தார். ராஜாஜி மந்திரி சபையில் இணைந்ததால் அமைச்சரவையின் ஆற்றலும் வாதத்திறனும் கணிசமான அளவு அதிகரிக்கும் என்று வேவல் ராஜாஜி பதவியேற்ற தினத்தில் தம் நாட்குறிப்பில் எழுதினார்.

கொலை முயற்சி

பதவியேற்ற மூன்றாம் நாள் ராஜாஜியைக் கொலை செய்ய முயற்சி நடந்து தோல்வி அடைந்தது. ராஜாஜி அவர்களுக்கு ஒரு கரும்பச்சை நிற பிளைமவுத் கார் ஒதுக்கப்பட்டிருந்தது. அந்த பிளைமவுத் காரை நோக்கி ஒருவன் சுட்டான். அந்தத் தோட்டா காரின் பின்புறக் கதவினைத் துளைத்துக்கொண்டு டிக்கியைத் தாண்டி உள்ளே புகுந்தது. ராஜாஜி காரில் இருப்பதாக நினைத்துக்கொண்டு சுட்டிருக்கிறான் அவன். ஆனால் ராஜாஜி சில நிமிடங்களுக்கு முன்னர்தான் கண்ணாட் ஸர்க்ஸ் பகுதியில் தமது மகள் லட்சுமி இருந்த கட்டட வாசலில் இறங்கிக்கொண்டு காரை அனுப்பியிருந்தார். ஆதலால் ராஜாஜி உயிர்தப்பினார்.

லார்டு வேவல் போகிறார், லார்ட் மௌண்ட்பேட்டன் வருகிறார்.

நாட்டிற்கு விடுதலை அளிக்கவும் பாகிஸ்தான் இந்தியா என்று இரண்டாக இந்தியாவைப் பிரிக்கவும் முடிவாயிற்று. மௌண்ட்பேட்டன் திட்டம் என்பது ஏற்கெனவே ராஜாஜி முடிவு செய்த திட்டம்தான். இருதிட்டங்களும் ஒரே மாதிரியான நிலப்பரப்பைத்தான் பாகிஸ்தானுக்கு வழங்கியிருந்தது. ராஜாஜி சொன்னபொழுதே இதை ஜின்னா ஏற்றிருக்கலாம் என்று ஜின்னாவிடம் அதிருப்தி கொண்டுள்ள முஸ்லிம்கள் முணுமுணுத்துக்கொண்டனர். நிலத்தை மட்டுமல்லாமல் அரசு அதிகாரிகள், ஆவணங்கள், நிதிநிலை கடன்கள், சொத்துகள் முதலிய எல்லாவற்றையும்

இரண்டு பாகங்களாகப் பிரிக்கவேண்டியிருந்தது. இந்தப் பிரமாண்டமான பணிகளைக் கண்டு பிரமித்துப்போய் அசந்து நிற்காமல் இந்தியா பிரிட்டன் அதிகாரிகள் இரண்டாகப் பிரித்தனர். படேல், பிரசாத், ராஜாஜி ஆகியோர் பிரிவினை ஆலோசனைக் குழுவில் இடம்பெற்றிருந்தனர். அவர்களுக்கு எதிர் வரிசையில் ஜின்னா, லியாகத், நிஷ்டார் ஆகியோர் அமர்ந்திருந்தனர். காந்திஜி ஒதுங்கியிருந்தார்.

நிர்வாகப் பொறுப்பில் இருந்த பல ஆங்கிலேய அதிகாரிகள் லண்டனுக்குக் கப்பலேறிக் கொண்டிருந்தனர். அவர்களை இந்தியாவிலேயே தங்க வைக்க ராஜாஜி முயன்றார். ஆனால் ஆங்கிலேயர்கள் தங்கள் நாட்டிற்குச் செல்லவே பெரிதும் விரும்பினர். இந்த இடத்தில் ராஜாஜி பெருந்தன்மையுடன் அழைத்தாலும் அவர்கள் எடுத்த முடிவே சரியானதாகும். அமைச்சர் என்ற முறையில் ராஜாஜி டில்லி சட்டசபையில் தம் கணீர் என்ற குரலில் பேசினார். அவருடைய வியக்க வைக்கும் அறிவு, கேள்விகளுக்குச் சாமர்த்தியமான பதில்களைத் தர உதவியது. துணைக் கேள்விகளுக்கு உடனுக்குடன் ராஜாஜியால் சுடச்சுட பதிலளிக்க முடிந்தது.

இந்தக் காலகட்டத்தில் ராஜாஜிக்கு தாங்க முடியாத ஒரு சோகச் செய்தி வந்தது. அவரது இரண்டாவது மகன் ராமசாமி தமது 43வது வயதில் காலமாகிவிட்டார். ராமசாமி தந்தையின் சிறுகதைகள் சிலவற்றை ஆங்கிலத்தில் மொழி பெயர்த்திருந்தார். ஐந்து குழந்தைகளுடன் ராமசாமியின் மனைவி மாமனார் வீட்டிற்கு வந்து சேர்ந்திருந்தாள். நாமகிரி நரசிம்மன் இவர்களுடன் ராமசாமியின் மனைவியும் குழந்தைகளும் வந்து சேர்ந்தனர்.

15

வங்கத்தில் ஆளுநர் ஆனார்

வங்கத்தில் கலவரம்

வங்கத்தில் பெரும் வகுப்பு கிளர்ச்சி நடைபெற்றது. இந்துக்கள் முஸ்லிம்கள் சீக்கியர்கள் ஆகிய மும்மதத்திலும் ஏராளமானவர்கள் கொல்லப்பட்டனர். கலவரத்தைக் கட்டுப்படுத்த முடியவில்லை. அங்கிருந்த கவர்னர் பர்ரோஸ் தாய்நாடு திரும்பிக் கொண்டிருந்தார். அவருக்குப் பிறகு யாரை நியமிப்பது என்பதில் படேலும் நேருவும் திணறிக் கொண்டிருந்தனர். சர்தார் வல்லபபாய் படேல் திடீரென்று ராஜாஜியை பார்த்து “நீங்கள்தான் வங்கத்தின் கவர்னராக பொறுப்பு ஏற்கவேண்டும். நான் காந்திஜியிடம் தெரிவித்துவிட்டேன். வரவிருக்கின்ற பிரதமர் பிரபுல்லா கோஷும் உங்கள் வருகையைத்தான் எதிர்பார்க்கிறார்” என ஜூலை 30ம் தேதி ராஜாஜியிடம் தெரிவித்தார். ராஜாஜியும் உடனே ஒப்புக்கொண்டு விட்டார். காங்கிரஸ் விசுவாசிகளும் முஸ்லிம்களும் ஆங்கிலேய வர்த்தகர்களும் ராஜாஜி வங்கத்தின் கவர்னராக வரவிருப்பதைக் கேட்டு மிக்க மகிழ்ச்சி அடைந்தனர்.

ஆனால் கல்கத்தாவின் புதல்வர்களான சித்தரஞ்சன் தாஸ், மாவீரன் சுபாஷ் சந்திர போஸின் சகோதரர் சரத்சந்திர போஸ் ஆகியோர் ராஜாஜியின் வருகையை எதிர்த்தனர். ராஜாஜி வேண்டாம் என்று கூறிடும் ஓர் இயக்கத்தையே நடத்தினர். வங்கமும் பஞ்சாப்பும் ராஜாஜியின் திட்டப்படிதான் துண்டாடப்பட்டிருக்கின்றன என்று குற்றம்சாட்டினர். ராஜாஜி நியமனம் வங்க மக்களின் மன உணர்வுகளைப் பாதிக்கிறது என்று போஸ் பேசினார். இத்தகைய மோசமான சூழ்நிலையில்தான் கல்கத்தா வந்திறங்கினார் ராஜாஜி. சென்னை மாகாணப் பிரதமராக இருந்தபோது தம் நேரடிப் பார்வையில் தேர்ந்தெடுக்கப்பட்ட சிங்காரவேலு ராஜாஜி அவர்களுக்கு மெய்க்காப்பாளராகத் தேர்வு செய்யப்பட்டு உடன் வருகிறார்.

கல்கத்தாவில் ராஜாஜிக்கு வரவேற்பும் எதிர்ப்பும் இருந்தது என்றாலும் குறுகிய காலத்தில் வெறுப்பு காணாமல் போய் ராஜாஜியை அன்போடு ஏற்றுக்கொண்டனர் வங்க மாநில மக்கள். ராஜாஜி வங்கத்தில் கவர்னராக பதவியேற்ற வைபவத்தைப் பேராசிரியர் கல்கி அவர்கள் தம் ‘கல்கி’ இதழில் விவரித்திருந்தார்.

‘வைஸ்ராய்களும், கவர்னர்களும், வீற்றிருந்த சிம்மாசனத்தில் அமர்வதற்காகக் கதர் வேஷ்டியும் கதர் ஜிப்பாவும், குறுக்கில் மடித்த கதர் அங்க வஸ்திரமும் தரித்த மெலிந்த மனிதர் ஒருவர் முன்னும் பின்னும் ‘எஸ்.டி காம்ப்’ என்னும் கம்பீரத் தோற்றம் உள்ள அதிகாரிகள் தொடர வந்துகொண்டிருந்தார். மேற்கு வங்கத்தின் பத்து மந்திரிகள், நீதிபதி மித்தர், கல்கத்தாவின் ஷெரீப், கல்கத்தாவின் மேயர், பிரபலப் பத்திரிகைக்காரர்கள் உள்ளிட்ட சுமார் 100 பேர் வந்திருந்தார்கள். நீதிபதி மித்தர் விசுவாசப் பிரமாணத்தை எடுத்துப் படிக்க ராஜாஜி அவரைப் பின்பற்றிப் படித்துக் கொண்டுவந்தார். ராஜாஜி கவர்னராக கையெழுத்துப் போட்டார். இவ்வாறு நிகழ்ச்சிகள் நடந்து வருகையில் நூற்றுக்கணக்கான காமிராக்கள் அந்த நிகழ்வுகளைப் படம்பிடித்தன. கவர்னர் பதவியேற்பு நிகழ்வு சுமார் இரண்டு மணிக்குள் முடிவுற்றது. பேராசிரியர் கல்கியும் அவருடன் வந்த நண்பர்கள் சிலரும் தமிழ்நாட்டின் சார்பாக ராஜாஜிக்கு வாழ்த்துக் கூறினர்.

இடைக்கால கவர்னர் ஜெனரல் பதவியில் ராஜாஜி

தற்காலிக கவர்னர் ஜெனரலாக யார் வரப்போகிறார் என்று விவாதிக்கத் தொடங்கினர். லார்ட் மௌண்ட்பேட்டன்

விடுப்பில் லண்டன் செல்லவேண்டிய அவசியம் ஏற்பட்டது. இடைக்கால கவர்னர் ஜெனரல் பதவிக்கு யாரை நியமிப்பது என்ற விவாதம் எழுந்தது. எல்லோருடைய பார்வையும் ராஜாஜி மீது விழுந்தது. படேல், நேரு, ஆசாத், பிரசாத் ஆகியோர் ராஜாஜியைத்தான் ஆளுமை மிக்க நாயகராகப் பார்த்தனர். நேருவும் படேலும் ராஜாஜியை இடைக்கால கவர்னர் ஜெனரலாக நியமிக்க விரும்பி காந்திஜியிடம் தெரிவித்திருந்தனர். லார்ட் மௌண்ட்பேட்டனும் ராஜாஜியை நியமிப்பதையே விரும்பினார். இந்த விவரத்தை மேதகு வங்காள கவர்னர் ராஜாஜியிடம் தெரிவித்தார். ராஜாஜியும் அதை ஏற்றுக்கொண்டார்.

லார்ட் மௌண்ட்பேட்டன் லண்டன் சென்று திரும்பும்வரை கவர்னர் ஜெனரலாக சில நாள்கள் இருந்து அப்பணியை மனநிறைவுடனும் நடத்திவிட்டு மீண்டும் வங்கத்திற்கு வந்து கவர்னரானார். கவர்னர் பதவியின் மூலம் முதலமைச்சருக்கும் அவருடைய சகாக்களுக்கும் அவர்கள் ஆட்சி சிறக்க உதவினார். அப்போதைய வங்க முதல்வர் ராஜாஜியை தமக்கு உதவ வந்த சகோதரராகவே பாவித்தார். ராஜாஜி டார்ஜிலிங்கில் வங்க அரசுக்குச் சொந்தமான கவர்னர் மாளிகையில் இரண்டு வாரம் தங்கிவிட்டு பின்னர் கல்கத்தா வந்தார். தொடக்கத்தில் அவர் வரவேண்டாம் என்று போராடியவர்களும் அவருடைய நடவடிக்கைகளைக் கண்டு அவரிடம் மரியாதை செலுத்தத் தொடங்கினார்கள். 'ராஜாஜி திரும்பிப் போ' (go back Rajaji) என்று குரல் எழுப்பிய சரத் போஸ் மற்றும் வங்க மக்கள் அனைவரின் உள்ளத்தையும் ராஜாஜி கவர்ந்திருந்தார். 'நமது ராஜாஜி' என்று தலைப்பிட்டு அமிர்த பஜார் இதழ் தலையங்கம் எழுதியது.

கவர்னர் மாளிகை ஊழியர்கள் ராஜாஜிக்கு பரிசாக ஒரு செட் காலனிகளைப் பரிசாக அளித்தனர். 'இப்பரிசை ஒரு வெள்ளிக் கோப்பை அல்லது தங்கப் பதக்கத்தை விடப் பெரியதாக, அதிமதிப்புடையதாகக் கருதுகிறேன்' என்ற ராஜாஜி உடனடியாக அந்தக் காலனிகளை தம் பாதங்களில் அணிந்துகொண்டார். மேலும் தங்கப் பேழைகள், வெள்ளிக் கிண்ணங்கள் என்று பல பரிசுகளைப் பெற்றார். நல்ல கருங்காலி மரத்தால் கண்ணாடிகள் பொருந்திய அலமாரிகள் செய்துகொண்டு வரச் செய்து கவர்னர் ராஜாஜிக்காக வந்த பரிசுப் பொருட்களை எல்லாம் கவர்னர் மாளிகையில் பத்திரப்படுத்தி வைக்கச் சொன்னார். தந்தத்தால் ஆன கைத்தடி

ஒன்றை அவருக்குப் பரிசாக யாரோ அளித்திருந்தார்கள். இந்தக் கைத்தடியையாவது எடுத்துப்போகலாமே என்று கவர்னர் மாளிகை ஊழியர்கள் ராஜாஜியை கேட்டுக்கொண்டனர். 'இந்தப் பரிசு ராஜகோபாலாச்சாரிக்கு அல்ல, வங்கத்தின் கவர்னருக்கு கொடுத்த பரிசு. இது கவர்னர் மாளிகையிலேயே இருக்கட்டும்' என்றார் ராஜாஜி.

16

கவர்னர் ஜெனரல் ராஜாஜி

ராஜாஜி டில்லி புறப்படத் தயாராகிக்கொண்டிருந்தார். விமானப் படையைச் சேர்ந்த விமானம் நாளைய கவர்னர் ஜெனரலை பெருமிதத்துடன் டில்லிக்கு ஏற்றிச் சென்றது.

வைஸ்ராயின் அரண்மனை இருக்கும் இடம் ஐந்து ஏக்கர் பரப்பளவுள்ள ஒரு இடமாகும். அந்த மாளிகையின் உள்ளே 340 அறைகள். அந்த அறைகளை இணைக்கும் பாதைகளின் நீளம் ஒன்றரை மைல். அந்த மாளிகையைக் கட்ட சிவப்பு வெள்ளைக் கற்கள் டோல்பூரிலிருந்து வந்தன. வெள்ளைச் சலவைக் கற்கள் பாட்டியாலாவிலிருந்தும், மஞ்சள் சலவைக் கற்கள் ஜெய்சல்மாரிலிருந்தும், பச்சை பரோடாவிலிருந்தும், பழுப்பு நிறச் சலவைக் கற்கள் ஐரோப்பாவிலிருந்தும் வந்தன. ராஜபுதனக் கல் தச்சர்கள் சலவைக் கற்களை வடிவமைத்துக் கொடுத்தனர். இத்தாலியிலிருந்து வந்த கலைஞர்கள் மாளிகையின் உள்ளே சுவரிலும் கூரையிலும் சித்திர கோலங்களைத் தீட்டினார்கள். இந்தப் பிரமாண்டமான மாளிகைதான் நம் தலைவர் ராஜாஜியின் இல்லமாகப் போகிறது.

இந்திய விமானப்படையின் விமானம் புது தில்லியில் குறித்த நேரத்தில் வந்திறங்கியது. அப்போதுதான் ஒரு மழை பெய்து வெப்பத்தைத் தணித்திருந்தது.மௌண்ட்பேட்டன்,நேரு,படேல், அமைச்சர்கள், ஆங்கிலேய அதிகாரிகள், முப்படைத் தளபதிகள் முதலியோர் ராஜாஜியை வரவேற்கக் காத்திருந்தனர். ராஜாஜி ராணுவ மரியாதையை ஏற்றார். படிகளில் ஏறி வருவதற்குள் ராஜாஜி களைத்துப் போய்விட்டார். படிக்கட்டின்மேல மௌண்ட்பேட்டன் ராஜாஜிக்கு சல்யூட் அடித்து, கை குலுக்கினார். திருமதி எட்வின் மௌண்ட்பேட்டனும் கை குலுக்கினார். அவர்களுடைய மகள் பமிலா முதலில் குனிந்து வணங்கிப்பின் கை குலுக்கினாள்.

அன்று மாலை மௌண்ட்பேட்டன் ஒரு பிரமாதமான வரவேற்பும் விருந்தும் அளித்தார். சுமார் 6,000 விருந்தினர்கள். எல்லோரும் ராஜாஜியைப் பார்த்துப் பரவசம் அடைந்தனர்.

மறுநாள் ஜூன் 21ம் தேதி ராஜாஜி இந்திய நாட்டின் கவர்னர் ஜெனரல் ஆனார்.

பேராசிரியர் கல்கி, ராஜாஜி கவர்னர் ஜெனரல் பதவி ஏற்றதை முன்னிட்டு அந்த வார கல்கி இதழை ராஜாஜி மலராக வெளியிட்டு, ‘அரியாசனத்தில் ஜனக மகாராஜா’ என்ற மகுடத்துடன் எழுதிய சிறப்புக் கட்டுரை:

‘புண்ணிய பாரத பூமியில் இன்றைய தினம் நம்மிடையே ஒரு ஜனக மகாராஜா இருக்கிறார். பாரத நாட்டின் தென்பகுதியில் தெய்வத் தமிழகத்தில் பிறந்த புண்ணியர் அவர். அரண்மனை வாழ்வையும் ஆசிரமக் குடிசையையும் ஒன்றாகக் கருதுகிறவர். சுகத்தையும் துக்கத்தையும் சமமாக எண்ணுகிறவர். போற்றுதலினால் அவர் பூரிப்பதில்லை வசை மொழிகளில் அவர் ஆயாசம் அடைவதில்லை. பதவியையும் அதிகாரத்தையும் அவர் தேடிச் செல்வதில்லை. அவை அவரை தேடி வரும்பொழுது அவர் பதுங்குவதுமில்லை.’

பேராசிரியர் கல்கி இந்த மகத்தான நிகழ்ச்சியைக் கண்ட தினத்தன்று ரசிகமணி டி.கே.சிக்கு எழுதினார்.

‘இன்று காலை குறிப்பிட்ட சுபமுகூர்த்தத்தில் முடிசூட்டு விழா நடந்தது. எல்லாம் பட்டாபிஷேகம் மாதிரிதான். கிரீடம் மட்டும் இல்லை. இங்குள்ள அரசாங்க அரண்மனையின் விசாலமும் உன்னதமும் பார்த்தால் அன்றி நம்ப முடியாது. சேலம் புதுப்பாளையம் காந்தி ஆசிரமத்துக் குடிலில் இருந்து

இந்தியாவிலேயே மிகப்பெரிய அரண்மனைக்கு வந்து சேர்ந்த தலைவர் தர்பார் மண்டபத்துச் சிம்மாசனத்திற்கு நடந்து வந்தபோது பரம்பரையாகச் சாம்ராஜ்ஜியம் ஆண்ட சக்கரவர்த்தி நடந்து வருவது போலத்தான் இருந்தது. அதே சமயத்தில் எந்த நிமிஷத்திலும் இந்த அரண்மனைத் தூசியை உதறிவிட்டு வெளியேறத் தயாராக உள்ள தபோ முனிவர் வருவது போலவும் தெரிந்தது.' என்று எழுதியுள்ளார்.

1948ம் ஆண்டு இந்தியாவின் முதலாண்டுச் சுதந்திர நிறைவைக் கொண்டாடும் கல்கி மலரில் கவர்னர் ஜெனரல் ராஜாஜியின் சிறுகதை ஒன்று வெளியானது. அதைப்பற்றி அடுத்த இதழில் விசேஷக் குறிப்பு ஒன்றை கல்கி வெளியிட்டார்.

'புதுடெல்லியில் ஆசியாவிலேயே மிகப்பெரிய மாளிகையில் வசித்தாலும், ராஜாஜியின் மனம் தமிழ்நாட்டுக் கிராமத்தில் உள்ள ஏழை மனிதனிடம் நிலைத்து நின்றது என்பதும் அக்கதையிலிருந்து தெளிவாகிறது. சுதந்திர இந்தியாவில் மக்களும் சர்க்கார் உத்தியோகஸ்தர்களும் எப்படி நடந்துகொள்ள வேண்டும் என்பதையும், குறிப்பாக விளக்குகிறது. எவ்வளவு பெரிய ஒப்பில்லாத உன்னதம் வாய்ந்த ஸ்தானத்தை வகித்தாலும், தமிழையும் தமிழர்களையும் மறந்து விடவில்லை என்பதற்கு 'பிள்ளையார் காப்பாற்றினார்' என்ற கதையே அத்தாட்சி.' *(கல்கி 22.8.1948)*

17

தி.க விலிருந்து தி.மு.க பிறந்த கதை

தி.க-தி.மு.கவாக இரண்டாகியதற்கு ராஜாஜிதான் காரணம் என்று இருதரப்பாரும் பேசிக்கொள்வர். இது உண்மையா என்பதைப் பார்க்கலாம்.

ஈ.வெ.ரா தாம் திரட்டி வைத்திருக்கிற பெருந்தனத்தை யும் கட்சியையும் தளபதி C.N.அண்ணாதுரையிடமோ அல்லது சம்பத்திடமோ ஒப்படைக்க விரும்பவில்லை. அவ்விருவரிடமும் அவருக்கு நம்பிக்கை இல்லை. அவர் யாரைத் தேர்ந்தெடுக்கலாம் என்று தேடி அலைந்தபோது அவரிடம் மகள் போல வேலை செய்து வந்த *26* ஆண்டைத் தொட்டுக்கொண்டு நின்ற மணியம்மையிடமே நம்பிக்கை ஏற்பட்டு அவரை பதிவுத் திருமணம் செய்துகொண்டார். ராஜாஜி இந்தத் திருமணத்தை ஊக்கப்படுத்தவோ, ஆதரிக்கவோ இல்லை என்பதுதான் உண்மை.

அப்போது ராஜாஜி கவர்னர் ஜெனரலாக இருக்கிறார். ஈ.வெ.ரா அவரை திருவண்ணாமலையில் சந்திக்கும் முன்னரே தாம் மணியம்மையை பதிவு திருமணம் செய்துகொள்ளப் போவதாகவும் திருமணப் பதிவில் ராஜாஜி சாட்சிக் கையொப்பமிடவேண்டும்

என்றும் வேண்டிக்கொள்கிற ஓர் அஞ்சல் அட்டையை கவர்னர் ஜெனரல் ராஜாஜிக்கு ஈ.வெ.ரா அனுப்புகிறார். இந்த அஞ்சலட்டைக்கு ராஜாஜி தானும் ஓர் அஞ்சலட்டையில் பதில் அனுப்புகிறார்.

'தங்கள் கடிதம் கண்டேன். இந்த வயதிற்குப்பின் திருமணம் செய்துகொண்டால் என்ன என்ன பிரச்சினைகள் வரும் என்பதை உங்களுக்கு நான் சொல்லவேண்டியதில்லை. ஆகவே திருமணம் செய்யவேண்டாம் என்று கேட்டுக்கொள்கிறேன். திருமணப் பதிவில் சாட்சி கையெழுத்து போட அங்கே வருவதற்கு அனுமதியில்லை என்று இங்கே உள்ள நிர்வாகிகள் தெரிவித்துவிட்டனர். ஆகவே நான் அங்கே வருவதற்கில்லை' என்று தெரிவித்துள்ளார்.

ஈ.வெ.ரா உடனே 'உங்கள் கடிதம் கிடைத்தது. என் திருமணத்தை நடத்தவேண்டும் என்ற முடிவில் எந்தவித மாற்றமும் இல்லை' என இன்னொரு அஞ்சலட்டை அனுப்புகிறார்.

இதற்கு ராஜாஜி பின்வருமாறு பதிலளித்துள்ளார். 'உங்கள் கடிதம் கிடைத்தது. உங்கள் திருமணத்திற்கு என் வாழ்த்துகள்.'

இப்படி இந்த இரு தலைவர்களும் அஞ்சலட்டைகளிலேயே தங்களது கருத்துகளைப் பரிமாறிக்கொண்டனர். இக்கடிதங்களைப் பார்த்தால் ராஜாஜி இந்தத் திருமணத்தை வரவேற்கவில்லை என்பதும் ஈ.வெ.ரா.வே இத்திருமணத்தில் உறுதியாக இருந்தார் என்பதும் புலப்படும். இந்த அஞ்சலட்டைப் போக்குவரத்தை இன்றைய திராவிடக் கழகத் தலைவர் கி.வீரமணிதான் வெளியிட்டு உண்மையை வெளிப்படுத்தினார்.

நான் மேலே குறிப்பிட்டுள்ள திருமணம் குறித்து ஒரு தவறான தகவலை பிலிப்ஸ் ஸ்ப்ராட் 'D.M.K. in Power' (D.M.K. in Power - Philip Spratt) என்ற தமது நூலில் குறிப்பிட்டிருக்கிறார். அரசியல் எவ்வாறானாலும் பெரியாருக்கும் ராஜாஜிக்கும் இருந்த அந்தரங்க நட்பு என்றும் மாறியதில்லை. பெரியாருக்குத் தமது சொந்த வாழ்க்கை சம்பந்தப்பட்ட இந்த விஷயத்தில் ராஜாஜியைத் தவிர வேறு யாரையும் ஆலோசனை கேட்க முடியவில்லை. சிறந்த பண்பாடுகளை உடைய ராஜாஜி, 'எப்போது அம்மையாரின் பெயர் ஈ.வெ.ரா.வுடன் இணைக்கப்பட்டு பேச்சுப் பொருளாயிற்றோ இனி யோசிப்பதற்கே இடமில்லை. அவரை கல்யாணம் செய்துகொள்ள வேண்டியது பெரியாரின் கடமை' என்று

கூறினார். இப்படி ஒரு தவறான பிலிப்ஸ் ஸ்ப்ராட் 'D.M.K. in Power' என்ற நூலில் பதிவிட்டிருக்கிறார்.

இந்தச் செய்தியைத் தாங்கிய நூல் இருவரும் உயிரோடு இருக்கும்பொழுதே எழுதப்பட்டிருந்தாலும் இது உண்மையல்ல. திராவிடர் கழகத் தலைவர் வீரமணி காட்டும் அஞ்சலட்டையில் உள்ள தகவல்தான் உண்மையானது. பெரியார் காமம்கொண்டு மணியம்மையை மணக்க முடிவெடுக்கவில்லை. தம் திரண்ட சொத்தைக் காப்பதற்கே திருமணம் செய்துகொண்டார் என்பதே உண்மை. திருவாளர் பிலிப்ஸ் ஸ்ப்ராடின் புத்தகம் எழுதிய காலத்தில் ஈ.வெ.ரா-ராஜாஜி அஞ்சலட்டைகள் வெளியாகவில்லை. அவை பின்னரே வெளிப்படுத்தப்பட்டன. இந்த அஞ்சலட்டைகளைப் பெரியார் ஏதோ ஒரு நூலில் வைத்துவிட்டார். அந்த நூலில் கண்டெடுத்து இந்த அஞ்சலட்டைகளின் செய்திகளை வீரமணி வெளியேகொண்டு வந்தார்.

பிலிப்ஸ் ஸ்ப்ராடின் 'D.M.K. in Power' என்ற நூலில் மேலே காட்டிய செய்தியை நம்பி ராஜ்மோகன் காந்தி தாம் எழுதிய 'ராஜாஜி வரலாறு' என்ற நூலில் பக்கம் 727ல் தெரிவித்துள்ளார். அது உண்மை அல்ல.

தென்னகத்தில் ஹைதராபாத் சமஸ்தானம் சண்டித்தனம் செய்தது. இந்தச் சண்டித்தனம், பக்கத்தில் இருக்கிற அண்டை மாகாணங்களையும் கவலையுறச் செய்தன. சுதேச சமஸ்தானங்களை அதன் விவகாரங்களைக் கவனித்த செயலாளர் வி.பி.மேனன் எழுதுகிறார்.

'சமஸ்தான விவகாரங்களின் அமைச்சகம் ஹைதராபாத்தை நாம் கைப்பற்றி அங்கு நிலவும் குழப்பத்திற்கும் நடக்கும் அட்டகாசத்திற்கும் முற்றுப்புள்ளி வைக்கவேண்டும் என்று வற்புறுத்தியது. இதைப் பிரதம மந்திரி நேரு வன்மையாக எதிர்த்தார். சுதேச சமஸ்தான அமைச்சகத்தின் போக்கைக் கடுமையாக விமர்சிக்கவும் செய்தார். சர்தார் படேல் இதனால் பாதிப்படைந்து கூட்டம் முடியும் முன்பே எழுந்து போய்விட்டார்! அன்று பிற்பகல் கவர்னர் ஜெனரல் சி.ராஜகோபாலாச்சாரி தமது அறையில் பிரதம மந்திரியையும் சர்தார் படேலையும் அழைத்துப்பேசினார். இந்தக் கூட்டத்தில் ஹைதராபாத்தை நாம் ஆக்கிரமிக்கவேண்டும் என்று முடிவு செய்யப்பட்டது. சில கடிதப் போக்குவரத்துக்கள் கவர்னர் ஜெனரல் ராஜாஜிக்கும் ஹைதராபாத் நிஜாமுக்கும்

நடைபெற்றன. அதே செய்தி 1947 செப்டம்பர் மாதம் மீண்டும் தந்தி மூலம் அனுப்பப்பட்டது.

மறுநாள் பொழுது விடிவதற்குமுன் இந்தியத் துருப்புகள் எல்லையைக் கடந்து முன்னேறின. நான்கே நாள்களில் நிஜாம் சரணடைந்தார். இந்தியாவை எதிர்த்து வந்த அவருடைய அமைச்சரவை ராஜினாமா செய்தது. நிஜாம் அரசு ராஜாக்கர்களுக்குத் தடை விதித்தது. நிஜாம் தம்மைக் கௌரவமான முறையில் நடத்தவேண்டும் என்று ராஜாஜியிடம் மன்றாடினார். தாம் கவர்னர் ஜெனரலாக இருந்து இவ்வாறு முடிவெடுப்பதை விட ராஜாஜி கவர்னர் ஜெனரலாக இருந்து முடிவெடுத்து ஹைதராபாத்தை இந்தியாவுடன் இணைப்பதே பொருத்தமாக இருக்கும் என்று எண்ணித்தான் மௌண்ட்பேட்டன் பிரபு தாம் பதவி விலகி, தம் இடத்தில் இந்தியாவின் சிறந்த ராஜதந்திரியாகிய ராஜாஜியை கவர்னர் ஜெனரலாக்கினாரோ என்று எண்ணத் தோன்றுகிறது.

கவர்னர் ஜெனரலுக்கு ரூ.20,000/- சம்பளம் அதிகம் என்று குறிப்பிட்டுக் குறைக்கவேண்டும் என்று குறிப்பிட்டார். 1949 ஜனவரி முதல் கவர்னர் ஜெனரலுக்கு மாதச் சம்பளம் ரூ.5000 என்றும் அதற்கு வருமான வரி கிடையாது என்றும் அமைச்சரவை நிர்ணயித்தது. அந்தக் குறைந்த சம்பளத்தையும், தமக்கு அதிகமான சம்பளம் என்று கருதிய ராஜாஜி, கணக்குப் போட்டுப் பார்த்து அதிகமான தொகை என்று கண்டதை அரசிடம் ஒப்படைத்தார்.

18

எழுபத்துமூன்று வயது இளைஞர்

ராஜாஜிக்கு 73 வயதானது. லண்டனில் V.K.கிருஷ்ணமேனனின் உடல்நலம் பாதிக்கப் பட்டிருந்தது. இந்தியத் தூதராக கிருஷ்ணமேனனுக்கு பதிலாகச் சில காலம் ராஜாஜி பணியாற்றி நேருவுக்கு உதவவேண்டும் என்று மௌண்ட்பேட்டனும் அவர் துணைவியார் எட்வினாவும் கேட்டுக்கொண்டனர். ராஜாஜி இதற்குப் பதிலாக “நான் சிகரெட்டைப் பற்ற வைக்க உபயோகப்படும் தீக்குச்சிதான். அது பயன் முடிந்த பிறகு அதை ஒரு கண யோசனையின்றிச் சாம்பல் கிண்ணத்தில் தூக்கி எறிந்து விடலாம் என்றார். இப்போதோ, பிரிட்டனில் தற்காலிகத் தூதர் பதவி வேறு எனக்காகச் சிபாரிசு செய்யப்படுகிறது. கடைசியில் எங்கேயாவது ஒரு தலைமையை எழுத்தாளர் பதவியையும் சந்தோசமாக ஏற்று அந்தப் பதவிக்கு உரிய கௌரவத்தையும் முக்கியத்துவத்தையும் உணர்த்தும் விதமாக நான் நடந்துகொள்ள வேண்டும் என்றுகூட எதிர்பார்க்கப்படும் போலிருக்கிறது! உங்களுக்குக் கருணை உள்ளத்தை இறைவன் அருளட்டும்”

மேலே காட்டிய கருத்துகள் ராஜாஜியின் மனக்கசப்பையும் வருத்தத்தையும் காட்டுகிறது. லண்டன் சென்று திரும்பிய ராஜாஜிக்கு ஜவாஹர்லால் நேரு ஒரு பிரிவு உபசார விருந்தளித்தார். விருந்துக்கு வந்திருந்த அனைவரிடமும் விடை பெற்றுக்கொண்டு 1951ம் ஆண்டு நவம்பர் முதல் தேதி ராஜாஜி சென்னைக்கு விமானம் ஏறினார். இந்திய நாட்டிற்கு ஆற்றவேண்டிய அரும் பணிகளை எல்லாம் ஆற்றி தமிழ்நாட்டிற்கு வந்தார்.

ராஜாஜியை ஐவர் அணி நாயகராக, உலக அரசியல் வல்லுநராக, இந்தியாவின் தலைசிறந்த ராஜதந்திரியாக, எங்கெங்கெல்லாம் பணியாற்றவேண்டுமோ அங்கெல்லாம் பணியாற்ற வைத்து, இனி அவர் டெல்லிக்குத் தேவையில்லை என்று எண்ணிய காந்திஜியின் வாரிசு ஜவாஹர்லால் நேரு, அவரை தமிழ்நாட்டிற்கு அனுப்பி வைத்தார். மூதறிஞர், மூத்த பண்பாளர் எந்தக் காலத்திலும் எதற்கும் ஆசைப்படாத வெள்ளை வேட்டிக் கட்டிய வீரத்துறவியை அவர் பிறந்த மண்ணிற்கு மங்களமாக அனுப்பி வைத்தனர். எதைப் பற்றியும் கவலைப்படாத ராஜாஜியும் தமிழ்நாடு திரும்பினார்.

முதல் பொதுத் தேர்தல்

இந்தியா குடியரசு நாடாக மலர 1952ம் ஆண்டு முதல் தேர்தல் வந்தது. அன்றைய அகண்ட சென்னை மாகாணத்தில் மொத்தம் 375 சட்டமன்றத் தொகுதிகள் இருந்தன. காங்கிரஸ் 152 இடங்களை வென்றது. முன்னாள் முதல்வர் குமாரசாமி ராஜா 118 ஓட்டுக்கள் வித்தியாசத்தில் தோற்றிருந்தார். 1940லிருந்து 1952 வரை தொடர்ந்து தமிழ்நாடு காங்கிரஸ் கமிட்டி தலைவராக இருந்த காமராஜ் 375க்கு 152 இடங்களே பெற்றிருந்தாலும் காங்கிரஸ்தான் அன்றைய அகண்ட சென்னை மாகாணத்தை ஆளப்போகிறது என்று அறிக்கை விட்டிருந்தார். ராஜபாளையம் குமாரசாமி ராஜா தேர்தலில் தோற்றுப்போயிருந்தாலும் காபந்து அரசை (Care taker Government) நடத்தி வந்தார். அவர் மீண்டும் சென்னை மாகாணத்தில் காங்கிரஸ் ஆட்சியைக் கொண்டுவர முயற்சி மேற்கொண்டு வந்தார்.

முன்னாள் முதல்வர் குமாரசாமி ராஜாவிலிருந்து பலர் ராஜாஜியால்தான் முடியும் என்று ஓங்கி குரல் எழுப்பிக் கொண்டிருந்தனர். ‘உத்தமரை அழையுங்கள் உகந்த வழி காட்டுவார். காங்கிரசின் மானம் காக்க மூத்த முதுபெரும்

தலைவரை அழையுங்கள்’ என்ற குரல்கள் எங்கும் ஒலித்தன. பலர் பஸ்ஸுல்லா சாலைக்குத் தந்தி அடித்தனர். பல்வேறு வாத விவாதங்களுக்குப் பிறகு எல்லோரும் ஒரே தீர்வாக இந்த இக்கட்டான நெருக்கடி நிலையைச் சமாளித்து நம் மானம் காக்கக்கூடியவர் ராஜாஜி ஒருவரே என்றனர். தினமணி பத்திரிகை கோயங்காவும், ஆசிரியர் ஏ.என்.சிவராமனும், ராஜாஜியைப் போய்ப் பார்த்துப் பேசி முடித்து வரும்போது இருவரும் ராஜாஜி சம்மதிப்பார் என்று நம்பிக்கையுடன் நல்லெண்ணத்துடன் வந்தனர்.

சில நாளேடுகள் ராஜாஜியை சம்மதிக்க வைப்பதில் தோல்வி கண்டுவிட்டதாக எழுதின. இல்லை அவர் வருவார், என்று சில எழுதின. ராஜாஜி இத்தனை குதூகலக் கோலாகலங்களுக்கு இடையே குற்றாலம் சென்று கம்பராமாயணத் தேன் சொட்டும் பாக்களை ரசிகமணியிடம் கேட்டு மகிழவும், அவர் வீட்டில் விருந்தாடவும், மருந்து கலந்த குற்றால மூலிகை நீரில் அருவியாடவும், இரவு வட்ட நிலா போல் ஆச்சி சுட்ட தோசை சுவைக்கவும் டி.கே.சி இல்லத்திற்கு, சித்திரசபை கூடத்திற்கு சிங்காரக் கவிப்புனலாடப் போய்விட்டார்.

அகில இந்தியாவிற்கும் கவர்னர் ஜெனரலாக இருந்த ஒருவரை, மத்தியில் கேபினட் அமைச்சராக இருந்த ஒருவரை, மீண்டும் மாகாண அரசியலுக்கு இழுக்க வேண்டுமா என்ற கேள்வியும் அப்போது எழாமலில்லை. ராஜாஜியின் முக்கியச் சீடர்களில் ஒருவராகத் திகழ்ந்த பேராசிரியர் கல்கி, ராஜாஜி சென்னை மாகாண முதலமைச்சராக வரவேகூடாது என ஓங்கி குரல் கொடுக்கும் நிலையில் இருந்தார். பெல்லாரி சிறையில் ராஜாஜி இருந்த காலத்தில் ஓர் ஆசிரியராகப் பணியாற்றினார் என்பதைப் பார்த்தோம். அப்போது சென்னை மாகாணத்தில் தேவையில்லாமல் சிலரால் வளர்த்து விடப்பட்ட பிராமணத் துவேஷம் நாளுக்கு நாள் வளர்ந்து வருவதைக் கண்டு ராஜாஜி பெரிதும் கவலையுற்றார். இந்த வெறுப்புணர்வை வளர்க்கும் வேலையை அவருடைய மிக நெருங்கிய நண்பரான ஈ.வெ. ரா.வே செய்து வந்தார். ஈ.வெ.ராவுக்கு ஏன் பிராமண எதிர்ப்பு வந்தது? அதற்கான காரணம் என்ன? மிகவும் பலவீனமான, எண்ணிக்கையில் மிகவும் குறைவான (Negligible minority) உள்ள சாதியைத் தரக்குறைவாகப் பேசுவதும் ஏசுவதும் என்ன நியாயம்?

சாதி உணர்வு என்பது தமிழ்நாட்டில் உள்ள எல்லாச் சாதியினரிடமும் இருந்தது. எல்லாச் சாதிக்காரர்களும்

மற்ற சாதிக்காரர்களிடம் சாதி வேற்றுமை கொண்டுதான் இருந்தனர். பிராமணர்கள் மட்டுமே சாதி பார்க்கிறார்கள். பிராமணர் அல்லாதார் எல்லோரும் ஒன்றுபட்டு, உறவும், நட்பும், கொள்வினை கொடுப்பினையும் கொண்டு சமரச சன்மார்க்க சமுதாயவாதிகளாக இருக்க, பிராமணர்கள் மட்டும் சாதி பார்த்துக் கொண்டிருந்தால் அவர்கள் மீது கோபம்கொள்ள நியாயம் இருக்கிறது எனலாம். அதுவும் ஒரு குறிப்பிட்ட காலத்தில் அவ்வேற்றுமை பாராட்டுவதை நிறுத்தி விடவேண்டும். இதுதானே நியாயம்.

கொற்கையில் பாண்டிய மன்னன் ஆட்சிக்காலத்தில் பிராமணர்கள் இல்லங்களின் கதவு தட்டியதை, அன்றைய பிராமணர்கள் பாண்டிய மன்னனிடம் சென்று முறையிட, அவன் அதை ஒரு கவனிக்க வேண்டிய பிரச்சினைகளில் முதலாவதாகக் கருதி, அவன் கதவைத் தட்டியவனை நானே பிடித்து வைத்திருக்கிறேன் என்று சொல்லி அவனுக்கு என்ன தண்டனை கொடுக்கவேண்டும், தட்டிய கையை வெட்டி விடுவோமா என்று கேட்டு, தன் இடது கையால் உடைவாளை எடுத்துத் தன் வலது கரத்தைத் துண்டித்து நின்ற நீதிமானாக பொற்கைப் பாண்டியன் திகழ்ந்ததைப் பார்க்கிறோம். இதெல்லாம் பிராமணர்களின் கற்பனை, கட்டுக்கதை என்று சொன்னாலும் கற்பனைக் கதையிலும் ஒரு நீதி, நன்னடத்தை உரைக்கப்படுவதை எடுத்துக்கொள்ளலாம்

அக்காலத்தில் பார்ப்பனச்சேரி பிராமணர்கள் வாழும் இடம், பறையர் சேரி, பறையர்கள் வாழும் இடம், ஆயர்சேரி யாதவர்கள் வாழும் இடம், மறவர் சேரி மறவர்கள் வாழும் இடம், என்று தனித்தனியாகத்தானே இருந்தது. அங்குச் சாதி வேறுபாடுகளும் சாதிப் புகைச்சல்களும் இல்லை. மறையவர்களுக்கு மற்ற சாதியினர் உணவு கொடுப்பதில்லை. ஒவ்வொரு சாதியும் அவரவர் சாதி சனங்களுடன் கூடி வாழ்ந்தனர். எங்கெங்கு சுற்றினாலும் இனத்தோடு அடையவேண்டும் என்ற சொல்லடையும் தமிழில்தானே இருக்கிறது. தாழ்த்தப்பட்ட சாதி என்று கருதப்படும் உழவர் பெருங்குடி மக்களாகிய பள்ளர்களிலும் ஆத்தா சாதி, அம்மா சாதி என்ற பிரிவும் ஒருவரோடு ஒருவர் சமபந்தி உணவு கொள்வதும் இன்றுவரை மறுக்கப்பட்டுதானே இருந்து வருகிறது.

அமைதியான அந்தணர்கள் வாளும் வேலும் எடுக்க மாட்டார்கள். தமிழ்நாட்டுப் பிராமணர்கள் இயல்பாகவே

அகிம்சாவாதிகள். அந்தச் சாதியின் மீது ஒரு கட்சி அமைத்து அவர்களே அசிங்கப்படுத்துவதும் துவேஷத்தை வளர்ப்பதும் என்ன நியாயம்?

தமிழகத்தில் சாதி விவகாரம், சாதி ஒழிப்பு என்றெல்லாம் கூறிக்கொண்டு பிராமணர்களை மோசமான நடையில் பேசி, பண்டைத் தமிழன் பண்பாட்டைச் சீரழிக்க ஈ.வெ.ரா முயன்றதேன்?

பிராமணர்களை என் கட்சியில் சேர்த்துக்கொள்ளக் கூடாது என்பதற்காகவே கட்சிக்குப் பெயர் திராவிடர் கழகம் என்று வைக்கிறேன் என்று சொன்னவர் எப்படிச் சாதி ஒழிப்பாளர் ஆவார்?

ஈ.வெ.ரா அவர்கள் நான்காம் வகுப்பிற்கு மேல் பயிலவில்லை. பள்ளிக்குச் செல்லவில்லை. பள்ளிக்கு அவர் சொல்வதை எந்தப் பிராமணரும் தடை செய்யவில்லை. அவருக்குப் பொது அறிவையும் ஆங்கில மொழியில் எழுதவும் பேசவும் சம்பளம் வாங்காத ஆசிரியராக ஈரோட்டில் முன்னணி வழக்கறிஞராக இருந்த நரசிம்மாச்சாரியார் என்ற பிராமணர்தான் ஈ.வெ.ராவுக்குக் கல்வியை ஏற்படுத்தித் தந்திருக்கிறார். ஈ.வெ.ராவை ராஜாஜி தன் அன்பு நண்பர் தம் சிஷ்யர் என்று சொல்ல, அவரும் ஏற்றுக்கொண்டிருக்கிறார்.

கலைமாமணி விக்ரமன் என்ற எழுத்தாளரின் 55ம் ஆண்டு பிறந்தநாள் விழா கிருஷ்ண கான சபாவில் 26.6.1960 அன்று நடைபெற்றது. விக்ரமனைப் பாராட்டி வாழ்த்த வந்திருந்தார் ராஜாஜி. அவர்தம் நீண்ட பேச்சில் "எனக்கு முன்னே பேசிய பேச்சாளர்கள் ம.பொ.சியை எனக்குச் சிஷ்யர் என்று சொன்னார்கள். அது உண்மைதான் சிலர் குருவுக்குத் திருமந்திரம் ஓதும் சிஷ்யர்களும் உண்டு. அதனால் ஒன்றும் குறைவில்லை. நாயக்கர் அவர்களும் என்னுடைய சிஷ்யர்தான்" என்று பேசியிருக்கிறார். ராஜாஜி பெரியாரைத் தம் சிஷ்யர் என்று பேசினால் போதுமா? அவர் அதை ஒப்புக் கொள்கிறாரா என்று பார்க்க வேண்டாமா?

ஈ.வெ.ராவும் இதை ஒப்புக் கொண்டிருக்கிறார். ராஜாஜி, நாயக்கரும் என்னுடைய சிஷ்யர்தான் என்ற பேச்சை ஈ.வெ.ராவின் விடுதலை ஏட்டில் பெட்டிச் செய்தியாக வெளியிட்டு அவரும் அங்கீகரித்திருக்கிறார். ஒரு காலத்தில் சேலம் நகர்மன்றத் தலைவராக ராஜாஜியும் ஈரோடு நகர்மன்றத் தலைவராக ஈ.வெ.ரா.வும் இருந்த காலத்தில்

வாரந்தோறும் வெள்ளிக்கிழமை மாலை ஈரோடு செல்லும் ரயிலில் ராஜாஜி செல்வார். ஈரோடு ரயில் நிலையத்தில் தம் குருநாதரை அழைத்துப்போக ரெட்டை மாடுகள் பூட்டிய வண்டியில் முன்னரே வந்து காத்திருப்பார் ஈ.வெ.ரா. ஞாயிறு மாலை அதேபோல் ரயிலில் ராஜாஜியை அனுப்பவும் பெரியார் செல்வாராம். 1922 முதல் 1925 வரை பிரிக்க முடியாத இரட்டையர்களாக ஈ.வெ.ராவும் ராஜாஜியும் இருந்திருக்கிறார்கள். அவர்கள் இரட்டையர்களாக அரசியல் நடத்தியதை வைணவச் சம்பிரதாய குரு சிஷ்ய பாணியில் இருவரும் இருந்தனர் என வ.ரா கூறினார்.

இத்தகைய ஈ.வெ.ராதான் 1937ல் ராஜாஜி இந்திப் பாடத்தை வகுப்புகளில் சேர்க்க அனுமதித்ததை எதிர்த்தார். அக்காலத்தில் ஈ.வெ.ரா வரம்பு மீறி நாகரிகத்தைத் தொலைத்துவிட்டு ராஜாஜியை வசைபாடியதையும் இந்நூலில் குறிப்பிட்டுள்ளேன். இத்தகைய கடுமையான சாதி வெறுப்பு, பிராமணத் துவேஷம் வளர்ந்திருக்கும் தமிழ்நாட்டில் முதலமைச்சராக இருப்பதை ராஜாஜி ஒருபோதும் ஏற்கமாட்டார் என்று பேராசிரியர் கல்கி ரா.கிருஷ்ணமூர்த்தி எழுதியிருந்தார்.

19

தமிழக முதலமைச்சர் ராஜாஜி

ராஜாஜி தமிழக முதலமைச்சரானார். மேலவை உறுப்பினராகி முதலமைச்சர் ஆனார். தேர்தலில் நிற்கவேண்டிய அவசியமில்லை. ஈ.வெ.ரா முதலமைச்சரான ராஜாஜியைப் பாராட்டி, இன்னும் 25 ஆண்டுகளுக்கு எந்தக் கொம்பனும் ஆச்சாரியார் ஆட்சியை அசைக்க முடியாது என்று கூறினார். ஆளும் கட்சியை எப்பொழுதும் ஆதரிப்பதைத் தம் கொள்கையாகக் கொண்டவர் ஈ.வெ.ரா என்பதை மறந்து விடக்கூடாது.

தஞ்சைப் பண்ணையாட்கள் சட்டத்தைக் கொண்டு வந்து தஞ்சாவூர் விவசாயிகள் பிரச்சினையைத் தீர்த்தார். காங்கிரஸ்காரர்கள் தெருவில் போனாலே ஆறு அவுன்ஸ் அரிசி என்று ஏளனமாகப் பேசி வந்த பேச்சை முதலமைச்சர் ராஜாஜி நிறுத்தினார். அக்காலத்தில் இருந்த ரேஷன் கடைகளை மூடினார். தமிழகம் முழுவதும் அரிசி கொள்முதல் நடத்த அனுமதி வழங்கினார். சென்னை மாகாணத்தில் மழை பெய்யாமல் வறட்சி நிலவியது. ராஜாஜி மக்களை இறைவனை நோக்கி மழை வேண்டிப் பிரார்த்தனை செய்யச் சொன்னார். மக்களும்

பிரார்த்தனை செய்தனர். மாமழை கொட்டியது. தமிழ்நாட்டில் மழை நீர் செழிப்பால் எல்லா நிலங்களிலும் விவசாய வேலைகள் மும்முரமாக நடந்து, தமிழக விளைநிலங்கள் எல்லாம் விளையும் பூமியாகிவிட்டன.

ராஜாஜி சென்னை மாகாண ஆட்சிப் பொறுப்பை ஏற்கின்ற சமயம், இந்தியாவில் மொழிவாரி மாநிலங்கள் அமைக்கும் முயற்சி வெற்றிகரமாக நடந்துகொண்டிருந்தது. அன்றைய சென்னை மாகாணத்தில் தமிழர், கன்னடர், மலையாளி, தெலுங்கர் முதலிய மொழி பேசுபவர்கள் எல்லாம் இருந்தனர். தெலுங்கு மொழி பேசுவோரைத் தெலுங்கரோடும், மலையாளம் பேசும் மலபார் பகுதி மக்களை கேரளத்துடனும், கன்னட மொழி பேசுபவர்களைக் கன்னடரோடும் சேர்த்து மொழிவாரி மாநிலங்களை உருவாக்கும் முயற்சி நடைபெற்று வந்தது. ஆந்திரப் பிரதேசம் அமைக்கவேண்டும் என்று பொட்டி ஸ்ரீராமுலு என்பவர் சாகும்வரை உண்ணாநோன்பிருந்து காலமானார். உண்ணாநோன்பு இருந்தவர் காலமானதால் ஆந்திராவில் பெரிய கலவரம் ஏற்பட்டது. கலவரம் மூண்ட வேளையில் ராஜாஜி நேருவுக்கு, 'எவ்வளவு விரைவில் ஆந்திர மாநிலம் அமைக்க முடியுமோ அவ்வளவு சீக்கிரம் அமைக்கவேண்டும்' என்று எழுதினார்.

அதே நேரத்தில் தெலுங்கர்கள் சென்னை மாநகரத்தையும் ஆந்திராவிற்குத் தரவேண்டும் என்று வேண்டினர். தமிழ்நாட்டின் தொண்டை மண்டலத்தின் வடபகுதி முழுவதும் ஆந்திராவிற்குப் போயிற்று. 1920 முதல் ஆட்சியில் இருந்த ஆந்திரர்களுக்குத் தொண்டை மண்டலம் முழுவதையும் எடுத்துக்கொள்ள வாய்ப்பு ஏற்பட்டுவிட்டது. ஆந்திரர்கள் சிலர் டில்லிக்குச் சென்று சென்னையைத் தங்களுடன் சேர்க்கச் சில முயற்சிகளை மேற்கொண்டனர். 'மதராஸ் மனதே' என்ற பெரிய ஊர்வலத்தை சென்னை மாநகரின் பெருவீதிகளில் நடத்தினர். பிரதமர் நேரு சென்னையை அவர்கள் எடுத்துக்கொள்ளட்டுமே என்றார். அதற்கு ராஜாஜி முடியாது என்று மறுத்துவிட்டார். சென்னையை இரண்டாகப் பிரித்து ஒரு பாதி ஆந்திராவுக்கு, மறுபாதி தமிழகத்திற்கு என்று ஒரு கோரிக்கையை முன்வைத்தார். அதையும் ராஜாஜி மறுத்துவிட்டார். சென்னையைச் சிறிது காலம் தற்காலிகத் தலைநகராகப் பயன்படுத்த அனுமதி கேட்டனர். அதையும் ராஜாஜி மறுத்துவிட்டார். இரு மாநிலங்களுக்கும் பொதுவான தலைநகரமாகப் பயன்படுத்த அனுமதி கேட்டதற்கும்

ராஜாஜி அனுமதி அளிக்க மறுத்துவிட்டார். இன்னொரு திட்டமாக பிரகாசம், இரு மாநிலங்களுக்கும் பொதுவான தலைநகரமாகப் பயன்படுத்தும் திட்டத்தைக் கொண்டு வந்தார். அதற்கும் ராஜாஜி மறுத்துவிட்டார். ராஜாஜி முதலமைச்சராக இருந்ததனால் தமிழ் மாநிலம் சென்னையைப் பெற்றது என்பதுதான் உண்மை. தமிழர், தமிழ் பேசும் மக்கள் அதிகமாக இருந்தும், தமிழகம் தேவிகுளம், பீர்மேடு பகுதிகளை இழந்ததுபோல் சென்னையை இழக்காமல் காத்துத் தந்தவர் ராஜாஜிதான்.

திரு.R.வெங்கட்ராமன் அப்போது M.P. ஆக இருந்தார். அவர் முதலமைச்சர் ராஜாஜிக்கு 'சென்னை நகரம் ஆந்திராவிற்குத் தற்காலிகத் தலைநகரமாக விளங்கவேண்டும் என்ற கருத்தை உருவாக்க, பிரதமர் நேருவிடம் பேச வந்திருப்பதாகவும் நீங்களும் உங்களுடைய முழுச் செல்வாக்கையும் பயன்படுத்திடவேண்டும் என்பதில் நான் குறியாக இருக்கிறேன்' என்றும் எழுதினார்.

தமிழ்நாட்டிற்கு சென்னையைக் காத்துத் தருவதில் ராஜாஜி வெற்றி கண்டார். இந்தச் சந்தர்ப்பத்தில் திருப்பதியும் தமிழ்நாட்டுக்கே உரியது என்று தமிழர்கள் பலர் எழுப்பிய கோரிக்கையை ராஜாஜி நிராகரித்தார். திருப்பதியில் தெலுங்கு மக்கள்தான் அதிகம் வசித்தனர். ராஜாஜி "என்னுடைய மூதாதையர்களில் ஒருவரான நல்லான் சக்கரவர்த்தி திருப்பதியில் வசித்து இருக்கிறார். பழைய தமிழ் இலக்கியங்கள் திருப்பதியை தமிழகத்தின் வட எல்லையாகக் குறிப்பிடுகின்றன. ஆனால் இன்றைக்கு அங்கே தெலுங்கு பேசுவோரே அதிகம் வசிக்கின்றனர். ஆகவே திருப்பதி ஆந்திர மாநிலத்திற்கே சேரவேண்டும்" என்றார்.

தமிழ் பேசாத தெலுங்கு பேசும் சட்டமன்ற உறுப்பினர்கள் ஆந்திரா சட்டசபைக்குச் சென்றுவிட்டனர். தெலுங்கே தெரிந்த அவர்கள் சட்டமன்றத்தில் தெலுங்கு மொழியிலேயே பேசினர். அவர்களுக்கு ராஜாஜி தெலுங்கிலேயே பதில் சொல்லியிருக்கிறார். அவர்களெல்லாம் ஆந்திரச் சட்டமன்றத்தை அலங்கரிக்கச் சென்றுவிட்டனர். இப்போது தமிழகச் சட்டமன்றம் முற்றிலும் தமிழர்களால் ஆன சட்டமன்றம் ஆயிற்று.

ராஜாஜியின் இளமைக்கால நண்பர் நவரத்தின ராமாராவ் தொடர்ந்து ராஜாஜியுடன் தொடர்பில் இருந்து வந்துள்ளார்

அவர் தமது கடிதத்தில் 'கடமை அழைத்தது. அதை ஏற்றுக்கொண்டு விட்டீர்கள். கடவுள் உங்களுக்குச் சக்தியையும் வெற்றியையும் அளிக்கட்டும்' என்று குறிப்பிட்டுள்ளார்.

'அமைச்சரவையில் அவர்தான் மெம்பர்; மற்றவர்கள் எல்லோரும் நம்பர்கள்தான்' என்று காமராஜ் பட்டாபி சீதாராமய்யாவிடம் கூறினார். கட்சியில் பலரும் ராஜாஜி கட்சித் தலைமையை ஏற்க வலியுறுத்தினர். அப்போது காமராஜ் தேர்தலில் காங்கிரஸ் தோற்றதால் தம் தலைமைப் பதவியை ராஜினாமாச் செய்திருந்தார். ஆனால் ராஜாஜி கட்சித் தலைமைப் பொறுப்பை ஏற்கவில்லை. 'ஆட்சிப் பொறுப்பை நானும் கட்சித் தலைமைப் பொறுப்பை காமராஜூம் வகிக்க மாகாணத்தின் நலன் நன்றாகக் காக்கப்படும்' என்றார் ராஜாஜி. இந்த நோக்கு யதார்த்தமானது என்றாலும் ஆபத்தானது என்பதைச் சீக்கிரமே பல நிகழ்ச்சிகள் நிரூபித்தன.

சுந்தரத் தெலுங்கு பேசுவோர் தனி மாநிலம் கண்டுவிட்டனர். சட்டசபையில் இருந்த தெலுங்கர்கள் யாவரும் ஆந்திர சட்டமன்றம் சென்றுவிட்டனர். சென்னையும் முழுமையாக தமிழ்நாட்டின் தலைநகராகிவிட்டது. சென்னை மாகாண சட்டசபை முற்றிலும் தமிழர்களின் வசமாயிற்று. தமிழர்களின் தனி ஆளும் மாநிலம் ஆகிவிட்டது. இத்தகைய காலம் ராஜாஜியை வெளியே விரட்ட விரும்புவோருக்கு ஓர் இனிய காலமாக உதயமாகியிருந்தது. பிராமணத் துவேஷம் கடுமையாக வளர்ந்திருந்தது. பயிரைவிடக் களைகள்தானே மிக வேகமாக வளரும். ஆனால் ஆட்சி எந்தவிதமான குறையும் இன்றி லஞ்ச லாவண்யமின்றி நல்ல முறையில் நடந்து கொண்டிருந்தது. ராஜாஜி தம் சீரிய பணியால் சென்னை மாகாணத்தைச் சீரோடும் சிறப்போடும் நடத்தி வருகிற காலத்திலும் அந்த மகோன்னதமான தலைவனை வெறுக்கும் துவேஷ எண்ணம் கொண்டவர்கள் காங்கிரஸிலும் வேறு கட்சிகளிலும் கழுகுக் கண்கொண்டு ராஜாஜியின் ஆட்சியைக் கண்காணித்து வந்தனர். அவரை விரட்டுவதற்குரிய நேரத்தை எதிர்பார்த்துக்கொண்டிருந்தனர். அக்காலகட்டத்தில் ராஜாஜி சென்னை மாகாணத்திற்கு இன்றியமையாதவர் என்ற நிலையில் இல்லை. அவரைக் கழற்றிவிட்டும் காங்கிரஸ் ஆட்சியைத் தமிழ் பேசும் மாநிலத்தில் நடத்தமுடியும் என்ற எண்ணம் உருவாகிக்கொண்டிருந்தது. ராஜாஜியோ தம் ஆட்சியை மனசாட்சிப்படியும் தெய்வத்திற்கு விரோதம் இன்றியும் அனைத்து மக்களுக்குப் பொதுவாக மகேசன் ஆட்சியாகவும்

நடத்திவந்தார். ராஜாஜி சென்னை மாகாணத்தை விட்டுச் சென்றால்கூட காங்கிரஸ் ஆட்சி தொடர்ந்து நீடிக்கும் என்ற நிலை இங்கே ஏற்பட்டுவிட்டது.

ஆந்திர மாநிலம் உருவாகும் என்பது உறுதியானதுமே ராஜாஜி சென்னை மாகாணத்தை ஜனாதிபதியின் ஆட்சியின்கீழ் கொண்டு வந்துவிடலாம் என்று நேருவிடத்திலும் ஸ்ரீ பிரகாசர் இடத்திலும் கூறியிருந்தார். ஆனால் ராஜாஜியின் கோரிக்கை நிராகரிக்கப்பட்டது. பிரதமர் நேருவிடம் தாம் சென்னை மாகாண முதல்வர் பதவியை ராஜினாமாச் செய்ய விரும்புவதாகத் தெரிவித்தார். ஆனால் நேரு மறுத்துவிடவே அவரே தொடர்ந்தார். அகில இந்தியக் காங்கிரசின் தலைவராக நேரு மீண்டும் தேர்ந்தெடுக்கப்பட்டார். ராஜாஜி தாம் ராஜினாமா செய்வது என்ற எண்ணத்தை விட்டுவிட்டு நிர்வாகத்தைக் கண்ணியத்துடன் கவனித்து வந்தார்.

20

புதிய கல்வித் திட்டமும் எதிர்ப்பும்

ராஜாஜி, உள்ளத்தில் நெடுங்காலமாக இருந்து வந்த ஒரு கல்வித் திட்டத்தைக் கொண்டுவந்தார், அது ஓர் அற்புதமான திட்டம். ராஜாஜி ஏதாவது தவறு செய்யமாட்டாரா அவரை சிலுவையில் அறைய மாட்டோமா என்று எண்ணித் தவம் கிடந்து அன்றைய அரசியல்வாதிகளுக்கு ராஜாஜியை வீழ்த்த அருமையான சந்தர்ப்பத்தை அந்தத் திட்டம் நல்கியது.

‘எல்லாக் குழந்தைகளுக்கும் கட்டாய ஆரம்பக் கல்வி அளிப்பது பற்றி நிறையவே பேசப்படுகிறது. ஆனால் அதற்கான பள்ளிக்கூடங்களும் ஆசிரியர்களும் போதுமான அளவில் நம்மிடம் இன்று இல்லை. எனவே என்னுடைய யோசனை என்னவென்றால் வாரத்தில் மூன்று நாள்கள் பள்ளிக்கூடம் போகட்டும். இன்று உள்ளதைப் போல் இருமடங்கு பிள்ளைகளுக்கு நாம் கல்வி அறிவு புகட்டலாம் பாக்கி நான்கு நாள்களில் குழந்தைகள் தங்கள் பெற்றோருடன் இருந்து பயன்பெற வாய்ப்பளியுங்கள். பெற்றோர்களுக்கு அவர்களுடைய தொழிலில் உதவியாக இருக்கட்டும்.

கிராமப்புறங்களில் இல்லங்கள் தொழிற்கல்வி கற்றுத்தரும் கூடங்களாக விளங்குகின்றன. பெற்றோர்கள் தொழில் கற்றுத்தரும் ஆசான்களாகவும் விளங்குகிறார்கள்" என்று ராஜாஜி ஒரு கல்வித் திட்டத்தை முன்னிறுத்தினார்

ராஜாஜி கொண்டு வந்த கல்வித் திட்டத்தைப் பற்றி முன்னாள் 'தினமணி' ஆசிரியர் டி.எஸ்.சொக்கலிங்கம் என்ன சொல்கிறார் என்பதைப் பார்க்கலாம்:

> 'ராஜாஜி கொண்டு வந்த இந்தியை நான் தீவிரமாக ஆதரித்தேன். இன்றும் ஆதரிக்கிறேன் இந்தியைக் கற்றால் தமிழ் கெட்டுவிடும் என்று சொல்வதில் உண்மை இல்லை. ராஜாஜி கொண்டு வந்த கட்டாய இந்தியை கவர்னர் ஆட்சி காலத்தில் ரத்து செய்யாமல் இருந்திருந்தால், தமிழர்கள் நிலைமை எவ்வளவோ மேன்மையாய் இருந்திருக்கும். மத்திய அரசின் பப்ளிக் சர்வீஸ் கமிஷனில் இந்தியில் கேள்வி கேட்பார்களே என்று தமிழர்கள் மலைத்து நிற்கவேண்டிய அவசியம் ஏற்படாது. இந்நாட்டின் தேசிய பாஷையாக இந்திதான் வந்தாகவேண்டும். அதை முன்யோசனையோடு ராஜாஜி செய்தார். இந்த யோசனையைத் தமிழர்கள் எதிர்க்கின்ற வரையில் அதனால் தமிழ்நாட்டுக்குத்தான் நஷ்டம்.'

ஒரு விஷயத்தில் தீர்மானம் எடுத்துவிட்டால், பிறகு யாராலும் அதிலிருந்து அவரை அசைக்க முடியாது. அவருடைய கல்வித் திட்டத்தையும் இதற்கு உதாரணமாகச் சொல்லலாம். முதல் மந்திரி வேலையை விட்டுவிடத் தயாராக இருந்தாரே தவிர அரைநேரப் பள்ளித் திட்டத்தை வாபஸ் வாங்கத் தயாராக இல்லை. கிரிமினல் வழக்குகளில் திடீரென்று பாய்ண்டுகளை கிளப்பிவிட்டுப் பழக்கப்பட்ட ராஜாஜி அரசியல் விஷயங்களிலும் திடீர் திடீரென்று கருத்துகளை வெளியிட்டு மக்களைப் பிரமிக்க வைப்பதில் ஆர்வம்கொண்டவர்.

ராஜாஜி இந்தக் கல்வித் திட்டத்தைச் சட்டசபைக் காங்கிரஸ் கூட்டத்தில் முதலில் சொல்லியிருந்தால் எதிர்ப்பின்றி அது நிறைவேறியிருக்கும். அவர் இந்தத் திட்டத்தை, கல்வி மந்திரிக்குக்கூடச் செல்லாமல் ரகசியமாக வைத்திருந்து திடீரென்று ஒரு பொதுக்கூட்டத்தில் வெளியிட்டார். அப்படி வெளியிட்ட காலத்திலாவது உண்மையான காரணத்தைச் சொல்லியிருக்கலாம். நாட்டில் எல்லாச் சிறுவர்களுக்கும் கல்வி போதிப்பதற்குப் போதுமான பள்ளிக்கூடங்கள் இல்லை.

இருக்கிற பள்ளிகளில் பாதி நேரம் ஒரு கூட்டமும், மறுபாதி நேரம் ஒரு கூட்டம் என்றும் முறை வைத்துச் சொல்லிக் கொடுத்தால் அரசியல் சட்டப்படி பத்து வருடங்களுக்குள் எல்லாப் பிள்ளைகளையும் பள்ளியில் சேர்க்கமுடியும். இதுதான் உண்மையான காரணம். இதைச் சொல்ல ராஜாஜிக்கு இஷ்டம் இல்லை. சொல்லியிருந்தால் எதிர்ப்பே இருந்திருக்காது.

மேலும், பாதி நேரத்தில் பிள்ளைகள் தகப்பனார் செய்யும் தொழிலைத் தெரிந்து கொள்ளலாம். அதை அவர்கள் பெற்றோரிடமே கற்றுக்கொள்ளலாம் என்றும் கூறி வைத்தார். இருக்கிற சாதிச் சண்டைகள் துவேஷங்களுக்கு இடையில் ராஜாஜியின் இக்கல்வித் திட்டம் பெரும் எதிர்ப்பைக் கிளப்பியது. இக்கல்வித் திட்டத்திற்கு ராஜாஜி எதிர்ப்பாளர்களால் 'குலக்கல்வித் திட்டம்' என்ற பெயர் சூட்டப்பட்டது. முதல் மந்திரி பதவியிலிருந்து அவரை விரட்ட விரும்பியவர்களுக்கு இக்கல்வித் திட்டம் ஒரு பெரிய ஆயுதமாகப் பயன்பட்டது.

இந்தப் பாதிநேர வகுப்புகளில் பயில வரும் தொழில் சார்ந்த குடும்பங்களில் உள்ள பிள்ளைகள் தொழில்களைத் தம் தந்தையை ஆசானாகக்கொண்டு அத்தொழிலில் விற்பன்னர்களாகவும் கலைஞர்களாகவும் மிளிர முடியும். மற்ற வீட்டுப் பிள்ளைகள் தொழில் கற்கவேண்டும் என்றால், தொழில் தெரிந்தவர்களைத்தான் அணுகவேண்டும். இத்திட்டத்தினால் அதிகப் பலன் தொழிலாளர்கள் வீட்டுப் பிள்ளைகளுக்குத்தான் கிடைக்கும். கல்வியுடன் தொழிலும் சேர்ந்து பயில எல்லா வீட்டுப் பிள்ளைகளுக்கும் வாய்ப்புப் பெற அவர்கள் தொழிலில் தெரிந்தவர்களிடம்தான் சென்று பயிலவேண்டும். இருக்கிற சாதனங்களை வைத்துக்கொண்டு தற்போது பயிலுகின்ற மாணவர்களைப் போல் இரண்டு மடங்கு மாணவர்களுக்குக் கல்வியை அளிக்க முடியும்.

இந்தத் திட்டத்தினால், மரவேலை, இரும்பு வேலை, தங்கவேலை, பித்தளை வேலை, வெண்கலம் அலுமினியம் முதலியவற்றை அடிப்படையாகக்கொண்டு வேலை செய்பவர்கள், தறி நெசவு, சாயம் காய்ச்சுதல், போன்ற தொழில்களைத் தெரிந்தவர்களின் பிள்ளைகள், செக்கு ஆட்டி எண்ணை எடுப்பவர்கள், விவசாய வேலைகள் செய்பவர்கள் முதலியவர்கள் வீட்டுப் பிள்ளைகள்தான் அதிகப் பயன்பெறுவர். இவ்வாறு பயிற்சி பெற்று வருபவர்கள் அரசு வேலைகளுக்கே செல்கிறார்கள்

என்றால் தாங்கள் ஓய்வு நேரத்தில், தாங்கள் கற்ற தொழிலைச் செய்து வருமானத்தை இரண்டு வழிகளில் பெற வாய்ப்பு இருக்கிறது.

பிராமண வீட்டுப் பிள்ளைகள் இத்தொழில்களில் எதையும் கற்றுக்கொள்ள விரும்பினால், அத்தொழிலாளர்களைத்தான் அணுகவேண்டும். பிராமணப் பிள்ளைகள் இன்று கல்வியுடன் வேதமும் பயில்கின்றனர். செகண்டரி பள்ளிப் படிப்போ, கல்லூரிப் படிப்போ, படித்து முடிக்கிற பிள்ளைகள் இன்று இரண்டு வேலைகளுக்குத் தயாராகி இருப்பதைக் காண்கிறோம். கம்ப்யூட்டர் (கணினி) காலம் ஆதலால் ஆசிரியர்களிடம் நேரடியாகச் சென்று பாடம் படிக்கப் போகவேண்டியதில்லை. கணினி மூலம் வேதங்களை ஆசிரியர் சொல்லிக்கொடுக்க அவர்கள் பயின்று வருகின்றனர். வேதமும் இன்றைய நவீனக் காலக் கல்வியும் கற்க முடிகிறதைக் காண்கிறோம்.

செருப்பு தைக்கும் தொழிலைச் செருப்புத் தயாரிக்கும் கலையாக கற்க வேண்டுமானால் அத்தொழில் செய்து பழகிய ஒரு கலைஞனிடம்தான் சென்று பயிலவேண்டும். ஒரு பார்ப்பன பிள்ளையைத் தாழ்ந்த சாதியினர் என்று கருதப்படும் ஒரு தொழிலாளியிடம் பயில அனுப்பும் திட்டம் இது. இதனால் சமுதாய மேம்பாடும் ஒருமையும் ஏற்படும் நிலை அமைகிறது. அக்கிரஹாரத்துக்குப் பிள்ளை தொழில் கற்க மற்ற சாதிக்காரர்களுடன் பழக வைத்த சமரசச் சமத்துவச் சமுதாயத்தை உருவாக்கும் கல்வித் திட்டம் இது என்றால் மிகையாகாது. எதற்காக ஒரு பார்ப்பன வீட்டுப் பையன் செருப்பு தைக்கப் போகவேண்டும் என்ற கேள்வி அர்த்தமற்ற கேள்வியாகும். எல்லோரையும் எல்லாத் தொழிலையும் கற்கவும் கல்வி கற்று வரும் ஒவ்வொருவனும் ஒரு தொழிலை கற்று தங்கள் வருமானத்தை இரண்டு வழிகளில் பெறவும் வழி வகுக்கும் திட்டம் மூதறிஞர் ராஜாஜியின் கல்வித் திட்டம்.

பிராமணப் பையன்கள் உருப்போட்டு மனனம் செய்து தேர்வுகளில் அதிக மதிப்பெண்கள் பெற்று முதல் தரமான மாணவர்களாகத் தேர்ச்சி பெறுகின்றனர். இக்கல்வித் திட்டம் மனனம் செய்து முதல் நிலைக்கு வருவதற்கு இணையாகத் தொழிற்கல்வியிலும் தேர்ச்சி பெற்று வர வழி செய்கிறது. மனனம் செய்து வெற்றி பெற்றால் மட்டும் போதாது தொழில் கல்வியில் நல்ல இடம்பெறவேண்டும் எனத் திட்டம் வகுப்பது இக்கல்வித் திட்டம். அமெரிக்கா முதலிய நாடுகளில் எல்லா மாணவர்களும் கல்வியும் மற்ற அனைத்துத் தொழில்களும்

கற்கின்றனர். அமெரிக்க இளைஞன் கல்வி கற்றிருப்பான், கைவினைத் தொழிலும் கற்றிருப்பான். அதே நிலை நம் தமிழகத்தில் வரவேண்டும் என்று கனவு கண்டார் ராஜாஜி. தொழில் பயின்றவன் அவனே மரங்கள் வாங்கி வந்து சட்டங்களாக்கி தன் வீட்டிற்கு வேண்டிய உபகரணங்களையும் செய்துகொள்வான். ஆனால் நம் நாட்டில் ஓர் ஆணியை அடிக்கவேண்டும் என்றாலோ, ஓர் ஆணியைப் பிடுங்கவேண்டும் என்றாலோ ஆச்சாரியைக் கூப்பிடு என்றுதான் சொல்வார்கள். உலகத் தொழில் அனைத்தும் உவந்து செய்வோம் என்றான் பாரதி 'Any man can do what any other man has done' என்ற ஆங்கிலச் சொல்லாடலைத் தமிழகத்தில் வர வழி வகுக்கும் திட்டமே ராஜாஜியின் கல்வித் திட்டம்.

சங்ககாலத்தில் கைவினைஞர்களான பொன்செய் கொல்லரும், கொல்லு வேலை செய்யும் கரும்பொன் கொல்லரும், மரவேலை செய்பவரும் கலைஞர்களாக மிளிர்ந்து பெரும் புகழ் ஈட்டியிருக்கின்றனர். அந்த நிலையில் நம் நாட்டில் வாழும் அனைத்து மக்களின் பிள்ளைகளும் 10 ஆண்டுக்கால இடைவெளியில் படித்து 100 விழுக்காடு கல்வி அறிவுள்ளவர்களாக ஒளிர, இந்தியாவில் அத்தனை பெரிய பதவிகளிலும் இருந்து தன் திறமையை வெளிக்காட்டிய ராஜாஜி தான் பிறந்த தமிழ்நாட்டுக் கல்வி நிலையை இந்தியாவிலேயே உயர்த்திப் பிடிக்க முயன்றதுதான் இக்கல்வித் திட்டம். இந்த அருமையான திட்டத்தைப் பார்ப்பன வெறுப்பை உச்சத்தில்கொண்ட பெரியார் ஈ.வெ.ரா., டாக்டர்.வரதராஜுலு நாயுடு முதலியவர்கள் இக்கல்வித் திட்டத்தையும், ராஜாஜியையும் கொச்சைப்படுத்துவதில் வெற்றி கண்டுவிட்டனர். அவர்கள் இந்தக் கல்வித் திட்டத்திற்குத் தீட்டிய பெயர்தான் 'குலக்கல்வித் திட்டம்' என்பதாகும். குலங்களை நீக்கி அனைவரையும் ஒரு குலமாக்கி கல்வியிலும், தொழில் வன்மையிலும், கலைத்திறமையிலும் ஓங்கி வளர்ந்து ஒரு மகோன்னத நிலையை அடைய ராஜாஜி தீட்டிய திட்டம்தான் இக்கல்வித் திட்டம்.

மீனவ குடும்பத்தைச் சேர்ந்த பிள்ளைகளுக்கு மீன்பிடித்தல் சம்பந்தமாகக் கல்வி பயிற்சிகளைக் கற்றுக்கொடுக்க வேண்டும் என்று இன்றைய அரசியல்வாதிகள் கூறுவதும் குலக்கல்வித் திட்டம்தான். இன்று இப்படிப் பட்டவர்த்தனமாக இன்றைய அரசியல்வாதிகள் கூறியது போல அன்றைய தினம் கொண்டு வந்த கல்வித் திட்டம் இருந்ததா என்றால் இல்லை. அன்று ஆச்சாரியாரின் கல்வித் திட்டத்தில் இருந்த பொதுமை இன்று

இவர்கள் சொல்லும் மீனவர் மக்களுக்கு மீன் தொழில் பற்றிய கல்வியில் இல்லை. தமிழ்நாட்டில், சில ஆண்டுகளுக்கு முன்னர் சித்த வைத்தியக் கல்லூரிகள் தொடங்கியபொழுது ஏற்கெனவே இந்தச் சித்த வைத்தியத்தில் மூலிகை வைத்தியத்தினைத் தொழில்முறையில் நடத்திக்கொண்டு வந்த மருத்துவக் குடும்பத்தைச் சேர்ந்த பிள்ளைகளுக்கு (இருபாலருக்கும்) படிக்க இடங்களை அதிகம் ஒதுக்கவேண்டும் என்று பட்டவர்த்தனமாகவே கோரிக்கை வைக்கப்பட்டது. அதுபற்றி அப்போது யாரும் வாய் திறக்கவில்லை. கைத்தொழில் ஒன்றைக் கற்றுக்கொள் என்ற அறிவுரையை உள்ளடக்கியதே ராஜாஜியின் கல்வித் திட்டம்.

ஒருநாள் காமராஜ் முதல்வர் ராஜாஜி அவர்களைப் பார்த்து புதிய கல்வித் திட்டத்தை வாபஸ் பெற்றுக்கொண்டு, அவரே முதல்வராக நீடிக்கலாம் என்று தெரிவித்தார். ஆனால் ராஜாஜி தம் புதிய கல்வித் திட்டத்தை வாபஸ் பெற மறுத்துவிட்டார். மார்ச் மாதம் இருபத்தைந்தாம் தேதி நாளிதழ்களில் ராஜாஜி தமது முதலமைச்சர் பதவியை ராஜினாமா செய்யப்போவதாகச் செய்திகள் வந்தன. அதே நாளில் ராஜாஜி சட்டமன்றத்திற்கு வந்தார். ஐந்து நிமிடங்கள் தமக்கு அளிக்குமாறும் ஓர் அறிவிப்பு செய்ய இருப்பதாகவும் தெரிவித்தார். அமைதியான தெளிவான குரலில் பேசினார்.

“நான் பதவி விலகப்போகிறேன் மாற்று ஏற்பாடுகளை இயன்றவரையில் நானே செய்தாகவேண்டும் என்று விரும்புகிறேன்.”

புதிய தலைவர் பதவிக்கு காமராஜ் பெயரை வரதராஜுலு நாயுடு முன்மொழிந்தார். இத்தேர்தலுக்கு ராஜாஜியே தலைமை வகித்தார். என்ன பெருந்தன்மை பாருங்கள். மற்றொரு வேட்பாளராக சி.சுப்பிரமணியம் நின்றார். காமராஜுக்கு 93 வாக்குகளும் சி.சுப்பிரமணியத்திற்கு 41 வாக்குகளும் கிடைத்தன. ராஜாஜி தேர்தல் முடிவை அறிவித்தார். பெருத்த ஆரவாரத்திற்கிடையே காமராஜுக்கு மலர்மாலைகள் வந்து குவிந்தன. ராஜாஜி தன் ராஜினாமா பற்றி நேருவை கலந்து ஆலோசிக்கவில்லை. ராஜாஜியின் இந்த எண்ணம் பற்றி முன்கூட்டியே அறிந்திருந்த நேருவும் அவரைத் தடுக்க முற்படவில்லை. கல்வித் திட்டம் காரணமாக ராஜாஜி ராஜினாமா செய்திருந்தாலும், சென்னை மாகாணத்தின் பொருளாதாரம் நல்ல நிலையில் உயர்ந்திருந்தது. பொருளாதாரம் நிலைப்பட்டு நின்றது.

மேலவை முன்னாள் உறுப்பினர் வி.கே.ஜான் முதல்வர் ராஜாஜிக்கு எழுதிய கடிதத்தில் 'அரசு திட்டங்கள் பலவற்றை நான் எதிர்த்திருந்தாலும், உங்கள் ஆட்சியில்தான் லஞ்ச ஊழலுக்கு இடமே இல்லை என்பதை உணர்ந்து இருந்தேன்' என்று குறிப்பிட்டிருந்தார்.

சென்னை உயர்நீதிமன்றப் பிரதம நீதிபதி P.V.ராஜமன்னார் 'நீதிபதிகள் நியமனம் பற்றிய பிரச்சினைகளில் ஒரு சில நிமிடங்களில், ஒரு கப் காபி அருந்தியபடியே தீர்க்கப்பட்டு விடும்' என்று நினைவு கூர்ந்தார். நீதித்துறையின் பணிகளில் ராஜாஜி அரசு குறுக்கிட்டதே இல்லை என்றார். மற்றொரு நீதிபதி சந்திரா ரெட்டி 'சி.ஆரின் ஆட்சிக்காலத்தில் நிர்வாக இயந்திரம் மிகச் சிறப்பாக இயங்கியது' என்று குறிப்பிட்டார்.

மேலவை எதிர்க்கட்சிகளின் தலைவர் லட்சுமண சாமி முதலியார் 'சட்டமன்றத்திற்குத் தேவைப்படும் ஆற்றல்களை அவரைவிட அதிகமாகப் பெற்றிருப்பவர் கிடையாது. சட்டமன்றத்தில் நடந்துகொள்ள வேண்டிய முறைகளை அவரைவிட நன்றாக அறிந்தவர் இல்லை. சட்டமன்றத்தின் பாரம்பரியப் பெருமைகளை அவரை விடச் சிறப்பாகக் காத்துத் தந்தவர் இல்லை. அவரை விட அதிகமாகச் சட்டமன்றத்திற்குக் கௌரவம் அளித்து அதன் மதிப்பை உயர்த்தியவர் வேறு யாருமில்லை" எனக் குறிப்பிட்டுள்ளார்.

1954ல் ராஜாஜி தம் முதல்வர் பதவியைத் துறந்தார். ராஜாஜி ஒரு திட்டத்தை மனத்தில் கொண்டு விட்டால் அதை முற்றிலுமாக நிறைவேற்றாமல் இடையே விட்டு விடமாட்டார். 1937-1939ல் இந்திப் பிரச்சினையை அவர்தான் கொண்டு வந்தார். இந்தியைக் கட்டாயப் பாடமாகக் கொண்டுவந்தார். இரண்டாம் உலக மகா யுத்தத்தில் காங்கிரசைக் கலந்து கொள்ளாமல் ஆங்கில அரசு இந்தியாவையும் யுத்தத்தில் சேர்த்ததால் இந்தியா முழுவதும் காங்கிரஸ் பதவி விலகியது. அதனால் அன்றைய சென்னை மாகாணப் பிரதமரும் பதவி விலகினார். பதவி விலகினாரேயொழியத் தாம் கொண்டு வந்த இந்தி கட்டாயப் பாடம் என்ற திட்டத்தைக் கைவிடவில்லை. 1954லும் தான் கொண்டு வந்த கல்வித் திட்டத்தை அவர் விட்டாரா என்றால் இல்லை. பதவியை விட்டாரே தவிரத் தாம் கொண்டு வந்த திட்டத்தை விட்டுவிடவில்லை.

ஒருவேளை விட்டுக்கொடுக்கும் மனப்பான்மையில் ராஜாஜி அவர்கள் கல்வித்திட்டத்தைத் திரும்பப் பெற்றிருந்தாலும்

அடுத்து வேறு ஏதாவது ஒரு பிரச்சினையைக் கிளப்பி அவருடைய நல்ல ஆட்சியை, லஞ்ச ஊழலற்ற ஆட்சியை நீக்கச் சாதித் துவேஷம் என்ற ஆயுதத்தை, பார்ப்பன எதிர்ப்பு என்ற மலிவான ஆயுதத்தை, மீண்டும் கையில் எடுத்து அந்த உத்தமத் தலைவனுக்குச் சில்லறை பிரச்சினைகளை உருவாக்கிக்கொண்டேதான் இந்தச் சாதி துவேஷ சக்திகளான தி.கவும், தி.மு.க.வும் இவர்களுக்கு ஒத்து ஊதும் காங்கிரஸ்காரர்களும், செயல் புரிந்திருப்பர்.

இதுபோன்ற மனிதர்கள் ராஜாஜி எதைச் செய்தாலும் அதைச் சாதி கண்ணோட்டத்தில் பார்த்து விமர்சிப்பவர்களாக தமிழ்நாட்டில் மாறியிருக்கிறார்கள். சீதாச்சாரி என்பவரைத் தற்காலிக விரிவுரையாளராக நியமிக்கக் கல்வித்துறை இயக்குனர் பரிந்துரைத்தார். அந்தப் பரிந்துரையினால் சீதாச்சாரி நியமிக்கப்பட்டார். உடனே எதிர்ப்புக் கிளம்பியது. ஆனால் சீதாச்சாரி மாநிலத்திலேயே முதல்வராகத் தேறியிருக்கிறார். அதையெல்லாம் கருத்தில் கொள்ளவில்லை. ராஜாஜி 'இப்பொழுது உள்ள கல்வித் திட்டம் மனப்பாடம் செய்து தேர்வில் அதிக மதிப்பெண்கள் பெற உதவியாக இருக்கிறது. இது உண்மையில் பிராமணப் பிள்ளைகளுக்கே உதவிகரமாக இருக்கிறது. அவர்கள் உருப்போடுவதில் கெட்டிக்காரர்கள். ஆனால் எனது கல்வித் திட்டத்தின் மூலம் வீட்டில் படிப்பறிவு பெறாமல் கைவினைத் தொழில்கள் செய்யும் பெற்றோர்களின் பிள்ளைகள் அதிக மதிப்பெண்களைப் பெறமுடியும்' என்றார். இவையெல்லாம் செவிடன் காதில் ஊதிய சங்காகப் போயிற்று.

1931ல் வேதாரண்யம் உப்பு அறப்போராட்டத்தில் கைதாகி பெல்லாரி சிறையில் அடைக்கப்பட்டிருந்த ராஜாஜி பிராமணத் துவேஷம் நாளுக்கு நாள் அதிகரித்து வருவது கண்டு கவலையுற்று "நான் வெறுப்புக்கு உள்ளாகி இருக்கிற அந்தச் சாதியைச் சேர்ந்தவன். எந்த ஒரு குலத்தையும் அல்லது சாதியையும் வெறுப்பது என்பது சரியான முறையாகாது" என்று சிறைக்கூடத்திலேயே தெரிவித்திருக்கிறார்.

புதிய கல்வித்திட்டத்தைக் கொண்டுவந்து ஆறாயிரம் தொடக்கப் பள்ளிகளை ராஜாஜி மூடிவிட்டார் என்று பொய்யான தகவல்களைச் சிலர் கூறுகின்றனர். ஆறாயிரம் பள்ளிகள் எந்தெந்த ஊர்களில் மூடப்பட்டன என்று விவரமாகத் தெரிவியுங்கள் என்று கேட்டால் இந்த விஷமிகளால் தெரிவிக்கமுடியாது.

21

ராஜாஜி ஓர் எழுத்தாளர்

1939ல் ராஜாஜி தமிழகப் பிரதமர் பதவியைவிட்டு விலகியபின், பிரதமர் அலுவலகம் வந்து அனைத்துக் கோப்புகளையும் முறைப்படி பார்த்து தலைமைச் செயலகத்திற்கு அனுப்பி வைத்தார். அதன்பின் ஆங்கிலச் சொற்களுக்கு நிகரான தமிழ்க் கலைச் சொற்களை ஒருங்குத் திரட்டும் பணிக்குச் சென்று, தமிழால் எதையும் கற்றுத் தர முடியும் என்பதை நிலைநாட்டிடப் பணிபுரியத் தொடங்கி விட்டார்.

ராஜாஜி டெல்லியிலிருந்து சென்னை வந்தபோது வான்மீகி ராமாயணத்தை மூல நூலாகக்கொண்டு, அதற்கு வழி நூலாகத் தமிழில் ராமாயணத்தை எழுதத் தொடங்கினார். ராமன் பிறந்த வேய் புனர்பூச நட்சத்திரத்தில் பிறந்த, ராஜகோபாலாச்சாரியார், ராம சரிதையை எழுத ஆரம்பித்தார். அவர் தம் ராமாயணத்திற்கு 'சக்கரவர்த்தித் திருமகன்' என்ற பெயரிட்டு கல்கி இதழில் வெளியிட்டு வந்தார். சக்கரவர்த்தித் திருமகன் என்ற ராஜாஜியின் ராம சரித்திரம் பின்னாளில், 'ராமாயணம்' என்ற பெயரில் நூலாக வானதி பதிப்பகம் வெளியிட்டது. இந்த நூல் கல்கி இதழில் வெளிவந்த காலத்திலேயே

வாசிப்பவர்களிடம் பெருமதிப்பும் மரியாதையும் பெற்றதோர் புனித நூலாயிற்று. ராஜாஜியின் கைவண்ணம் பெற்று இந்த நூல் இன்று தமிழகத்தில் அநேகமாக எல்லா வீடுகளையும் அலங்கரிக்கிறது.

ஒரு தீபாவளி மலரில் ராஜாஜி அவர்கள் மகாபாரதத்திலிருந்து ஒரு பகுதியை எடுத்து 'முதல் தாம்பூலம்' என்ற தலைப்பில் எழுதினார். மகாபாரதத்தில் ராஜசூய யாகம் என்னும் வேள்வி பற்றி அந்தக் கதை விவரிக்கிறது. வேள்வி முடிந்ததும் மிகவும் உயர்வுக்கும் பாராட்டலுக்கும் உரிய பெரியவர் ஒருவருக்கு, வேள்வி நடத்துபவர் வெற்றிலை பாக்கு தாம்பூலம் இவற்றை ஒரு தாம்பாளத்தில் வைத்து மறையவர்கள் மறை நவிலக் கொடுப்பதுதான் முதல் தாம்பூலம் எனக் குறிப்பிடப்படுகிறது. இவ்வேள்வி நிறைவுபெறும் தறுவாயில், தர்மன் இந்த முதல் தாம்பூலத்தை யாருக்குக் கொடுக்கவேண்டும் என்று தாத்தா பீஷ்மரிடம் கேட்கிறான். 'முதல் தாம்பூலத்தைக் கண்ணனுக்கே கொடுக்கவேண்டும். இவ்வேள்வி நடத்தும் இந்த யாகசாலையில் கண்ணனை விட மேலானவன் யாருமில்லை' என்று கருதிய பீஷ்மர் தன் பேரன் தருமனிடம் கண்ணனுக்கு முதல் தாம்பூலத்தைக் கொடுக்கச் சொன்னார். அப்போது 'சத்திரியர்கள் இருக்க ஒரு யாதவனுக்குக் கொடுப்பதா?' என்று சாதிப் பிரச்சினையைச் சிசுபாலன் கிளப்பிடச் சர்ச்சை பெரிதாக வலுத்து, சிசுபாலன் வதை வரை சென்றது.

இந்தப் பகுதியைத்தான் 'முதல் தாம்பூலம்' என்ற தலைப்பில் மூதறிஞர் ராஜாஜி அவர்கள் ஒரு தீபாவளி மலரில் எழுதினார். இந்த முதல் தாம்பூலத்தைப் படித்த ரசிகமணி டி.கே.சி அதைப் பாராட்டி கல்கி ஆசிரியருக்கும் ராஜாஜிக்கும் தனித்தனியே கடிதம் எழுதினார். ராஜாஜிக்கு எழுதிய பாராட்டு மடலில் 'இவ்வளவு அழகாக மகாபாரதத்தின் ஒரு சிறு பகுதியைத் தங்களால் அழகுற எழுத முடியுமானால், நீங்கள் ஏன் முழுப் பாரதத்தையும் தமிழில் வாரந்தோறும் கல்கி இதழில் எழுதக்கூடாது?' என்று கேட்டு எழுதினார். இதையே பேராசிரியர் கல்கி அவர்களுக்கும் எழுதினார். ரசிகமணியின் வேண்டுகோளை ஏற்ற ராஜாஜி மகாபாரதம் எழுத, கல்கி இதழ் தொடர்ந்து வெளியிட்டது. தமிழ் இலக்கியத்திற்கு 'வியாசர் விருந்து' என்ற அற்புதமான ஒரு நூல் கிடைத்தது.

'வியாசர் விருந்து' வானதி பதிப்பகம் வாயிலாக 'மகாபாரதம்' என்றபெயரில்வெளிவந்தது.வானதி பதிப்பகம் வெளியிடுவதற்கு முன்பாகப் பல ஆண்டுகளுக்குமுன் வியாசர் விருந்து மலிவுப்

பதிப்பில் பல்லாயிரக்கணக்கான நூல்கள் வெளியிடப்பட்டன. ராமாயணம் மகாபாரதம் தவிர ராஜாஜி சிறுகதைகள் பல எழுதி உள்ளார். முதல் சிறைவாசத்தின்போது ராஜாஜி கொண்டு போயிருந்த நூல்களுள் சாக்ரடீஸ் என்ற கிரேக்கத் தத்துவ மேதை பற்றிய ஆங்கில நூலும் ஒன்று. சாக்ரடீசை சோக்கிரதர் என்ற பெயரில் ராஜாஜி தமிழ்ப்படுத்தினார். மொழிபெயர்ப்பா அல்லது அது தனி நூலா என்று எவரும் வியக்கும் வண்ணம் இந்நூல் அவரால் எழுதப்பட்டிருக்கிறது.

'ரகுபதி ராகவ' என்ற தலைப்பில் காந்திஜி ஆங்கிலத்தில் எழுதிய நூலைத் தமிழில் மொழிபெயர்த்தார். கம்பனின் கன்னித்தமிழ் காப்பியமாகிய கம்பராமாயணத்தில் ஒரு காண்டத்தையே ஆங்கிலத்தில் மொழியாக்கம் செய்திருக்கிறார்.

திண்ணை ரசாயனம்: இருவர் ஒரு வீட்டுத் திண்ணையில் உட்கார்ந்துகொண்டு உரையாடுவது போல் எழுதப்பட்டது. ஒருவர் அறிவியல் பட்டதாரி மற்றவர் சாமானியர். அறிவியல் பட்டதாரி, அறிவியல் செய்திகளைப் புதிய கண்டுபிடிப்புகளைப் புரிந்துகொள்ளும் தமிழில் பேசுகிறார். மற்றவர் அதைக் கேட்டுக்கொண்டு வருவார். முடிவில் சாமானியர் 'நீங்கள் கூறுவதைப்போல் அரிய பெரிய அறிவியல் கருத்துகளைக்கூடத் தமிழில் சொன்னால் வண்டி இழுக்கும் வரதனும் பாரவண்டி ஓட்டும் பரமசிவனும்கூட அறிவியலைப் புரிந்துகொள்ள முடியும்' என்று முடித்திருப்பார்.

இந்த நூல் மூலம் ராஜாஜி பாட மொழி, புகட்டும் மொழியாக, பயிற்சி மொழியாக அவரவர் தாய்மொழியே இருக்கவேண்டும் என்று உரைக்கிறார். ஒருவர் எத்தனை மொழிகளை வேண்டுமானாலும் படிக்கலாம். அதில் தவறில்லை ஆனால் பயிற்சி மொழியாக அவரவர் தாய் மொழியே இருக்கவேண்டும் என்று ராஜாஜி குறிப்பிடுகிறார். திருவள்ளுவரின் குறட்பாக்கள் சிலவற்றைத் தேர்வுசெய்து அவற்றுக்குத் தெளிவுரை எழுதி 'வள்ளுவர் வாசகம்' என்ற நூலை எழுதினார். சோக்ரதரின் இறுதிக் காலத்தைத் தமிழில் மொழிபெயர்த்தது போல் மார்க் அரேலியருடைய 'ஆத்ம சிந்தனை' மொழிபெயர்ப்புத் துறைக்கு முன்மாதிரியான இலக்கியமாகும். ராமாயணம் மகாபாரதம் ஆங்கில மொழிபெயர்ப்புகளும் குறிப்பிடத்தக்க இலக்கியங்களாகும். ராஜாஜி ஒரு சிறந்த திறனாய்வாளராக நின்று 'திருமூலர்', 'நம்மாழ்வார்', 'முதல் மூவர்' முதலிய நற்றமிழ் வித்தகர்களின் நூல்களைத் தமிழில் தந்துள்ளார். சிறுகதைகளைப் பற்றி ஆய்ந்து ஒரு சிறிய நூல் எழுதிய முதல்வர்

இவரே. சுயசரிதை என்னும் தன் வரலாறு பெரும்பாலும் உண்மையைவிட்டு விலகி நிற்பதாக அவர் உணர்ந்தால் ராஜாஜி தம் வாழ்க்கை வரலாற்றை எழுதவில்லை. காந்திஜி சொன்னதுபோல் ராஜாஜியின் வாழ்க்கையும் ஒரு திறந்த புத்தகம். அவர் எதற்காகத் தன் வாழ்க்கை வரலாற்றை எழுதவேண்டும்.

ராஜாஜி பகவத்கீதையை கண்ணன் காட்டிய செந்நெறியாக நமக்குத் தந்திருக்கிறார்.

தமிழ் இலக்கியத் துறையில் உரைநடை இலக்கியம் இன்னும் வளரவில்லை என்றும் கூறுவோர், ராஜாஜியின் தமிழ் நடை இக்குறையைப் போக்கிட எழுந்த தமிழ்நடை என்று தாராளமாகச் சொல்லலாம். அவருடைய வியாசர் விருந்து ஏராளமான கிளைக் கதைகளும் இலக்கிய முடிச்சுக்களும் கொண்டது. வெகு பழங்காலத்தில் தோன்றியதை, ஒரு புதினம்போல் ராஜாஜி படைத்துள்ள திறம் போற்றுதலுக்குரியது.

ராஜாஜி இரண்டாம் முறையாக தமிழ்நாட்டு முதலமைச்சர் பொறுப்பைவிட்டு விலகியதும் வான்மீகி ராமாயண மகா சமுத்திரத்தில் மூழ்கி நன்முத்துக்களை எடுத்து, சக்கரவர்த்தித் திருமகனைத் தமிழ் கூறும் உலகுக்குக் காட்டி மகிழும் முயற்சியில் ஈடுபட்டு வந்த காலத்தில், அவரைச் சுற்றி ராமாயண நூல்கள் நிறைந்திருந்தன. இதைக் கண்ட சிலர் இவர் இனி அரசியலைவிட்டு, அரவிந்தர் போல் ஆன்மிக ஞானியாக உயர்வார் என்று எண்ணத்தொடங்கினர். அக்காலகட்டத்தில் ராஜாஜியைப் பார்த்த யாவரும் இந்த முடிவுக்குத்தான் வருவர். அச்சமயத்தில் ராஜாஜிக்கு, ‘பாரத ரத்னா’ பட்டத்தை வழங்க டில்லி அரசு முன் வந்தது. ராஜாஜிக்குப் பல பல்கலைக்கழகங்கள் டாக்டர் பட்டம் வழங்கியது. பல டாக்டர் பட்டங்களைப் பெற்றாலும் அவர் எந்த இடத்திலும் டாக்டர் பட்டத்தை முன்னிட்டுக் கொண்டாரில்லை. டாக்டர் பட்டம் பெற்றதைப் பாராட்ட விழா போன்றவற்றை நடத்தி அதில் பெருமை கொள்ளவில்லை.

1954 ஆகஸ்ட் 15ம் தேதி சுதந்திர இந்தியாவின் மிக உன்னதமான ‘பாரத ரத்னா’ பட்டத்தை ராஜாஜி பெறப்போகிறார் என்ற அறிவிப்பு வந்தாலும், 1955 ஜனவரி 26ல் தான் குடியரசுத் தலைவர் ராஜேந்திர பிரசாத் வழங்கினார். பாராட்டுத் தந்திகளும் கடிதங்களும் பஸுல்லா ரோட்டில் வந்து குவிந்தன. ராஜாஜி தன் வரலாற்றை எழுதவில்லை என்ற குறை தீர்க்கும்

பணியை மேற்கொண்ட மோனிகா ஃபெல்டன் என்பவர் 'I MEET RAJAJI' 'நான் ராஜாஜியை சந்தித்தேன்' என்ற நூலை எழுதி வெளியிட்டுள்ளார்.

ராஜாஜியின் வாழ்க்கை வரலாறு என்ற தலைப்பில் ராஜாஜி-காந்திஜியின் பேரன் ராஜ்மோகன் காந்தி ஆங்கிலத்தில் எழுதி வெளியிட அதைக் கல்கி அவர்களின் குமாரர் கல்கி ராஜேந்திரன் தமிழாக்கம் செய்து வெளியிட்டிருக்கிறார்.

ராஜாஜியின் வாழ்க்கை வரலாற்றை 'பாரத ரத்னா ராஜாஜி' என்ற பெயரில் சாமானியனாகிய அடியேனும் எழுதி வெளியிட்டுள்ளேன்

22

மொழிப் பிரச்சினையும் மூதறிஞரும்

1937-1939 அன்றைய சென்னை மாகாணத்தின் பிரதமராக இருந்தபொழுது தீர்க்கமாகச் சிந்தித்த ராஜாஜி நம் தமிழர்கள் எதிர்கால இந்தியாவில், இந்தி ஆட்சி மொழியானாலும் அதைச் சர்வ சாதாரணமாக ஏற்றுக்கொண்டு வாழ வழி செய்யவேண்டும் என்று விரும்பி இந்தியைக் கட்டாயப் பாடமாக உயர்நிலைப் பள்ளிகளில் கொண்டு வந்தார் என்பதைப் பார்த்தோம். அக்காலகட்டத்தில் எதிர்ப்பில் இறங்காத ஈ.வெ.ரா, பின்னர் தமிழக அரசியலில் போணியாகும் என்பதை உணர்ந்து இறங்கினார் என்பதையும் பார்த்தோம். வடமொழி எதிர்ப்பு, பார்ப்பன எதிர்ப்பு, போன்ற அவர்களின் மசாலா கொள்கைகளில் இந்தி எதிர்ப்பும் சேர்ந்து விட்டது. 'இந்தி ஒழிக! தமிழ் வாழ்க!' 'லம்பாடி இந்தி ஒழிக! அன்னைத் தமிழ் வாழ்க!' என்ற குரல்கள் தோன்றின.

தமிழை அழிக்க வரும் இந்தியை விரட்டுவோம் என்ற குரலினை ஏற்றுக்கொள்ள மறுத்த ஈ.வெ.ரா தமிழில் அழிவதற்கு என்ன இருக்கிறது என்று கேட்டு தம் தமிழ் மொழி வெறுப்பை எல்லாத் தமிழர்களுக்கும்

தெரியும் வண்ணம் காட்டிக்கொண்டே, இந்தியை எதிர்த்தார். மேலும், 1924ம் ஆண்டு தம் ஊரான ஈரோட்டில் இந்தி பயில ஒரு பள்ளிக்கூடம் தொடங்கி முதலில் தமிழ்நாட்டில் இந்தியைப் புகுத்தினார் என்ற சான்றிதழைத் தமிழ்த் தென்றல் திரு.வி.கவிடம் பெற்றார்.

இந்த இந்தி எதிர்ப்புகளில் எல்லாம் ராஜாஜியும், அவர் பிறந்த பிராமணச் சமூகமும் திராவிடர் கழக இந்தி எதிர்ப்பாளர்களால் வசவுகளையும் அநாகரிக ஏச்சுக்களையும் பெற்றது. 1956ம் ஆண்டு ராஜாஜி எல்லோரும் திகைக்கும் வண்ணம், தென்னாட்டின் மீது இந்தியைத் திணிப்பது ஆபத்து என்று குரல் எழுப்பினார். அது இந்தியாவை அதிர வைத்தது. 1965ல் குடியரசு தின விழாவிற்கு முதல் நாள் இந்தி எதிர்ப்பு தி.மு.க மாணவ அமைப்பால் நடத்தப்பட்டு பல்வேறு காரணங்களால் அது தீப்பிடித்து எரிந்தது. அக்காலகட்டத்தில் சென்னை ராயப்பேட்டை லட்சுமிபுரம் யுவ சங்கத்தினர் தமிழ்நாட்டின் அரசியல் கட்சிகள் எல்லாவற்றையும் இணைத்து ஆட்சிமொழி கருத்தரங்கு ஒன்றை நடத்தினர்.

லட்சுமிபுரம் இளைஞர் சங்க கூட்டத்தில் பேசியவர்களில் பெரும்பாலோர் ‘தமிழ் வாழ்க! இந்தி ஒழிக’ என்று பேச வந்தவர்களே. அவர்களெல்லாம் இந்தியைத் தாறுமாறாகத் திட்டிப்பேசினர். தி.மு.க. தலைவர்கள் நெடுஞ்செழியன், மு.கருணாநிதி ஆகியவர்கள் பேசிய பின்னர் சி.என். அண்ணாதுரை ‘தமிழை அழிக்க வரும் இந்தியை வீழ்த்துவதே நம் தலையாய கடமை’ என்றார். இந்தியை அரக்கி என்றும் தமிழை அன்னைத் தமிழ் என்றும் உருவகப்படுத்தி புராண நடையில் பேசித் தீர்த்தார். இறுதியாகப் பேசிய ராஜாஜி, “இந்தியால் தமிழுக்கு ஆபத்து இல்லை, இந்தி ஆங்கிலத்தின் இடத்தையே பிடிக்க வருகிறது” என்று இந்தியால் தமிழுக்கு ஆபத்து என்று கூக்குரலிட்டவர்கள் மத்தியிலே பேசினார். ராஜாஜியின் பேச்சு கூட்டத்தின் போக்கையே திசை திருப்பி விட்டது. ராஜாஜி ‘Never Hindi’ என்றார். ஒருபோதும் இந்தி ஆட்சிமொழியாகக் கூடாது என்றார். ஆங்கிலத்தை அந்நிய மொழி என்று பார்க்கக்கூடாது அதை அகற்ற முயல வேண்டாம். ‘Ever English’ என்றார். எப்பொழுதும் ஆங்கிலம் இந்தியாவில் மத்திய மாநில மொழிகளின் தொடர்பு மொழியாகவும் மாநிலங்களின் தொடர்பு மொழியாகவும் தொடர்ந்து இருந்து இந்தியாவின் ஒருமைப்பாட்டைச் சிதைக்காமல் காக்க இது ஒன்றே வழி என்று கூறினார்.

ராஜாஜியின் கூற்றே இன்றுவரை தொடர்ந்து நம் இந்தியாவில் பின்பற்றப்பட்டு வருகிறது. ராஜாஜி உள்துறை அமைச்சராக இருந்த காலத்தில் இக்கொள்கையை மாற்றக்கூடாது என்று உறுதிபடக் கூறியுள்ளார்.

23

அணு ஆயுத எதிர்ப்பும் ராஜாஜியின் அமெரிக்கப் பயணமும்

ஜப்பானில் ஹிரோஷிமா நாகசாகி ஆகிய இரு நகரங்களில் அணுகுண்டு வீசப்பட்டபோது, ராஜாஜி கலங்கிப்போனார். இப்படி மனிதக் குலத்தை அழிக்கும் ஆயுதத்தைக் கடுமையாக எதிர்த்தார். அணு ஆயுதங்களை அவர் 'நவீன அரக்கர்கள்' என்றார். 1954ம் ஆண்டு இறுதியில் அவர் நியூயார்க் டைம்ஸ் பத்திரிகைக்கு 1300 வார்த்தைகள்கொண்ட கடிதம் எழுதினார். அக்கடிதத்தை 'நியூயார்க் டைம்ஸ்' முழுமையாகப் பிரசுரித்தது. ராஜாஜி மனிதக் குலத்தின் சார்பாக அணு ஆயுதச் சோதனைக்கு எதிராகத் தொடர்ந்து குரல் எழுப்பி வந்தார்.

காந்தி அமைதி நிறுவனம் தில்லியில் ஒரு மாநாடு நடத்தியது. அதில் அணு ஆயுதச் சோதனைகள் பற்றிய கவலை முதலிடம் பெற்றது. இம்மாநாட்டில் நேரு, ராஜாஜி, ராஜேந்திர பிரசாத், ராதாகிருஷ்ணன், ஜெயபிரகாஷ் நாராயணன், ஜாகிர் உசேன் முதலிய பெருந்தலைவர்கள் கலந்துகொண்டனர். 1962 செப்டம்பரில் காந்தி அமைதி நிறுவனத்தின் தலைவர் திவாகர் தலைமையில், சிவராவ், ராஜாஜி, டாக்டர்.வி.சத்தியநாராயணா ஆகியோர் அமெரிக்கா

கிளம்பினர். ராஜாஜி குழுவின் பிரதானப் பேச்சாளர். அவர்களுக்கு அதிபர் கென்னடியுடனான சந்திப்பிற்கு 25 நிமிடங்கள் ஒதுக்கப்பட்டிருந்தது.

அங்கு என்ன நடந்தது என்பதை, உடன் இருந்த பி.கே.நேரு தெரிவித்ததைப் பார்க்கலாம்.

ஜனாதிபதி கென்னடியின் வருகைக்காக இவர்கள் அனைவரும் காத்திருந்தனர் உட்கார்ந்த மறுகணமே எதிர்ப்பக்கம் ஒரு கதவு திறந்தது. இளைஞர் ஒருவர் சுறுசுறுப்பாக நடந்து வந்து எல்லோருடைய கரங்களையும் பற்றிக் குலுக்கினார். அவர்களைப் பக்கத்தில் இருந்த இன்னொரு அறைக்கு அழைத்துப்போனார். ராஜாஜி தம்மை விட 12 அங்குலம் உயரமான தமக்கு இடப்பக்கம் அமர்ந்திருந்த இளைஞரைப் பார்த்து 'நான் அமெரிக்க ஜனாதிபதியின் சமூகத்தில் இருக்கிறேனா?' என்று கேட்டார் புகைப்படக்காரர்கள் படங்கள் எடுக்கும்வரை தங்களை கரம் குலுக்கி அழைத்து வந்திருக்கும் நபர் அமெரிக்க ஜனாதிபதி கென்னடிதான் என்பதை ராஜாஜி உணர்ந்திருக்கவில்லை.

கென்னடி ஓர் ஆடும் நாற்காலியில் அமர்ந்திருந்தார். திவாகரும் சிவராமும் அவருக்கு வலப்புறமும், ராஜாஜியும் பி.கே.நேருவும் அவருக்கு இடப்புறமும் அமர்ந்திருந்தனர்.

"அமெரிக்கா யுத்தத் தளவாடங்களைக் குறைக்கவேண்டும் என்று வாதாடத் தாம் வரவில்லை" என்று ஆரம்பித்தார் ராஜாஜி. "என்னுடைய அரசே நாட்டின் பாதுகாப்பு கருதிப் போர் ஆயுதங்களைப் பயன்படுத்தும் கொள்கையைக் கொண்டிருக்கும்பொழுது அவ்வாறு நான் வாதாட முடியாது ஆனால் அணு ஆயுதச் சோதனைகளை நிறுத்தவேண்டும் என்ற கோரிக்கை முற்றிலும் வித்தியாசமானது. அணு ஆயுதச் சோதனை என்ற பெயரில் உலகச் சூழலை நஞ்சாக்கும் உரிமை வல்லரசுகளுக்குக் கிடையாது என்று சொல்ல உலக நாடுகளுக்கு உரிமை உண்டு. அமெரிக்கா தார்மீக அடிப்படையில் தானாகவே முன்வந்து அணுச்சோதனைகளைக் கைவிடலாம். மிகுந்த தைரியத்துடன் முதல் அடியை அமெரிக்கா எடுத்து வைக்கவேண்டும். உலகம் இதை ஆவலுடன் எதிர்பார்க்கிறது. அமெரிக்கா இதைச் செய்தால் ரஷ்யா இதைப் பின்பற்றாமல் இருக்க முடியாது" என்று பேசினார் ராஜாஜி.

ராஜாஜியின் வாதத் திறமையைக் குறித்து தூதர் பி.கே.நேரு குறிப்பிடுகிறார்:

> ‘உலகத் தலைவர்கள், பெரிய மனிதர்கள் பலர் தங்கள் கருத்துகளை எடுத்துக் கூறி வாதம் புரிவதைப் பல சந்தர்ப்பங்களில் அருகிலிருந்து கவனிக்கும் வாய்ப்பு எனக்குக் கிடைத்திருக்கிறது. ஆனால் ராஜாஜி போல் அத்தனை தெளிவான வாதங்களை வார்த்தைகளில் சிக்கனங்காட்டி, பொருத்தமான சொற்களைச் சேர்த்து, மிருதுவான முறையில் மறுக்கமுடியாதபடி பேசும் மனிதரை நான் பார்த்ததே இல்லை. கென்னடியிடம் ஏற்பட்ட எதிர்விளைவுகளைக் காண்பது மிகவும் சுவாரஸ்யமாக இருந்தது. தேய்ந்து மெலிந்த ஒருவர் முற்றித் தேர்ந்த முறையில் தமது விவாதங்களைச் சமர்ப்பிப்பதைக் கண்டு வியந்த போற்றும் விதமாக கென்னடியின் கண்கள் அகல விரிந்தன.’

சிவராவ் பின்வருமாறு எழுதி இருக்கிறார்:

> “எங்களுக்கு ஒதுக்கப்பட்டிருந்த இருபத்து ஐந்து நிமிடங்களைத் தாண்டி நேரம் சென்று கொண்டிருந்தது. கென்னடியின் இதர அலுவல்கள் தாமதமாகிக் கொண்டிருக்கின்றன என்பதை நினைவூட்டும் குறிப்புச் சீட்டுகள் அவருக்கு வந்துகொண்டே இருந்தன. கென்னடி அவை எல்லாவற்றையும் ஒதுக்கி வைத்துவிட்டு, இந்தியாவிலிருந்து வந்திருக்கும் மூதறிஞரின் எதார்த்த அறிவுரைகளில் கவனம் செலுத்தினார். பேட்டியின் இறுதி நேரத்தில் ராஜாஜி “அணு ஆயுதங்கள் விலக்கப்பட்டால் யுத்தங்களின் தன்மையே மாறிவிடும். உலகம் அழிந்துவிடக்கூடிய அபாயம் நீங்கும். இதுதான் இன்று உலக மக்களுக்குரிய பெரும் கவலை” என்றார்

ஒரு மணி நேரத்துக்கு மேல் அவர்கள் கென்னடியுடன் இருந்தனர். ராஜாஜி விடைபெற்றுச் சென்ற பிறகு கென்னடி பிலிப்ஸ் பால்பாட்டிடம் “ஒரு வழக்கை இத்தனை தெளிவாகவும் கச்சிதமாகவும் அழகிய மொழி நடையிலும் யாரும் வாதாடி நான் இதுவரை கேட்டதில்லை. ராஜாஜியின் சந்திப்பு மனிதத்தன்மையை என்னிடம் வளர்ப்பதாக அமைந்தது” என்று கூறினார்.

“இந்தச் சந்திப்பினால் ஏதும் பலன் உண்டா? பழம்தானே!” என்று ஒரு நிருபர் ராஜாஜியை கேட்டார். “பூ மலர்ந்து இருக்கிறது பழம் இனி தோன்றும்” என்றார் ராஜாஜி. நிருபர் ‘Fruitful’ என்ற சொல்லைப் பயன்படுத்தி கேள்வி கேட்க,

ராஜாஜி ‘Flowerful’ என்ற புதிய சொல்லைப் பயன்படுத்திப் பதிலளித்தார். இரண்டு நாள்களுக்குப் பிறகு நடந்த அமெரிக்க அரசின் அமைச்சரவைக் கூட்டத்தில் விவாதிக்கப்பட்ட முதல் கருத்து, ராஜாஜி கென்னடியிடம் கூறிய கருத்துகள் பற்றியே என்று செஸ்ட்டர் பவுல்ஸ் குறிப்பிட்டிருக்கிறார்.

அமெரிக்காவிலிருந்து பிரிட்டன் சென்றார் ராஜாஜி. பிரதமர் மாக்மில்லன், எதிர்க்கட்சித் தலைவர் கெய்ட்ஸ் கெல், பெர்ட்ராண்ட் ரஸ்ஸல் முதலிய பலருடன் பேசினார். ரோமாபுரிக்கு வந்து போப்பாண்டவரைத் தரிசித்தார். “உங்களுடைய முயற்சிக்கு என் ஆசிகள்” என்றார் போப். அதற்கு நன்றி தெரிவித்த ராஜாஜி “அணு ஆயுதச் சோதனை நிறுத்தத்துக்குத் தக்கச் சமயத்தில் போப்பாண்டவர் கோரிக்கை விடவேண்டும்” என்றார். இருபத்துமூன்றாவது ஜான் போப், இதுபற்றி யோசிப்பதாகக் கூறினார். ராஜாஜி தாய்நாடு திரும்பிய சில காலம் கழித்து அணுகுண்டு சோதனைகளுக்கு முடிவு கட்டுமாறு போப்பாண்டவரின் அறிக்கை வெளியானது.

1963ம் ஆண்டு இறுதியில் அமெரிக்காவும் ரஷ்யாவும் பிரிட்டனும் அணுகுண்டு சோதனை தடைக்கு ஓர் ஒப்பந்தத்தில் கையெழுத்திட்டன. மலர் காய்த்துக் கனி ஆகிவிட்டது என்பதே இந்த ஒப்பந்தம் கையெழுத்தாகிவிட்டதை உணர்த்துகிறது. இந்த அமெரிக்கப் பயணம் அறிவாற்றல் மிக்க ராஜாஜியின் அரிய செயல்களில் ஒன்று.

24

நட்பும் பேணலும் நாடிய நல்லான்

ராஜாஜியின் நண்பர்கள் பட்டியல் அனுமான் வால் போல் நீண்டுகொண்டே போயிருக்கிறது. இங்கே சில நண்பர்களைப் பற்றி ஓரிரு வரிகளில் பார்க்கலாம்.

நவரத்தின ராமாராவ் ராஜாஜியின் மாணவப் பருவத்திலேயே நண்பரானவர். ராமாராவ் படிக்க ராஜாஜி கேட்டு அவற்றை உள்வாங்கிக் கொள்வார். ராஜாஜியின் வாழ்வின் ஒவ்வொரு முக்கிய நிகழ்ச்சியிலும் அவர் பங்கும் இருக்கும். மங்களூர்ப் பகுதியில் ராஜாஜி தம் சுதந்திரா கட்சிக்குப் பேசப் போகும்போது அவர் நோய்வாய்ப்பட்டுப் படுத்த படுக்கையிலிருந்தார். அவரைப் போய் பார்த்தார் ராஜாஜி. ராஜாஜியின் குரலைக் கேட்டுக் கண்விழித்தார் ராமாராவ். ஆனால் அவரால் பேசமுடியவில்லை. தம் அரசியல் கூட்டங்களுக்காக மங்களூர் சென்று பெங்களூர் வருகையில் ராமாராவ் இறந்துவிட்டார் என்ற செய்தி கிடைத்து அவர் உடலைப் பார்க்க விரைந்தார் ராஜாஜி. ஆனால் ராஜாஜி அவர் வீட்டை அடைவதற்குமுன் அவரைத் தகன மேடையில் வைத்து நெருப்பு மூட்டிவிட்டனர்.

சேலம் மாநகரில் ராஜாஜி வழக்கறிஞர் தொழிலில் பிரகாசித்தபொழுது அவருக்கு ஏராளமான நண்பர்கள். அவர்கள் பலதரப்பட்டவர்கள். அவர்களின் சிறந்த சிலரை முன்னரே தெரிவித்துள்ளேன் சேலத்தில் மேயராக இவர் இருந்தபொழுது ஈரோட்டில் பெரியார் ராமசாமி நாயக்கர் மேயரானார். இந்த இருவரிடையே இருந்தது நட்பு என்பதைவிட, குரு-சிஷ்ய பாவம் எனலாம். ராஜாஜி குரு, நாயக்கர் சீடர் இது வைணவச் சமயப் பண்பாட்டுடன் தொடங்கி சில காலம் நடந்தது. பின்னர் பிரிவு ஏற்பட்டது. ஆனாலும் இருவரின் நட்பும் ராஜாஜி இறக்கும்வரை தொடர்ந்தது.

ஐவர் குழு என்று ஏற்கெனவே குறிப்பிட்டிருக்கிறேன் நேரு, வல்லபபாய் படேல், அபுல் கலாம் ஆசாத், ராஜேந்திர பிரசாத், ராஜாஜி இவர்களே அந்த ஐவர். இந்த ஐவரில் படேல் முதலில் காலமானார். ராஜாஜியை கவர்னர் ஜெனரலாக உயர்த்திப் பார்த்த இக்குழு, 1951க்கு பின் அவரை சென்னை மாகாணத்திற்கு அனுப்பியது. 1952 முதல் 1954 வரை பிராமண ஜாதி துவேஷத்தில் சிக்கி ராஜாஜி நிலைகுலைந்தார். இவர்கள் நட்பு மிகவும் போற்றக்கூடிய முறையில் இருந்தது. இவர்களில் ராஜாஜியே தன் வாரிசு என்ற கூறிய காந்தி பின்னர் என்ன காரணத்தாலோ தம் கருத்தை மாற்றி நேருவே தன் வாரிசு என்றார்.

காங்கிரஸ் கட்சி வேலையாக திருச்சி சென்ற ராஜாஜியை ரா.கிருஷ்ணமூர்த்தி சந்தித்தார். முதலில் சம்பள விவகாரத்தில் மிகவும் கடுப்பாகப் பேசிய ராஜாஜியை, தம் உயரிய இதயத்தில் குருபீடத்தில் ஏற்றிவைத்து ராஜாஜியைக் கொண்டாடினார். டில்லியிலிருந்து மீண்ட ராஜாஜி பஸ்ஸுல்லா சாலையில் கல்கி கட்டிய வீட்டில் குடியேறி, பின்னர் அந்த வீட்டை தமதாக்கி அதைத் தன் பிள்ளைகளில் ஒருவருக்கு உடைமையாக்கினார் என்பது வரலாறு. சென்னை மயிலாப்பூர் சித்திரக்குளத் தெருவில் அப்புசாமி அவர்கள் இல்லத்தில் வாரந்தோறும் டி.கே.சிதம்பரநாத முதலியார் கம்பன் கவிதைகளை கவினுறப் பொழிந்து வந்தார். அக்கூட்டங்களுக்குச் சென்ற பேராசிரியர் கல்கி, ராஜாஜியையும் அழைத்துச்சென்றார். ராஜாஜி, டி.கே.சி, கல்கி ஆகிய மூவரும் தமிழ்நாட்டில், கம்பன்கலை, நடனம், தமிழ் இசை முதலிய துறைகளை மேம்படுத்தினர். இம்மூவர் நட்பைக் குறித்து தனியாக ஒரு நூலாக எழுதலாம்.

முதலில் கல்கி காலமானார். அவரைப் பிரிந்தபொழுது எதற்கும் கலங்காத ராஜாஜியே கண்கலங்கினார். கல்கிக்காக

இரங்கல் கூட்டத்தில் ராஜாஜி கலங்கிய நிலையில் சோகம் ததும்ப "தான் இறந்து என்னைப் பற்றிப் பல நூல்களை எழுதவேண்டிய கல்கிக்கு, நான் இரங்கல் கூட்டம் நடத்துகிறேன்" என்று கலங்கினார். கூட்டம் முழுவதும் ராஜாஜியின் இலக்கிய நண்பர்களாயினர். பேராசிரியர் சீனுவாச ராகவன், நீதிபதி மகாராஜா பிள்ளை, பேரா. அருணாச்சல கவுண்டர் முதலியவர்கள் ராஜாஜியின் சீரிய நண்பர்கள். நாமக்கல் கவிஞர் ராமலிங்கம் பிள்ளை, நாஞ்சில் நாட்டுக் கவிஞர் தேசிக விநாயகம் பிள்ளை ஆகிய தமிழ்க் கவிஞர்கள் ராஜாஜியின் நண்பர்கள். நெல்லையைச் சேர்ந்த சோமசுந்தரம் என்ற சோமு ராஜாஜியின் நெருங்கிய சகாவானார். இலக்கிய நூல்கள் எழுதும்போது ராஜாஜியுடன் இணைந்து பணியாற்றினார்.

கல்கியின் அருமை சீடரான சின்ன அண்ணாமலையும் ராஜாஜியின் சீடர். சின்ன அண்ணாமலையின் மனைவி செட்டிநாட்டு ஆச்சி பிராமணர்களுக்கு எங்கள் வீட்டில் சாப்பாடு கொடுக்க மாட்டோம் என்று சொல்ல, ராஜாஜி அந்த அம்மையாருடன் விவாதித்து அவர்கள் செய்த இட்லியையும் சட்னியையும் காலை உணவாகக் கொண்டார். காரைக்குடி சா.கணேசன் ராஜாஜியின் இலக்கிய நண்பராகவும், அரசியல் ஆர்வலராகவும், சுதந்திரா கட்சி சட்டமன்ற உறுப்பினராகவும் திகழ்ந்தவர் . நெல்லையில் D.S.ஆதிமூலம் ராஜாஜியின் நண்பரே. இப்படிப் பலர் ராஜாஜியுடன் நட்புக்கொண்டு திகழ்ந்திருந்தனர். சென்னை மாநகரில் இவரின் தொண்டராக இருந்தவர் சிலம்புச் செல்வர் ம.பொ.சிவஞானம். மாநில பிரிவினைக் காலத்திலும் சென்னை மனதே என்று ஆந்திரர்கள் சென்னை மாநகரில் பெரிய ஊர்வலம் நடத்திய காலத்திலும் இவர் ராஜாஜியின் பக்கபலமாகத் திகழ்ந்தார்.

25

மீண்டும் அரசியல்

எதிர்ப்போடு நேசப்பான்மை காட்டிய ஈ.வெ.ராவும் மறுபுறம் ஆதரவோடு விரோதத்தைக் காட்டிய காமராஜூம் இணைந்து எதிர்க்க ராஜாஜி தன்னுடைய கல்வித் திட்டத்தை விட்டுவிடாமல் முதல்வர் பதவியை விட்டுவிட்டார்.

இவர் ஆன்மிக ஞானியாகப் போகிறார் என்று எண்ணிய டில்லி அரசு இந்தியாவின் மிகப்பெரிய விருதாகிய 'பாரத ரத்னா' பட்டத்தை வழங்கியது. இவரால் அரசியலை விட முடியாது, அரசியலும் இவரைவிட்டு விலகாது. ராஜாஜிக்கு இந்தியாவில் காங்கிரசுக்கு எதிரான ஒரு பெரிய அரசியல் இயக்கத்தை உருவாக்கவேண்டும் என்ற எண்ணம் வளர்ந்து வந்தது. இவருடைய அருமைச் சீடர் கல்கி இவர் கையைப் பிடித்து இழுக்காத குறையாகத் தமிழக அரசியலுக்குச் செல்லவேண்டாம் என்று தடுத்தும் பயனில்லாமல் போயிற்று.

முதலமைச்சர் பதவியை விட்ட பின்னும் ராஜாஜி தம் அரசியல் கருத்துகளைத் தெரிவித்து வந்தார். அந்த அடிப்படையில் 1956ல் தென்னாட்டின் மீது

இந்தி திணிப்பது ஆபத்து என்று குரல் கொடுத்தார். 1936களில் இந்தியைத் தமிழகத்திற்குள் புகுத்திய ராஜாஜி இந்திக்கு எதிராக எப்படி மாறினார் என்று காங்கிரஸ்காரர்களும் வடபுல தலைவர்களும் திகைத்தனர். இதே நேரத்தில் இந்தியை கற்க விரும்பும் அனைவருக்கும் அதனைக் கற்பிக்க வசதி செய்து தரப்படவேண்டும் என்றும் சொன்னார். இந்தி நாட்டின் ஒரே ஆட்சிமொழியாக இருக்கக்கூடாது என்பதே அவர் கொள்கையாக இருந்தது. இவருடைய இந்த அறிக்கை, இந்தியை எதிர்ப்பதை ஒரு மதமாகக்கொண்ட திராவிடக் கட்சிகளை உசுப்பி விட்டது.

மத்தியில் உள்துறை அமைச்சராக இவர் இருந்தபொழுது இந்தி இந்தியாவின் ஒரே ஆட்சிமொழி என்பதைச் செயல்படுத்த முடியாது என்று எச்சரித்திருந்தார். ஆட்சிமொழி பற்றி இவர் விட்ட அறிக்கைகள், இந்தியால் தமிழுக்கு ஆபத்து இல்லை. ஆங்கிலத்தை ஒருபோதும் கைவிட முடியாது என்று இவர் விடுத்த எச்சரிக்கைகள் எல்லாம் சி.என்.அண்ணாதுரைக்கு ஆதரவாக அமைந்து மு.கருணாநிதி ஆட்சி அதிகாரத்திற்கு வரக் காரணமாகிவிட்டன. காந்திஜி ‘என் வாரிசு ராஜாஜி அல்ல ஜவாஹர்லால் நேருவே என் வாரிசு’ என்ற பேச்சு எப்படி டில்லியில் காங்கிரசை நேரு குடும்பத்திற்குச் சொந்தமாக்கி வாரிசு அரசியலை நின்று நிலவ வைத்து விட்டதோ, அதேபோல் தமிழகத்தை மு.கருணாநிதியின் வாரிசுகளுக்குத் தாரை வார்த்துக் கொடுக்க உதவின.

1959 மே மாதம் 29ம் தேதி பெங்களூரில் FORUM OF FREE ENTERPRISE என்ற அமைப்பின் சார்பில் நடந்த கூட்டத்தில் மஸானியுடன் ராஜாஜி கலந்துகொண்டார். அக்கூட்டத்தில் பேசிய மஸானி காங்கிரசை கடுமையாக விமர்சித்துவிட்டு ‘ஒரு புதிய கட்சியை உடனே உருவாக்கவேண்டும்’ என்ற கருத்தையும் தெரிவித்தார். மஸானிக்கு அடுத்துப் பேசிய ராஜாஜி “நேருவுக்கு தன்னை விட்டால் வேறு ஆள் கிடையாது என்ற பித்தம் தலைக்கேறி விட்டது” என்றார். கூட்டம் ஆரவாரத்தை எழுப்பியது. மறுநாள் காலை மஸானியைச் சந்தித்த ராஜாஜி, “புதிய கட்சி ஆரம்பித்து விட வேண்டியதுதான் அதற்குரிய நேரம் வந்துவிட்டது” என்று கூறினார்.

அன்று மாலை உட்லாண்டு உணவு விடுதியில் மஸானி, என்.ஜி.ரெங்கா, வல்லபபாய் படேலின் வலதுகரமாக விளங்கிய வி.பி.மேனன் முதலியவர்களைச் சந்தித்துப் பேசினார் ராஜாஜி. அன்று சென்னைக்கு வந்திருந்த ஜெயப்பிரகாஷ் நாராயணனை

சந்தித்து புதிய கட்சியில் சேரவும் தலைமைப் பதவியை ஏற்கவும் ராஜாஜி வேண்டினார். ஆனால் ஜெயப்பிரகாஷ் புதிய கட்சிக்கு வாழ்த்துக் கூறிவிட்டு ஒதுங்கிக் கொண்டார். அன்று மாலை விவேகானந்தா கல்லூரி மைதானத்தில் தலைவர்கள் பேசினர். அக்கூட்டத்தில் பேசிய ராஜாஜி, தம் பேச்சின் ஊடே உதயமாகி இருக்கும் புதிய கட்சியின் பெயர் 'சுதந்திரா கட்சி' என்று பலத்த கரவொலிகளுக்கிடையே அறிவித்தார். சில நாள்கள் கழித்து ராஜாஜியிடம் "சுதந்திரா கட்சி முயற்சிகளில் உங்களால் வெற்றி பெற முடியுமா" என்று மோனிகா ஃபெல்டன் கேட்டார்.

"நான் நூறு வயது வாழ்வதில் வெற்றி பெற்றால் இதிலும் வெற்றி பெறுவேன்" என்றார் ராஜாஜி நம்பிக்கையோடு.

சுதந்திரா கட்சியின் தலைவராக என்.ஜி.ரெங்கா பொறுப்பேற்றார். மஸானி பொதுச் செயலாளரானார். ராஜாஜி கட்சியை வழிநடத்தும் பொறுப்பை ஏற்றுக்கொண்டார். இவ்வாறு மூதறிஞர் ராஜாஜி அகில இந்திய அளவில் தம் அரசியல் காய்களை நகர்த்தி வந்தபோது தமிழ்நாட்டு அரசியலிலும் அவர் கவனம் செலுத்தத் தவறவில்லை. ராஜாஜி முதல்வர் பதவியை விட்டபின் காமராஜ் முதலமைச்சர் ஆனார். காமராஜ் தனது கட்சிக்குத் தம் ஆட்சிக்கு ஆதரவு தருமாறு தி.கவையும் தி.மு.கவையும் நேரடியாகச் சென்று வேண்டிக்கொண்டார். அக்காலகட்டத்தில் தமிழ்நாடு மாநிலத்தில் காங்கிரஸ் முழுமையான அறுதிப் பெரும்பான்மை பெற்றுத்தான் இருந்தது. தமிழ்நாடு சட்டமன்றத்தில் உறுப்பினர் இல்லாத தி.கவையும் தி.மு.கவையும் ஆதரவு தாருங்கள் என்று காமராஜ் கேட்கவேண்டிய அவசியமும் நிர்ப்பந்தமும் இல்லை. பார்ப்பன எதிர்ப்பைத் தங்கள் முழுமூச்சாகக் கொண்டிருந்த தி.க தி.மு.க ஆதரவைக் கோரிப் பெறவேண்டிய அவசியம் அன்று காங்கிரசுக்கு இல்லை. காமராஜ் தமிழகத்தில் பார்ப்பன விரோத அரசியல் நடத்துவதற்காக இவர்கள் ஆதரவைக் கோரினார் இவர் இவ்வாறு கேட்டு ஆட்சியைத் தக்க வைக்கவேண்டிய நிலையில் ராஜாஜி அன்றைய காங்கிரசை விட்டுவிட்டுச் செல்லவில்லை. தி.க பார்ப்பன எதிர்ப்புக் கட்சி. சாதிய ஒழிப்பு அதற்கு முக்கியமில்லை. பார்ப்பன துவேஷமே அதற்கு முக்கியம்.

தி.கவும் தி.மு.கவும் தேர்தலில் தாங்கள் நிற்கமாட்டோம் என்றே கூறிவந்தனர். தி.க தேர்தலில் நிற்கப் போவதில்லை என்பதை அது தோன்றிய காலத்திலிருந்தே தெரிவித்து வந்தது. தி.மு.க

தோன்றியபோது சி.என்.அண்ணாதுரை 'சட்டமன்றங்களுக்குப் போகவேண்டும் என்று ஆசைப்படாதீர்கள். நம் கொள்கைகளை விட்டுக் கொடுத்தால்தான் அரசியலில் இறங்க முடியும். நமக்குக் கொள்கைகளே உயிர். ஆகவே நாம் தேர்தலில் நிற்க விரும்பக்கூடாது' என்று கூறி வந்தார். 'இவர்கள் மேடையில் பேசுவார்கள் ஆனால் தேர்தலில் குதிக்க மாட்டார்கள்' என்று காமராஜ் கருதி வந்தார். நீதிக்கட்சி எப்படிப் பெரியாரைக் கட்சிப் பிரசாரத்தைக் கவனிக்கச் சொல்லியதோ, அதேபோன்று காமராஜ் இரு கட்சிகளைத் தம் காங்கிரஸ் கட்சிக்காகப் பேச வைத்தார். காங்கிரஸ்காரர்களைக் கொண்டு பொதுகூட்டம் நடத்துவதை முற்றிலுமாக தவிர்த்துவந்தார்.

1957ம் வருடம் பொதுத்தேர்தல் வரும்பொழுது தி.மு.க நிற்கலாமா வேண்டாமா என்று அவர்களுக்குள் விவாதித்துக் கொண்டிருந்த காலத்திலேயே, ராஜாஜி தி.மு.க தேர்தலில் நிற்கவேண்டும் என்று அறிக்கை மூலம் வேண்டுகோள் விடுத்தார். மேலும் அவர்களை ஊக்குவிக்கும் முகமாக 'பிராமணர்களே! உங்கள் பூணூலைப் பிடித்துக் கொண்டு தி.மு.கவுக்கு ஆதரவு அளியுங்கள்' என்று ஓர் அறிக்கையையும் வெளியிட்டார். 1956 இறுதியில் திருச்சியில் நடந்த தி.மு.க மாநாட்டில் அக்கட்சி தேர்தலில் போட்டியிட முடிவெடுத்தது. இம்முடிவுக்கு ராஜாஜியின் மேலே சொன்ன அறிக்கைகளே கிரியா ஊக்கிகளாக இருந்தன. 1957 சட்டமன்றத் தேர்தலில் திமுக பதினைந்து இடங்களில் வெற்றி பெற்றது. 1962 தேர்தலில் ராஜாஜியின் சுதந்திரா கட்சி தேர்தல் களத்தில் குதித்தாலும் தி.மு.க ஆதரவு நிலையையே ராஜாஜி மேற்கொண்டு இருந்தார். 1962ல் திமுக 50 இடங்களைப் பிடித்தது. 1962 தேர்தலுக்குப் பிறகு ராஜாஜி காங்கிரஸுக்கு எதிரான வாக்குகள் சிதறுவதாலேயே காங்கிரஸ் மத்தியில் ஆட்சியைப் பிடிக்க முடிகிறது. காங்கிரஸ் அல்லாத கட்சிகள் ஒன்றிணைந்து கூட்டணியில் போட்டியிட்டால் காங்கிரஸால் மத்தியில் ஆட்சியைப் பிடிக்க முடியாது என்று அறிக்கை வெளியிட்டார். இந்த அறிக்கை மெதுவாக வேலை செய்ய ஆரம்பித்தது.

1963ம் ஆண்டு நடைபெற்ற உள்ளாட்சித் தேர்தலில் சுதந்திரா, தி.மு.க, முஸ்லிம் லீக் ஆகிய மூன்று கட்சிகள் சேர்ந்து ஒரு கூட்டணி அமைக்க ராஜாஜி பெரிதும் விரும்பி வேலை செய்தார். இக்கூட்டு முழுமையாக ஏற்படாத நிலையில் தமிழ்நாட்டு உள்ளாட்சித் தேர்தலில் தி.மு.க சுதந்திரா முஸ்லிம் லீக் கவுன்சிலர்கள் பெருவாரியாக வெற்றி

பெற்றனர். உள்ளாட்சித் தேர்தல்களில் பெரு வெற்றி பெற்ற திமுக, சுதந்திரா கட்சியிடம் நெருக்கம்கொள்ள ஆரம்பித்தது. 1967 தேர்தல் நெருங்குவதற்கு முன்னே, தமிழகத்தில் காங்கிரசுக்கு எதிரான சூழ்நிலை தமிழகத்தில் உருவாகிட, பெரிய கூட்டணி ஏற்பட்டது. முதலில் மூன்று கட்சி கூட்டணியாகத் தோன்றியது ஏழு கட்சி கூட்டணியாகியது. தி.மு.க தலைவர் சி.என்.அண்ணாதுரை இடது கம்யூனிஸ்ட் கட்சியைத் தம் கட்சிக்கு உட்பட்ட உள் கூட்டணியாக ஏற்றுக்கொண்டு, எட்டுக் கட்சிக் கூட்டணியாக்கினார். தமிழ்நாட்டு அரசியலில் தி.மு.க சுதந்திரா முதலிய கட்சிகள் அடங்கிய கூட்டணி, காங்கிரஸோடு மோதியது. காங்கிரஸ் வேறு எந்தக் கட்சியையும் கூட்டணியில் சேர்த்துக்கொள்ள விரும்பவில்லை. சில காங்கிரசார் ஒன்று இரண்டு கட்சிகளை இணைத்து கூட்டணி போட விரும்பியதை அப்போதைய காங்கிரஸ் கட்சியின் அகில இந்தியத் தலைவராக இருந்த காமராஜ் விரும்பவில்லை.

தமிழகத் தேர்தல் சூடுபிடிக்கத் தொடங்கியது. ராஜாஜி அகில இந்தியா முழுவதும் சூறாவளி சுற்றுப்பயணத்தைத் தம் தள்ளாத வயதிலும் சோர்வு கொள்ளாது சுற்றி, தேர்தலைச் சுறுசுறுப்புடன் நடத்தி வந்தார். தமிழகத்தில் தேர்தல் மும்முரமாக நடைபெற்று வரும் தறுவாயில், ஒருநாள் மாலை திரைப்பட நடிகரும், பெரியாரின் சீடரும், பார்ப்பன எதிர்ப்பு, ராமாயண எதிர்ப்பு, கீமாயண நாடகம் முதலியவற்றை நடத்தி வந்த நடிகருமான M.R.ராதா, தி.மு.க.வின் எம். ஜி.ஆரைக் கைத்துப்பாக்கியால் சுட்டுவிட்டார். குண்டு பட்ட எம்.ஜி.ஆர் மருத்துவமனையில் சேர்க்கப்பட்டார். அவர் குரல்வளைக்கருகில் குண்டு பாய்ந்திருந்தது. அது எடுக்கப்பட்டு உரிய சிகிச்சை மேற்கொள்ளப்பட்டு வந்தாலும், அவரால் முன்பு போலப் பேசமுடியுமா என்ற ஐயம் தமிழகத்தில் நிலவி வந்தது.

எம்.ஜி.ஆர் சுடப்பட்ட காலத்தில், இத்துப்பாக்கிச் சூட்டை உரிய முறையில் விசாரித்துச் சுட்டவர் யாராயிருந்தாலும் அவர் மீது உரிய நடவடிக்கை மேற்கொள்ளப்படும் என்று முதலமைச்சர் M.பக்தவச்சலமும், அகில இந்தியத் தலைவர் காமராஜூம் அறிக்கை விட்டிருந்தால், மக்கள் காங்கிரசுக்கு ஓட்டளித்திருப்பார்கள். காமராஜூம், பக்தவச்சலம் அவர்களும் விட்ட அறிக்கை அப்படியில்லாததால் அந்த வாய்ப்பு காங்கிரசுக்குக் கிடைக்காமற் போயிற்று. காமராஜ், மதுரையிலிருந்து நெல்லைக்கு வந்து கொண்டிருந்தபோது

அதிகாலை வேளையில் அவர் வந்த கார் ஒரு விபத்தில் சிக்கிக் கொண்டதால், அவர் காலில் பலமாக அடிபட்டு மேற்கொண்டு பயணம் செய்ய முடியாத நிலை ஏற்பட்டுவிட்டது. 1967 தேர்தலில் சுதந்திரா கட்சி இந்தியாவில் பெரிய வெற்றியைப் பெறவில்லை. ஆனால் தமிழ்நாட்டில் எட்டுக் கட்சி கூட்டணி வெற்றி பெற்றது. 1967ல் தி.மு.க தலைவர் C.N.அண்ணாதுரை தமிழக முதலமைச்சராகத் தேர்ந்தெடுக்கப்பட்டார்.

ராஜாஜி அவர்களுக்குத் தமிழகத் தேர்தல் முடிவுகள் ஆறுதலைத் தந்தன. திரைப்பட நடிகர் எம்.ஜி.ஆரால் C.N.அண்ணாதுரைக்கு மக்கள் செல்வாக்கு ஏற்பட்டிருந்தது. ராஜாஜி மக்கள் தலைவராகியிருக்கும் C.N.அண்ணாதுரை ஜனநாயக பண்பினராக மற்றவர்கள் சொல்லும் நல்ல கருத்துகளை ஏற்றுச் செயல்படுபவராகவும் இருப்பதைக் கண்டு அவரையும் அவர் கழகத்தையும் டில்லியில் காங்கிரசை எதிர்க்கப் பயன்படுத்திக்கொள்ள விரும்பினார். அண்ணாதுரை காலமாகிவிட மூ.கருணாநிதி தமிழக முதல்வரானார். அரசியல் மாற்றங்கள் விரைவாகத் தமிழகத்தில் நடந்தேறிவிட்டன.

26

யுக புருஷனின் கடைசி நாள்கள்

1967ல் காங்கிரஸ் தோற்று தி.மு.கழகம் அரியணை ஏறிற்று. 1955லிருந்து காமராஜ் நாட்டிற்காகப் பல அரிய பெரிய திட்டங்கள் தீட்டினார். அணைகள் பல கட்டினார். தொழில் வளர்ச்சிக்கான அடிப்படைத் தேவைகளை எல்லாம் திட்டமிட்டு நிறைவு செய்தார். கல்விச்சாலைகள் அமைக்கப் பெற்று தமிழ்நாடு மாநிலம் செழித்தோங்கியது. காமராஜ் உட்பட அனைத்து அமைச்சர்களும் லஞ்ச லாவண்ய ஊழல்கள் என்றால் என்ன என்பது தெரியாமல் ஆட்சி நடத்தினர். காமராஜ் தலைமையில் இயங்கிய அமைச்சர்களில் யார்மேலும் வருவாய்க்கு அதிகமாகச் சொத்து சேர்த்து விட்டார்கள் என்ற வழக்குகள் எல்லாம் இல்லை. ஆனாலும் ஏன் தோற்றார்கள்?

தி.க.வும் தி.மு.கவும் காங்கிரசை பொய்யும் புரளியும் கலந்த கடுமையான பேச்சால் மக்கள் மனத்திலிருந்து இறக்கி விட்டார்கள். இது தி.மு.க.வில் சேர்ந்த திரைப்பட நடிகர் எம். ஜி.ராமச்சந்திரனின் முகவெட்டு வாங்கித் தந்த வெற்றி. 'தம்பி! ராமச்சந்திரா! உன்னிடம் கழகம்

பணம் எதுவும் கேட்கவில்லை. உன் முகத்தை மக்களிடம் காட்டு. அது பல லட்சம் வாக்குகளை வாங்கித் தரும்' என்று அண்ணாதுரை எம்.ஜி.ஆரிடம் ஒரு மாநாட்டில் சொன்னார். 1967ல் அண்ணாதுரை சொன்ன மாதிரியே குண்டடி பட்ட கழுத்தும் முகமும் காட்டும் சுவரொட்டிகள் தமிழகம் முழுவதும் ஒட்டப்பட்டன. ஆம் 1967ல் திமுக கூட்டணி எம். ஜி.ஆரின் முகத்தைக் காட்டி வெற்றி பெற்றது.

1971ல் நிலைமை வேறுவிதமாக மாறிக்கொண்டிருந்தது. 1954-55 களில் ராஜாஜியை தமிழக முதலமைச்சர் பதவியிலிருந்து இறக்கப் பெரும்பாடுபட்ட காமராஜ் 1971ல் ராஜாஜியுடன் சேர்ந்தார். சுதந்திரா கட்சி பழைய காங்கிரஸ் (ஸ்தாபன காங்கிரஸ்) இரண்டும் கூட்டணி அமைத்து ஓரணியாக நின்றது. சென்னையின் மெரினா கடற்கரையில் தலைவர் ராஜாஜி-காமராஜ் இருவரும் ஒரு பிரமாண்டமான பொதுக்கூட்டத்தில் பேசினார்கள். கூட்டம் என்றால் பெருங்கூட்டம், இப்படிப்பட்ட கூட்டத்தை சென்னையே கண்டிருக்காது. கடல் அலையா அல்லது மக்கள் தம் தலைகளா என்று வியக்கும் வண்ணம் மக்கள் கூடினர். மக்கள் ஆதரவு இக்கூட்டத்தால் கணிக்கப்பட்டது. காமராஜும் ராஜாஜியும் இணைந்து நடத்தும் தேர்தல் களத்தில் இக்கூட்டணி வெற்றி பெற்றால், தமிழகத்தில் தொழில் வளம் சிறக்கப் பெரும் பங்காற்றிய R.வெங்கட்ராமன் அவர்களை முதல்வராக்கவேண்டும் என்று முடிவெடுத்திருந்தனர். ஆனால் தேர்தல் முடிவுகள் இந்திரா காந்தி கருணாநிதி கூட்டணிக்குச் சாதகமாக இருந்தன. டில்லியில் இந்திரா ஆட்சியைப் பிடித்தார். தமிழகத்தில் கருணாநிதி ஆட்சியைப் பிடித்தார்.

1967ல் தன் முகத்தைக் காட்டி தி.மு.கவை வெற்றி பெறச் செய்த எம்.ஜி.ஆர் இம்முறை தமிழ்நாடு முழுவதும் புயல் எனச் சூறாவளிச் சுற்றுப்பயணம் மேற்கொண்டு தி.மு.கவுக்கு 183 இடங்களில் வெற்றி வாய்ப்பை ஏற்படுத்தித் தந்தார். அவர் சென்று பேசிய தொகுதிகளில் எல்லாம் தி.மு.க வெற்றிபெற்றது. இந்த வெற்றி தமிழக மக்கள் அரசியல்ரீதியாகச் சிந்திக்கும் திறனை இழந்துவிட்டதையே குறித்தது. நூற்றுக்கும் மேற்பட்ட சட்டமன்றத் தொகுதிகளில் ஆயிரம் வாக்குகள் 1500 வாக்குகளில் சுதந்திரா கூட்டணி வேட்பாளர்கள் தோற்றனர். 1971 தேர்தல் தோல்வியை விட பலமான வேதனை தந்த ஓர் அடி ராஜாஜி மேல் விழுந்தது என்றால், அது தமிழகத்தில் மதுவிலக்கு ரத்து செய்யப்பட்டதுதான்.

பலமான மழை கொட்டிக் கொண்டிருந்த நாளில் போக்குவரத்து நிறுத்தப்பட்டிருந்த நேரத்தில் வயது முதிர்ந்த மாவீரர் வெளியே கிளம்பினார். 1937ல் மதுவை ஒழிக்கச் சட்டத்தை உருவாக்கி அமுலுக்குக் கொண்டுவந்த சட்ட மேதை ராஜாஜி, கோபாலபுரம் நோக்கி வண்டியை விடச்சொன்னார். கொட்டும் மழையில் கருணாநிதியின் வீட்டுக்குள் நுழைந்தார். அங்கே முதல்வரிடம் தமிழக ஏழை எளிய கீழ்த்தட்டு மக்களின் சார்பாக 'மதுவிலக்கு தொடரவேண்டும்' என்று கெஞ்சிக் கேட்டுக்கொண்டார். ராஜாஜி வீடு திரும்பும்பொழுது மனச் சஞ்சலத்துடன் திரும்பினார். வீடு திரும்பி மதுவிலக்கை ரத்து செய்வது சட்டப்படி செல்லாது என்று வழக்கு போட்டார். அப்போதைய ஜனாதிபதி வி.வி.கிரியே 'உங்கள் கருத்துகளைக் கவனித்தேன்' என்று ராஜாஜிக்கு கடிதம் எழுதிவிட்டு மதுவிலக்கு ரத்துச் சட்டத்திற்கு அங்கீகாரம் அளித்தார்.

'கல்கி' சதாசிவமும் சில நண்பர்களும் இணைந்து 'ராஜாஜி-93' என்ற சிறப்பு மலர் வெளியிட்டனர். ராஜாஜி மலரைப் பார்த்து 'இந்த டிசம்பருடன் பொதுவாழ்விலிருந்து விலகிக்கொள் என்று சொல்வதுபோல இருக்கிறது' என்றார்.

'எனக்கு வயதாகிவிட்டது பலவீனனாகி விட்டேன் என்பது உண்மைதான். ஆனால் பொதுவாழ்வில் நடக்கின்ற அநீதிகளை, அரசியல்வாதிகளின் தவறுகளைப் பார்க்கும் பொழுது இந்த நிலைமை மாறி நாடு முன்னேறத் தேவைப்படும் போராட்டங்களில் இருந்து விலகி ஓடிப்போய்விட எனக்குச் சம்மதமில்லை' என்று 13.11.1971 அன்று எழுதினார்.

1972 கோடையில் வெயில் காலத்தில் ராஜாஜி எவ்வளவோ மறுத்தும் கேளாமல் ஒரு குளிரூட்டும் இயந்திரத்தை (ஏர் கண்டிஷனரை) அவரது அறையில் பொருத்தினர். ஜூன் மாதம் ராஜாஜி நோயுற்றார். அவர் புறத்தோலில் எரிச்சல் இருந்தது. வயிற்று வலியும் இருந்தது. வழக்கம்போல் இந்த உபாதைகளைப் புறங்கண்டு வெற்றிகரமாக உடல் தேறினார்.

திடீரென்று ஒருநாள் முதலமைச்சர் கருணாநிதி ராஜாஜியின் இல்லம் தேடி வந்தார். மத்திய அரசு நாட்டில் உள்ள பல்லாயிரக்கணக்கான தியாகிகளுக்கு, அந்நிய ஏகாதிபத்தியத்தை எதிர்த்துப் போராடி சிறை சென்ற தியாகச் செம்மல்களுக்குத் தாமிரப் பத்திரம் வழங்கியது. மு.கருணாநிதி அதை ராஜாஜியிடம் கொடுக்க வந்திருந்தார். முதலமைச்சர் கருணாநிதியை, ராஜாஜி வரவேற்றார். முதலமைச்சர்

கருணாநிதியும் ராஜாஜியும் ஒருவருக்கு ஒருவர் மாலை அணிவித்தனர். ராஜாஜிக்கு தாமிரப் பட்டயத்தை ஆப்பிள், திராட்சை முதலிய பழங்களுடன் ஒரு தட்டில் வைத்துக் கொடுத்தார்.

முதுபெரும் தலைவரான ராஜாஜி தம் நெடிய வாழ்வில் பலரைப் பல காரணங்களுக்காக எதிர்த்திருக்கிறார். கருத்து மாறுபாடு கொள்கை மாறுபாடு காரணமாக ஏற்பட்ட எதிர்ப்பு இது. கருத்து மோதிட இவர் யாரையெல்லாம் எதிர்த்தாரோ அவர்களை எல்லாம் நேசிக்கவும் செய்தார்.

திராவிட முன்னேற்றக் கழகம் இரண்டாக உடைந்தது திமுகவின் பொருளாளராகச் செயல்பட்டு வந்த எம். ஜி.ஆரைக் கட்சியிலிருந்து நீக்கியதால் கட்சி உடைந்தது. ராஜாஜி தமது முழு ஆதரவையும் எம்.ஜி.ஆருக்கு அளித்தார். சுயராஜ்யாவின் அன்பார்ந்த நேயர் பகுதியில் எழுதும்போது 'இந்த விவகாரத்தினால் பெருநஷ்டம் கருணாநிதியின் அணிக்குத்தான் ஏற்படப்போகிறது என்று குறிப்பிட்டார். அவர் தெரிவித்தபடியே எம்.ஜி.ஆர் தொடங்கிய அண்ணா. தி.மு.க வெற்றி பெற்றது. பதின்மூன்று ஆண்டுகள் கருணாநிதி கோபாலபுரம் வீட்டிலேயே முடங்கிப் போனார். 1940ல் ரைட் ஆனரபிள் ஸ்ரீனிவாச சாஸ்திரி, பின்வருமாறு ராஜாஜி பற்றிக் கூறியிருக்கிறார் 'அந்த மனிதருக்குத் தம்மைப் பற்றிய நினைப்பே கிடையாது. இரவு பகல் எந்நேரமும் அவர் பொதுப்பணி, பொதுநலன் பற்றியே சிந்திக்கிறார். இம்மாதிரி எத்தனை பேர் இருக்கிறார்கள்?'

ராஜாஜி தம்மிடம் உள்ள ஒரே ஒரு குறையைச் சுட்டிக் காட்டியுள்ளார் 'என்னிடம் ஒரு கெட்ட பழக்கம் பெருந்தீனி தின்பது போல் ஏராளமாகப் படித்து மூளைக்குத் தீனி போடுவேன்.'

ஒரு சலவைத் தொழிலாளியையோ, ஒரு தையல் கலைஞரையோ காக்க வைப்பது அவருக்குப் பிடிக்காது. 'அத்தொழிலாளிக்கு இருக்கிற ஒரே சொத்து நேரம்தான்; அதை நாம் வீணடித்து விடக்கூடாது' என்பார்.

டிசம்பர் 17ம் தேதி காலை மகள் நாமகிரி தம் தகப்பனாரின் தலையணையில் ரத்தக்கரை படிந்திருக்கக் கண்டாள். உடனே ஜெனரல் ஆஸ்பத்திரிக்கு ஆம்புலன்ஸில் ராஜாஜி அழைத்துவரப்பட்டார். அங்குப் பரிசோதனை செய்த மருத்துவர்கள் ராஜாஜி யுரீமியாவால் பாதிக்கப்பட்டிருப்பதாகக்

கூறினர். ரத்தத்தில் யூரியா அதிகமானால் யுரீமியாவால் பாதிப்பு ஏற்படும். ஜெனரல் ஆஸ்பத்திரியில் ராஜாஜி அனுமதிக்கப்பட்டிருக்கிறார் என்பதை அறிந்து தமிழக முதல்வர் மு.கருணாநிதி, அமைச்சர் நெடுஞ்செழியன், ஜனாதிபதி V.V.கிரி, முன்னாள் மத்திய நிதி அமைச்சர் டி.டி. கிருஷ்ணமாச்சாரியார், முன்னாள் முதலமைச்சர் காமராஜ், பெரியார் ஈ.வெ.ரா, மஸானி, ரெங்கா ஆகிய பிரமுகர்கள் ஜெனரல் ஆஸ்பத்திரிக்கு விரைந்தனர். பெரியார் ஈ.வெ. ரா சக்கர நாற்காலியில் வந்திருந்தார். யூரீமியாவைக் கட்டுப்பாட்டுக்குள் கொண்டுவர மருத்துவர்கள் முயற்சி எடுத்தனர். ஆஸ்பத்திரியில் ஏராளமான பொதுமக்கள் ராஜாஜியைப் பார்க்கக் குவிந்தனர். மக்கள் பெருந்திரளாக வந்து தம் தலைவர் நோயிலிருந்து மீளப் பிரார்த்தனைகளில் ஈடுபட்டனர்.

டிசம்பர் 22ம் தேதி இவரைப் பார்க்க வந்த ஒருவர் “இப்பொழுது எப்படி இருக்கிறது?” என்றுகேட்டார். “சந்தோஷமாக இருக்கிறேன்” என்று சொன்னார் ராஜாஜி. சந்தோஷமாக இருக்கிறேன் என்று பதிலளித்த ராஜாஜியின் கண்கள் மூடி இருந்தன. பிறகு அவை திறக்கப்படவே இல்லை. மயக்கத்தில் ஆழ்ந்துபோன ராஜாஜிக்கு பிராணவாயு செலுத்தப்பட்டது. கங்கை நீர் அவர் வாயில் செலுத்தப்பட்டது. காதில் சரணாகதி மந்திரம் ஓதப்பட்டது. விஷ்ணு சஹஸ்ரநாமம் அறையில் ஒலித்தது.

இடையில் சற்று நம்பிக்கை துளிர்விட்டது. வாழ்நாள் எல்லாம் அரசியல் போராட்டங்களில் ஈடுபட்டிருந்த ராஜாஜி மரணத்துடன் நடக்கும் போராட்டத்திலும் வெற்றிபெறுவார் எனத்தோன்றியது. அந்த நம்பிக்கை ஒரே நாள்தான் நீடித்தது.

1972 டிசம்பர் 25ம் தேதி கிறிஸ்துமஸ் தினத்தில் மாலை 5:44க்கு சக்கரவர்த்தி ராஜகோபாலாச்சாரியாரின் கடைசி மூச்சு பிரிந்தது. அன்றைய தினம் வைகுண்ட ஏகாதசி தினம் ஆகும். இந்த மார்கழி மாத வைகுண்ட ஏகாதசியில்தான் ஆழ்வார்களில் தலையாய ஆழ்வார் ஆகிய நம்மாழ்வார் பூத உடல் நீத்து திருமாலின் திருவடிகளைத் தஞ்சம் புகுந்த நாளாகும். இந்து முறைப்படி இந்நாளில் பூத உடல் நீத்துப் புகழுடம்பு பெறுபவர் பரமபதம் சேர்வர் என்பது ஓர் ஐதீகம்.

ராஜாஜியின் உடல் ராஜாஜி ஹாலில் மக்கள் வழிபாடு செய்வதற்காக வைக்கப்பட்டது. பிறகு அவர் உடல் கிருஷ்ணாம்பேட்டை மயானத்தில் தகனம் செய்யப்பட்டது.

கிருஷ்ணாம்பேட்டை மயானத்திற்கு தமிழ்நாட்டுத் தலைவர்கள் எல்லாம் வந்து சேர்ந்திருந்தனர். சக்கர வண்டியில் வந்த பெரியார் ஈ.வெ.ரா தகன மேடைக்கு அருகே வந்து சேர்ந்தார். காமராஜ் முதலிய தலைவர்களும் வந்து சேர்ந்தனர். ராஜாஜியின் பூத உடல் வண்டியில் ஏற்றிவரும் பொழுது மக்கள் திலகம் எம்.ஜி.ஆர் நடந்தே வந்தார். ஈ.வெ. ரா பெரியார் தம் ஆருயிர் நண்பரின் முகத்தைத் தன்னைப் பார்த்துத் திருப்பச் சொன்னார். ராஜாஜியைப் பார்த்து கேவிக் கேவி அழுதார். அவர் ராஜாஜியை மேடைகளில் பல மாதிரிப் பேசி இருந்தாலும், இத்தகன மேடைக்கு அருகே ஏங்கி ஏங்கி அழுதார். இக்காட்சியைப் பார்த்தவர்கள் பெரியாருக்கு ராஜாஜியிடம் இவ்வளவு ஈடுபாடா என்று வியந்தனர்.

(மூதறிஞர் ராஜாஜியின் வரலாறு நிறைவு)

மூதறிஞர் ராஜாஜி வாழ்க்கைக் குறிப்பு

பிறந்தது: பகுதான்ய வருடம் கார்த்திகை மாதம் (10.12.1878).

பிறந்த இடம்: சேலம் மாவட்டம் தொரப்பள்ளி.

ஆரம்பக் கல்வி: ஓசூர்

1889 - பெங்களூரில் கல்வி

1896 - சென்னையில் பி.ஏ பட்டம்

1897 - சுவாமி விவேகானந்தருடன் சந்திப்பு

1900 - அலர்மேல் மங்காவுடன் திருமணம். கொலை வழக்கு ஒன்றில் வாதாடினார்.

1906 - டிசம்பர். கல்கத்தா காங்கிரசில் பிரவேசம்

1909 - புதுவையில் பாரதியாருடன் சந்திப்பு

1911 - சேலம் நகரசபை தலைவர்

1915 - மனைவி அலர்மேல் மங்கா காலமானார்

1918 - மது, தீண்டாமை ஒழிப்பு இயக்கத்தில் தீவிரம்

1919 - காந்தியடிகளுடன் சந்திப்பு

1921 - காங்கிரஸ் பொதுச் செயலாளர், யங் இந்தியா ஆசிரியர்

1924-25 புதுப்பாளையம் திருச்செங்கோடு காந்தி ஆசிரமம் உருவாக்கம்

1930 - உப்பு சத்தியாகிரகத்தில் ஈடுபட்டு சிறைவாசம்

1932 - சட்ட மறுப்பு இயக்கம்

1937 - சென்னை பிரதம மந்திரி

1940 - தனிநபர் சத்தியாகிரகம் சிறைவாசம்

1942 - கருத்து மாறுபாட்டால் காங்கிரசிலிருந்து விலகல்

1945 - மீண்டும் காங்கிரசோடு இணைதல்

1946 - இடைக்கால மந்திரி சபையில் அமைச்சர்

1946 - செப்டம்பர் - வர்த்தகத் தொழில் அமைச்சர்

1946 - நவம்பர் - கல்வி அமைச்சர்

1947 - வங்காள கவர்னர்

1948 - ஜூன் - கவர்னர் ஜெனரல்

1950 - மத்திய அமைச்சரவையில் உள்நாட்டு அமைச்சர்

1952 - சென்னை முதலமைச்சர்

1959 - சுதந்திரா கட்சி தொடங்கினார்

1962 - அமெரிக்கப் பயணம். கென்னடி மற்றும் போப்பாண்டவருடன் சந்திப்பு

1972 - டிசம்பர் 25ம் தேதி 94ம் வயதில் மறைவு.

மத்திய ஆசியப் பகுதிகளிலிருந்து வடமேற்கு இந்தியாவிலுள்ள கைபர் மற்றும் போலன் கணவாய்களின் வழியாகப் படையெடுத்து வந்து, சிந்து கங்கைச் சமவெளிகளில் வாழ்ந்தவர்களை அடிமையாக்கியவர்களே ஆரியர்கள் என்னும் கருத்தினை, பள்ளிப் பருவத்திலேயே நமது பிஞ்சு உள்ளத்தில் பதியவைத்து விட்டார்கள். இக்கருத்தின் மீது எவ்விதமான ஆய்வுபூர்வமான கேள்விகளையும் முன்வைக்காமல், நமது தமிழ்ச் சமூகமும் அப்படியே ஏற்றுக்கொண்டு விட்டது. இன்று இக்கருத்து முற்றிலும் தவறானது என்று ஆய்வாளர்கள் உறுதியாகச் சொல்லிவிட்டார்கள்.

www.ingramcontent.com/pod-product-compliance
Lightning Source LLC
LaVergne TN
LVHW090348051026
849518LV00006B/2072